அமெரிக்க உளவாளி

அ. முத்துலிங்கம்

நற்றிணை பதிப்பகம்

அமெரிக்க உளவாளி * கட்டுரை * அ. முத்துலிங்கம் * © அ. முத்துலிங்கம் * முதல் பதிப்பு: மார்ச் 2019 * வெளியீடு: நற்றிணை பதிப்பகம் (பி) லிமிடெட் * பிளாட் எண்: 45, சாய் கவின்ஸ் குமரன் அபார்ட்மெண்ட்ஸ், ஸ்ரீ தேவி கருமாரியம்மன் நகர், கிருஷ்ணா நகர் பிரதான சாலை, நூம்பல், ஐயப்பன் தாங்கல், சென்னை – 600077.

* தொலைபேசி : +91 94861 77208
* மின்னஞ்சல் : natrinaipathippagam@gmail.com

* அச்சாக்கம் : Durga Printers, Chennai - 600005

*

அ. முத்துலிங்கம்

அ. முத்துலிங்கம் இலங்கையின், கொக்குவில் கிராமத்தில் பிறந்து வளர்ந்தவர். கொழும்பு பல்கலைக்கழகத்தில் விஞ்ஞானப் படிப்பை முடித்தபின், இலங்கையில் சாட்டர்ட் அக்கவுண்டன்ட் படிப்பையும் இங்கிலாந்தில் சாட்டர்ட் மனேஜ்மெண்ட் படிப்பையும் பூர்த்திசெய்து இலங்கையிலும் ஆப்பிரிக்காவிலும் இன்னும் பல நாடுகளிலும் ஐ.நா.வுக்காகப் பணிபுரிந்தவர். இவர் 2000த்தில் ஓய்வுபெற்று, கனடாவில் மனைவி ரஞ்சனியுடன் வசிக்கிறார். பிள்ளைகள் இருவர்: சஞ்சயன், வைதேகி. வைதேகியின் மகள்தான் இவர் கதைகளில் வரும் அப்ஸரா.

அறுபதுகளில் எழுத ஆரம்பித்து இன்றும் இவருடைய பணி தொடர்கிறது. சிறுகதை, கட்டுரை, நேர்காணல், நாடகம், விமர்சனம், நாவல் என எழுதிவருகிறார். இவர் தமிழ்நாடு அரசாங்க முதல் பரிசு, இந்திய ஸ்டேட் வங்கியின் முதல் பரிசு, இலங்கை அரசு சாகித்தியப் பரிசு, கனடா தமிழர் தகவல் நாற்பதாண்டு சாதனை விருது, திருப்பூர்த் தமிழ்ச் சங்கம் பரிசு, விகடன் விருது 2012 (குதிரைக்காரன் – சிறுகதைத் தொகுப்பு), எஸ்.ஆர்.எம் பல்கலைக்கழகப் படைப்பிலக்கிய விருது (2013) ஆகியவற்றைப் பெற்றிருக்கிறார்.

amuttu@gmail.com

பழைய எழுத்து

அ.முத்துலிங்கம்

இந்த நூலின் முதல் பதிப்பு வெளியான சில நாட்களிலேயே எல்லா புத்தகங்களும் விற்றுத் தீர்ந்துவிட்டன. சிலர் கனடாவில் இருக்கும் என்னிடம் புத்தகம் எங்கே கிடைக்கும் என விசாரித்தார்கள். இரண்டாம் பதிப்பு வரவே இல்லை. இப்பொழுது நற்றிணை யுகன் அதைக் கொண்டு வருகிறார். எனக்கு பெருமகிழ்ச்சியை கொடுப்பதே அவர் முழுநேரமாகச் செய்யும் பணி. அவருக்கு என் நன்றி.

ஓர் எழுத்தாளர் தன்னுடைய பழைய எழுத்தை மீண்டும் படிக்க நேர்ந்தால் அவருக்கு இரண்டு விதமான எண்ணங்கள் தோன்றலாம். 'இதையா எழுதினேன்' அல்லது 'நானா எழுதினேன்.' எனக்கு பல கட்டுரைகளைப் படிக்கும்போது 'நானா எழுதினேன்' என்ற வினாவே தோன்றிக்கொண்டிருந்தது.

ஆகப் பிடித்தது 'விஞ்ஞானியும் கவியும்' கட்டுரைதான். சுத்தமாக அதை எழுதியதை நான் மறந்துவிட்டேன். வாய்விட்டுச் சிரித்தேன். 'எழுத்து மேசை' குறிப்பை படித்தபோது மெல்லிய சோகம் வந்து சூழ்ந்தது. இப்பொழுதும் அதே மேசையில்தான் எழுதுகிறேன். 'தண்டனை' சம்பவம் என் வாழ்க்கையில் ஆப்பிரிக்காவில் நடந்த உண்மைக் கதை. அந்த நாட்களை மீண்டும் எண்ணிப் பார்த்தேன். உவகையும், துயரமும் கலந்த நினைவுகள் வந்தன. இன்னும் எத்தனையோ ஆப்பிரிக்க சம்பவங்கள் இருக்கின்றன. அவற்றை ஏன் எழுதவில்லை என்று யோசித்தேன்.

ஒருமுறை வீட்டுக்கு வேலைக்காரன் பிடிப்பதற்காக பல மைல்கள் தாண்டி மிகவும் பின்தங்கிய கிராமம் ஒன்றுக்குப் போனேன். நாலு அடி எடுத்து வைத்தால் காட்டுக்குள் கொண்டுபோய் விட்டுவிடும். 20, 30 குடும்பங்கள், சனத்தொகை 200க்கு மேலே இருக்காது. கிராமத் தலைவருடன் பேசினேன். அவருக்கு பக்கத்தில் வீட்டு வேலைக்கு தெரிவாகிய 19 வயதுப்

பையன் உடம்பை மடித்து பணிவாக நின்றான். ஊர்த் தலைவர் சம்பளம் பற்றியோ, வேலை விவரங்கள் பற்றியோ ஒன்றுமே பேசவில்லை. அவர் விடுத்த வேண்டுகோள் இதுதான். 'ஐயா, நீங்கள் என்ன வேலையும் கொடுக்கலாம். எவ்வளவு நேரமும் வேலை வாங்கலாம். ஆனால் மீன்வால் சவுக்கால் மட்டும் அடிக்கவேண்டாம். அவனை அடிமையாக வெள்ளைக்காரர்களின் கப்பலுக்கு விற்க வேண்டாம்.' அந்தச் சம்பவம் ஞாபகத்துக்கு வந்தது.

இந்த வேலைக்காரன் பல வருடங்கள் கழித்து நான் ஆப்பிரிக் காவை விட்டு புறப்பட்டபோது என்னை வழியனுப்ப விமான நிலையத்துக்கு வந்துவிட்டான். அவனிடம் ஒரு லியோன் காசு கடன் வாங்கினேன். அவன் ஆச்சரியமாகப் பார்த்தான். 'கடன் இருக்கும் வரை நான் அவனை நினைப்பேன். ஆப்பிரிக்காவுடன் எனக்கு ஒரு தொடர்பு இருக்கும்' என்றேன். அவனும் என்னை நினைவு வைக்கிறானோ இல்லையோ நிச்சயமாக அந்த ஒரு லியோனை நினைவு வைத்திருப்பான்.

'தள்ளி நின்றால் போதும்' என்ற கட்டுரை படித்தபோது மனம் மிகவும் கிலேசமடைந்தது. நிலைமை இன்னும் சீராகவில்லை, மேலும் மோசமாகியிருந்தது. சமீபத்தில் தமிழ்நாட்டு தொலைக்காட்சியில் ஒரு நேர்காணல் பார்க்க நேர்ந்தது. அது என்னை அதிர்ச்சிக்குள்ளாக் கியது. தமிழ் நாட்டில் தமிழ் பெற்றோருக்கு பிறந்த ஓர் இளம் மாணவனுக்கு தமிழ் எழுதப் படிக்கத் தெரியாது. அவன் தனக்கு தமிழ் எழுதுவதும் வாசிப்பதும் மிகவும் கடினமாக இருக்கிறது என்று சொன்னான். அதனாலே அவன் தமிழின் இடத்தில் சமஸ்கிருதம் படிக்கிறானாம். இன்னொருத்தர் தமிழ் படிக்காமல் முதல் மொழியாக ஜேர்மன் மொழி படிக்கிறார். 'தமிழால் ஒரு பிரயோசனமும் இல்லை. ஜேர்மன் படித்தால் வெளிநாட்டு வேலைக்கு வாய்ப்பிருக்கிறது' என்றார்.

ஸ்வீடன் நாட்டில் பிறந்த ஒருத்தர் அந்த மொழி கடினமாக இருக்கிறது என்று சொல்லி ஹிந்தி மொழியை முதல் பாடமாக எடுப்பாரா? அது முடியுமா? ஐஸ்லாண்ட் நாட்டில் பிறந்த ஒருத்தர் ஆங்கில மொழியை முதல் மொழியாக எடுக்க முடியுமா? ஐஸ்லாண்டிக் மொழியை அவர் படித்தே ஆகவேண்டும். ஆனால் தமிழ் நாட்டில் இது பிரச்சினையே கிடையாது. எந்த மொழியை வேண்டுமானாலும் படிக்கலாம். இந்த நிலைமையில் தமிழின் எதிர்காலம் குறித்து கவலைப்படாமல் இருக்க முடியவில்லை.

தமிழுக்கு சில நல்ல விசயங்களும் நடந்திருக்கின்றன. ஹார்வார்டில் தமிழ் இருக்கை அமைந்துவிட்டது. இப்பொழுது ரொறொன்ரோ பல்கலைக்கழகத்தில் தமிழ் இருக்கைக்கான ஒப்பந்தம் உறுதியாகிவிட்டது. வைதேகி ஹெர்பர்ட் 18 சங்க நூல்களையும்

ஆங்கிலத்தில் மொழிபெயர்த்தது தெரியும். அவை ரொறொன்ரோ பொது நூலகத்தில் பாதுகாக்கப்பட்டு, ஆராய்ச்சியாளர்களுக்கு பயன்படுகின்றன.

இந்த மொழிபெயர்ப்புக்கு முக்கியமாக உதவிய ஒருவரை நாங்கள் மறந்துவிட்டோம். திருமூர்த்தி ரங்கநாதன் கணிமை தொழில் நுட்பத்தில் உயர் பதவி வகித்தவர். மொழிபெயர்ப்பு நூலை அச்சிட்டு வெளியிடுவதற்காக இரண்டு வருடங்கள் தன் வேலையை துறந்து இந்தப் பணியில் முழுமூச்சாக அர்ப்பணிப்புடன் இயங்கினார். விண்கலன் இலக்கைச் சேமமாக அடைந்தால் விண்வெளி விஞ்ஞானி களுக்கும், பொறியாளர்களுக்கும் பாராட்டுகள் குவியும். விண்கலன் ஏவுவதற்கு அடித்தளம் கட்டுவது மிகக் கடினமான காரியங்களில் ஒன்று. தொழில்நுட்ப சவால்கள் கொண்டது. ஆனால் அதை அமைத்தவர்களை ஒருவரும் பாராட்டுவது கிடையாது. வேறு ஒருவரும் நினைத்துக்கூட பார்க்க முடியாத தியாகம் அரிய நண்பர் திருமூர்த்தி ரங்கநாதன் செய்தது. அவருக்கு இந்த நூல்.

அ.முத்துலிங்கம்

கனடா 13 டிசம்பர் 2018

பொருளடக்கம்

1. எழுத்து மேசை 11
2. சர்வதேச புக்கர் பரிசு 12
3. அமெரிக்க உளவாளி 13
4. வெடிகுண்டு நாய் 19
5. கம்ப்யூட்டரின் வேகம் 21
6. என்ன கதைப்பது? 24
7. கையுறை 31
8. எதற்காக வந்தீர்கள்? 34
9. தண்டனை 37
10. விதையின் ஆற்றல் 43
11. குளிக்க வேண்டாம் 46
12. நெருப்பு 48
13. இடிக்கும் மின்னலுக்கும் பழக்கவேண்டும் 53
14. கறுப்பு அணில்கள் 54
15. நாளுக்கு ஒரு நன்மை 56
16. இப்படித்தான் உலகம் 61
17. என்னை மறக்கவேண்டாம் 64
18. பிணங்களை வெளியே கொண்டுவாருங்கள் 67
19. ஆகச் சிறந்த வாசகி 71
20. வாழ்த்துக்கள் அனுப்புவது 74
21. குழையல் 76
22. யானை முந்திவிட்டது 81
23. நிலநடுக்க நிபுணர் 84
24. படித்ததை எப்படி மறப்பது? 86
25. பொய் பேசாத மகள் 91
26. சன்மானம் எவ்வளவு? 93
27. தள்ளிநின்றால் போதும் 95
28. சொன்னதை திரும்பச் சொல்லு 99
29. வணங்குவதற்கு ஒரு மண் 101
30. சில்லறை விசயம் 104
31. ஐயம் தீரவில்லை 110
32. இரண்டுதான் 112

33. காதிலே கேட்ட இசை	115
34. ஒன்றைத் தொடு	122
35. கத்தரிக்காய் கூட்டு	124
36. கடன்	126
37. காந்தியின் கடிதம்	133
38. பிறப்பொக்கும் எல்லா உயிரும்	135
39. பொலீஸ்காரரும் நானும்	137
40. காக்க காக்க	144
41. கார்ச் சாரதி	147
42. மகள்கள் வெல்வார்கள்	150
43. நாளை சொல்கிறேன்	157
44. பெரிய இருதயம்	159
45. எங்கள் வீட்டு நீதிவான்	162
46. விருந்தாளி	169
47. 5000 குழந்தைகள்	172
48. சூரியன் வருவான்	174
49. மறியல் வீடு	179
50. சமயோசிதம்	181
51. நீங்கள் அதன்மேல் நிற்கிறீர்கள்	183
52. நாலாவது நிலநடுக்கம்	188
53. கம்ப்யூட்டரில் தமிழ்	191
54. இரண்டு பூமிகள் தேவை	193
55. கூகிள்	198
56. 48 மணி நேரம்	200
57. விருந்தோம்பல்	202
58. பயங்கரமான ஆயுதம்	207
59. விஞ்ஞானியும் கவியும்	210
60. மறக்கமுடியாத ஆசிரியர்கள்	212
61. கைதட்டல் விழா	220
62. பசிப்பிணி	222
63. ஆறுதலாகப் பேசுவோம்	224
64. பூங்கா	229
65. எங்கள் வீட்டு திறவுகோல்	233
66. ஆச்சரியம்	236

எழுத்து மேசை

மே 30ஆம் தேதி, சனிக்கிழமை. சூரியன் எரித்துக் கொண்டிருந்த நடுப்பகல் நேரம். நான் வசித்த மார்க்கம் நகரில் எங்கள் வீட்டைச் சுற்றி ஓடிய நாலு வீதிகளிலும் garage sale என்ற அறிவிப்பு பல இடங்களிலும் காணப்பட்டது. இப்படியான விற்பனையின் போது பழைய நல்ல புத்தகங்கள் அகப்படுவதுண்டு. நான் ஒவ்வொரு வீடாகச் சென்று அங்கே பரப்பி வைத்திருக்கும் சாமான்களைப் பார்வையிட்டேன். புத்தகம் அகப்படவில்லை. ஆனால், ஓர் இடத்தில் ஓக் மரத்தில் செய்த அழகான மேசை பளபளவென்று மினுங்கிக் கொண்டு கிடந்தது. சற்சதுரமாக இருந்த அந்த மேசையின கால்கள் ஒன்றரை அடி உயரம் இருக்கும். தரையில் உட்கார்ந்து எழுதுபவர் களுக்குப் பொருத்தமானது. விலையோ மலிவு. 'எதற்காக விற்கிறார்கள்?' என்று கேட்டேன். 'அந்த மேசையைப் பாவித்து வந்த மூதாட்டி முதியோர் இல்லத்துக்குப் போகிறார். அவர் ஓர் எழுத்தாளர். பல புத்தகங்கள் எழுதியிருக்கிறார்' என்று சொன்னார்கள். தன் வாழ்நாள் முழுக்க அந்த மேசையில்தான் எழுதினார் என்றும் இனிமேல் எழுத மாட்டார் என்றும் அவர்கள் கூறியபோது என்னவோ செய்தது. நான் காசைக் கொடுத்து மேசையை வாங்கி வீட்டுக்குக் கொண்டு வந்து சேர்த்தேன். என் வீட்டிலும் மேசை அதே வேலையைச் செய்தது; எழுத்தாளர்தான் மாறிவிட்டார்.

◈

சர்வதேச புக்கர் பரிசு

அலிஸ் மன்றோவுக்கு சர்வதேச புக்கர் பரிசு கிடைத்திருக்கிறது. பரிசுத் தொகை 100,000 டொலர்கள் (60,000 பவுண்டுகள்). இவர் கனடிய எழுத்தாளர். மூன்று கனடா ஆளுநர் பரிசுகளும் இரண்டு கில்லர் பரிசுகளும் வேறு பல பரிசுகளும் பெற்றவர். வழக்கமாக புக்கர் பரிசுகள் பொதுநல நாடுகளைச் சேர்ந்தவர்களுக்கே வழங்கப்படும். ஆனால், சர்வதேச புக்கர் பரிசை உலகத்தில் புனைவு இலக்கியம் படைக்கும் எந்த நாட்டு எழுத்தாளரும் பெறலாம். எந்த மொழியிலும் எழுதலாம். ஆனால், ஆங்கில மொழிபெயர்ப்பு இருக்கவேண்டும். இதை நோபல் பரிசுக்கு அடுத்தபடி என்று சொல்லலாம். அலிஸ் மன்றோவுக்கு கிடைத்த பரிசில் எனக்குப் பெரிய மகிழ்ச்சி உண்டு. ஏனெனில் அவர் சிறுகதைகள் மட்டுமே எழுதி உலகப் புகழ் பெற்றவர். அவருடைய சில சிறுகதைகள் 70 பக்கம் நீளும். இன்று உலகத்தில் சிறுகதைக்கு இலக்கணம் அவர்தான். சிலர் அவரை தற்கால செக்கோவ் என்று அழைக்கிறார்கள். இவரை நான் சந்தித்திருக்கிறேன். அவருடனான என்னுடைய நேர்காணல் பத்திரிகைகளில் நாலு வருடங்களுக்கு முன் வெளியானது. அதிகாலையில் அவரிடமிருந்து எனக்கு ஒரு தொலைபேசி வந்தது. நான் யாரோ சந்தைப் படுத்துதலுக்கு அழைக்கிறார்கள் என்று நினைத்து சற்றுக் கடுமையாகப் பேசிவிட்டேன். பிறகு அவர் பெயரைக் கூறியதும் மன்னிப்பு கேட்டேன். பழகுவதற்கு இனிமையானவர். அடிக்கடி சிரித்து சிரித்துப் பேசுவார். அவருடைய வயது 78. வாழ்த்துக்கடிதம் போட்டிருக்கிறேன். பதில் வருமோ தெரியாது.

அமெரிக்க உளவாளி

விருந்துக்கு என்னையும் அழைத்துப் போகும்படி நண்பனிடம் கேட்டேன். அவன் மறுத்துவிட்டான். அப்பொழுது நான் வாசிங்டனில் சில நாள்களை விடுமுறையில் கழிப்பதற்காகப் போய்த் தங்கியிருந்தேன். என்னுடைய முகம் அப்படி விழுந்துபோகும் என்று நண்பன் எதிர்பார்க்கவில்லை. 'சரி சரி அவர்களிடம் பேசிவிட்டுச் சொல்கிறேன்' என்றான். எனக்கு உடனேயே கூச்சம் வந்தது. ஐஸ்கிரீம் வண்டியைத் துரத்திச் சென்ற சிறுவனிடம் ஐஸ்கிரீம்காரர் 'முடிந்து விட்டது' என்று சொன்னது போல எனக்குப் பெரிய ஏமாற்றமாகப் போய்விட்டது. அந்த ஏமாற்றத்தை மறைப்பது ஆகப் பெரிய சவாலாகவும் ஆனது.

எனக்கு ஒருவிதத்திலும் சம்பந்தம் இல்லாத விருந்து அது. என்னுடைய நண்பருடன் வேலை செய்யும் அமெரிக்கப் பெண்ணுக்கு சமீபத்தில் திருமணம் நிச்சயமாகியிருந்தது. மூன்று வருடமாகக் காதலித்தவளுக்கு இப்பொழுதுதான் காதலன் ஒரு மோதிரத்தைக் கொடுத்துக் காதலை உறுதிப்படுத்தியிருந்தான். அடுத்து திருமணம்தான். இந்தக் காதலர்களுக்கு வாழ்த்து சொல்கிற மாதிரி அந்தப் பெண்ணின் அலுவலகத்தைச் சேர்ந்த சில நண்பர்கள் விருந்து ஏற்பாடு செய்திருந்தார்கள். இந்த விருந்துக்குத்தான் நான் போகவேண்டுமென்று விரும்பினேன். காரணம் நண்பர் போகிறபோக்கில் சொன்ன ஒரு தகவல்தான். அந்தக் காதலன் வேலை செய்வது சி.ஐ.ஏ (Central Intelligence Agency) நிறுவனத்தில். அதாவது அமெரிக்காவின் மைய உளவுத்துறையில். என்னுடைய ஆர்வம் அதுதான். நான் என் வாழ்க்கையில் அமெரிக்க உளவுத் துறை அதிகாரி ஒருவரைச் சந்தித்தது கிடையாது. இனிமேல் சந்திப்பேன் என்பதும் நினைத்துப் பார்க்க முடியாத ஒன்று.

உளவுத்துறை பற்றி நான் அறிந்தது எல்லாம் புத்தகத்தில் படித்ததுதான். மீதியை அமெரிக்க சினிமாவில் பார்த்துத் தெரிந்து

கொண்டேன். சினிமாவில் நான் பார்த்த துப்பறிவாளர்கள் எல்லாம் மனத்தில் திகில் எழுப்பக்கூடியவர்கள். அவர்கள் சாகசங்கள் மெய் சிலிர்க்க வைக்கும். சிறுவயதில் படித்தது சங்கர்லால். அவர் சத்தம் எழுப்பாத மெல்லிய ரப்பர் சூக்களை அணிந்தபடி நாலு மாடிக் கட்டடங்களில் அனாயாசமாகப் பாய்ந்து ஏறிவிடுவார். அடுத்து படித்து வியந்தது வந்தியத்தேவன். இவன் தைரியசாலி. வாய் திறந் தான் என்றால் புதுப்புதுப் பொய்களை அந்தக் கணமே உண்டாக்கி விடுவான். ஆனால் அவன் புத்திசாலியல்ல; மூடத்தனம் கூடியவன். அவன் கண்டுபிடித்தது எல்லாம் தற்செயலாகத்தான் நடந்தது. ஆகவே, நவீனத் துப்பறிவாளன் என்ன செய்வான், எப்படித் திட்ட மிடுவான், எப்படிச் செயல்வடிவம் கொடுப்பான் என்பதையெல்லாம் நேருக்கு நேர் நான் அறியத் துடித்தது இயற்கையானது.

பின்னேரம் அலுவலகத்திலிருந்து திரும்பிய நண்பர் 'சரி, பிரச்னை இல்லை' என்றார். அப்படித்தான் ஒரு சனிக்கிழமை மாலை நடந்த விருந்துக்கு என்னை அழைத்துப்போனார். போகும் வழியில் காரில் நண்பரிடம் அந்த சி.ஐ.ஏ அதிகாரிக்குப் பக்கத்தில் எனக்கு ஓர் ஆசனம் பிடித்துத் தரும்படி கேட்டுக்கொண்டேன். அந்த உளவாளியிடமிருந்து அத்தனை விசயங்களையும் ஆகக் குறைந்த நேரத்தில் உறிஞ்சிவிடவேண்டும் என்பது என் திட்டம். நண்பரும் ரோட்டைப் பார்த்தபடி சரி என்று தலையாட்டினார். ஆனால், விருந்து நடந்த இடத்துக்குப் போய்ச் சேர்ந்தபோது எனக்குப் பெரும் ஏமாற்றம்தான் மிஞ்சியது. அங்கே ஆசனங்களே இல்லை, அது ஒரு கொக்ரெய்ல் விருந்து என்று சொன்னார்கள். நீண்ட நீண்ட கிளாஸ்களில் பானங்களை நிறைத்துக்கொண்டு கிரகங்கள் சுற்றுவது போலச் சுற்றிக்கொண்டிருந்தார்கள். பரிசாரகனிடம் எனக்கு வேண்டிய பானத்தைக் கூறினேன். அவன் கீழே அகன்று, மேலே வாய் ஒடுங்கிய கிளாஸ் ஒன்றில் பானத்தை ஊற்றி அதே அளவு ஐஸ் கட்டிகளை மிதக்கவிட்டு அதற்குமேலே ஒரு மென்சிவப்புக் குடையை விரித்து வைத்து என்னிடம் நீட்டினான்.

நண்பன் நான் கேட்டதை மறக்கவில்லை. முதல் வேலையாக என்னை அழைத்துப்போய்த் தன்னுடன் வேலை செய்யும் அமெரிக்கப் பெண்ணை அறிமுகப்படுத்தினான். முற்றிலும் மென் சிவப்பு வர்ணத்தில் அவள் இருந்தாள். அவளாகவே தான் மண முடிக்கப் போகும் சி.ஐ.ஏ அதிகாரியிடம் என்னை அறிமுகம் செய்து விட்டு மறைந்துபோனாள். முப்பது வயது மதிக்கத்தக்க உயரமான ஆள். சதுரமான முகம், சதுரமான உடம்பு. என்னுடைய கைகளைக் குலுக்கியபோது முறிந்து விழுந்துவிடும்போல இருந்தது. ஒரு ஜேம்ஸ் பொண்டின் உருவத்தை மனத்திலே சித்தரித்து வைத்திருந்த எனக்கு அவருடைய உடலமைப்பும் முக வெட்டும் சொண்டுக்குள் மறைந்திருந்த

சிரிப்பும் அப்படியே பொருந்திப் போனது. ஆனால், அதற்குப் பிறகு நடந்ததுதான் நான் எதிர்பாராதது.

அந்தக் கூட்டத்தில் ஒருவராவது நின்ற இடத்தில் நின்று பேசவில்லை; சுற்றிக்கொண்டே இருந்தார்கள். உளவுத்துறை அதிகாரியும் என்னுடன் சிறிது நேரம் பேசிவிட்டு நகர்ந்துவிட்டார். விருந்துக்கு டிவி சீரியலில் நடிக்கும் ஒரு சின்ன நடிகரும் வந்திருந்தார். இளம் பெண்கள் எல்லோரும் அவரைச் சுற்றி நின்று பேசினார்கள். அவர் நகர்ந்தபோது சொறி பிடித்த நாயைச் சுற்றி இலையான்கள் மொய்ப்பதுபோல அவர்களும் நகர்ந்தார்கள். ஒரு பெண் எழுத்தாளரும் வந்திருந்தார். அவருக்கு 50 வயது இருக்கும். எகிப்திய கடவுள்கள் பற்றிய அவருடைய புத்தகம் ஒன்று ஏற்கெனவே வெளிவந்திருந்தது. அதிலே பிரதானமாக தோத் என்ற கடவுள் மீது தான் ஆராய்ச்சி செய்ததாகவும், தோத் கடவுள் ஆண் உடம்பும் ஐபிஸ் பறவையின் தலையும் கொண்டிருப்பார் என்று விளக்கினார். தன்னுடைய அடுத்த புத்தகம் தயாராகிவிட்டது ஆனால், அதற்கு ஒரு பதிப்பாளரைக் கண்டுபிடிக்கவில்லை என்றும் கூறினார். அது என்ன புத்தகம் என்று நான் கேட்க வில்லை. அது இன்கா இனத்தவரின் கடவுள்களாக இருக்கலாம் என்று ஊகித்துக்கொண்டேன்.

ஒருவர், யாரோ பாடப் போகிறார் என்று அறிவித்தார். ஒரு சீனப் பெண் கையிலே வட்டமான வைன் கிளாசைத் தூக்கிப் பிடித்தபடி கூடத்தின் நடுவுக்கு வந்து நின்றார். தரையைத் தொடும் ஆடையில் அவர் நடந்து வந்தபோது அவர் பாதங்களை ஒருவரும் பார்க்கவில்லை. இனிமேல் பாடப்போகும் மெட்டுக்கு ஏற்ப அசைந்து வந்தார். முதுகு நேராக நிற்க அவருடைய இடை மாத்திரம் பெண்டுலம்போல இரண்டு பக்கமும் ஆடியது. அந்தப் பாடல் ஒரு பழைய சீனப் பாடல் என்று சொல்லிவிட்டுப் பாடினார். ஒலிவாங்கியைப் பிடிப்பதுபோல வைன் கிளாஸை வாய்க்குக் கிட்ட வைத்துக் கொண்டு பாடியபோது எல்லா வார்த்தைகளும் ஒரே வார்த்தைபோல ஒலித்தன. உயிர் எழுத்துக்கள் எல்லாம் மூக்கினாலும் மெய் எழுத்துக்கள் வாயினாலும் ஒலிவடிவம் பெற்றன என்று நினைக்கிறேன். பாடலின் இசை சாதாரணமாகத் தொடங்கி முடிவில் ஒரு மெல்லிய சோகரசத்தைத் தொட்டுவிட்டு நின்றது. பாட்டு முடிந்ததும் எல்லோரும் கைத்தட்டி அவரைச் சூழ்ந்துகொண்டு பாராட்டினார்கள்.

கூட்டம் ஒருவாறு அகன்றதும் நானும் பாராட்டிவிட்டு 'இது ஒரு சோகப் பாடலா?' என்று வினவினேன். அவர் அது சரி என்றார். நீங்கள் பாடியதன் பொருள் என்ன என்றேன். அவர் அதிசயித்தார். ஒருவருமே அவரிடம் அதைக் கேட்கவில்லை. புதிதாக மணமான ஆண், மனைவியின் பிரிவைத் தாங்கமுடியாமல் அரற்றியது. மெல்லிய குரலில் சீன மொழியில் ஒவ்வொரு வரியாக உச்சரித்து அதன்

மொழிபெயர்ப்பையும் சொன்னார். வீட்டுக்கு வந்தபோது எல்லாமே மறந்துவிட்டது, சில வரிகளைத் தவிர.

பளிங்குத்தரையில் உனது பட்டாடை
உரசும் சத்தம்
நின்றுவிட்டது.
புழுதி சேர்ந்துவிட்டது.
பழுத்த இலைகள்
வாசல் கதவடியில்
குவிந்துவிட்டன.
உன்னையே ஏங்கி
அடிக்கும் என் இருதயம்
ஓய்வது எப்போது?

ஒரு குறுந்தொகை பாடலை நினைவூட்டுகிறது என்று அவரிடம் சொன்னேன். அவர் குறுந்தொகை என்றால் என்னவென்று கேட்டார். பின்னர் அது பற்றிப் பேசினோம்.

அவரை எனக்கு நல்லாகப் பிடித்துக்கொண்டது. நான் பேசியபோது ஒரு வார்த்தையையேனும் தவற விட்டுவிடக்கூடாது என்பதுபோல உன்னிப்பாகக் கேட்டார். அவ்வளவு கூர்மையான கவனத்தை நான் முன்னர் ஒருவரிடமும் கண்டதில்லை. ஒரு நிமிடத்தில் வெடிக்கப் போகும் வெடிகுண்டைச் செயலிழக்க வைப்பது எப்படி என்று ஒருவர் கூறுவதை உள்வாங்குவதுபோல அவர் முழுக் கவனத்துடன் கேட்டார். தன்னுடைய தொலைபேசி எண்ணை ஒரு பழைய கார் தரிப்பு டிக்கட்டின் பின்பக்கத்தில் பேனையால் எழுதி என்னிடம் தந்தார். மறுபடியும் சுற்றில் அவர் கலந்துகொண்டபோது நான் அவர் பாதங்களைக் காணவில்லை.

மீதிச் சுழற்சியில் மேலும் இரண்டு முறை அமெரிக்க உளவாளியைச் சந்தித்தேன். இரண்டு இரண்டு நிமிடங்கள் பேசினார். அமெரிக்காவின் சி.ஐ.ஏ. நிறுவனம் ஐம்பது வருடங்களுக்கு முன்னால் ஜனாதிபதி ஃபிராங்க்ளின் ரூஸ்வெல்ட் காலத்தில் ஆரம்பிக்கப்பட்டது என்று படித்திருந்தேன். ஆனால், இன்றுவரை அதில் எத்தனை பேர் வேலை செய்கிறார்கள் என்பது ஒருவருக்கும் தெரியாது. எந்தெந்த நாடுகளில் அமெரிக்க உளவாளிகள் மறைந்திருக்கிறார்கள் என்பதும் ஒருவரும் அறிந்ததில்லை. நிறுவனத்தின் பட்ஜெட் வருடத்துக்கு 40 பில்லியன் டொலர்களுக்கு மேல் என்று எழுதியிருக்கிறார்கள். ஆனால், உண்மை ஒருவருக்கும் தெரியாது. எனக்கு முன் நின்று பேசிய உளவாளியைப் பார்த்தால் மெல்லிய ரப்பர் ஒட்டிய சப்பாத்து அணிந்த சங்கர்லால் போலவோ, முரட்டுத் தோற்றம் கொண்ட வந்தியத்தேவன் போலவோ இல்லை. ஒளிவு மறைவு இல்லாமல்

நேராகக் கண்களைப் பார்த்து நேசமுடன் பேசினார். ரோட்டிலே இவரைப் பார்த்தால் நான் ஒரு வீடு விற்பனை முகவர் என்றோ அல்லது விமான ஓட்டி என்றோதான் ஊகிப்பேன்.

நான் மறுபடியும் சுழற்சியில் சேர்ந்து நகர்ந்தபோது விவாதம் செய்யும் இருவரிடம் அது என்னைக் கொண்டுபோய்ச் சேர்த்தது. ஒருவர் அந்தக் கூடத்தையே நிறைத்து விடுவதுபோல நடுவிலே நின்றார். பக்கத்திலே ஓர் இளம் பெண். அங்கு வந்திருந்த பெண்களில் அவரே அதிக அழகானவர். மாலை வெய்யில் நிறம். அவருடைய கண் இமைகள் அவருடைய கண்களைப் பாதி மறைத்துவிட்டன. தன்னுடைய வம்ச வேர்களைத் தேடிப்போன கதையை அவர் சொன்னார். தன்னுடைய தகப்பன் வழி ரஸ்யாவில் தொடங்கி போலந்துக்கு வந்து இரண்டாம் உலக யுத்தத்துக்குப் பின்னர் அமெரிக்காவுக்குக் குடிபெயர்ந்ததென்றும் தன் தாய் வழி நேராக கிரீஸிலிருந்து வந்ததாகவும் கூறினார். ரஸ்ய முடியும் கிரேக்கக் கண்களும் அவருக்கு அப்படி அமைந்திருந்தன. கூடத்தின் நடுவில் நின்ற மனிதர் தன்னுடைய பெயர் கிப்ளிங் என்றும் தன்னுடைய மூதாதையர் இங்கிலாந்தின் பிக்கரிங் பிரதேசத்தைச் சேர்ந்தவர்கள் என்றும் தனக்கு பிரபல எழுத்தாளர் ருட்யார்ட் கிப்ளிங் சொந்தமாக இருக்க வாய்ப்புள்ளது என்றும் கூறினார். எல்லாவிதமான வம்சத் தேடலும் ஓர் அரசகுமாரனிலோ, புகழ்பெற்ற எழுத்தாளனிலோ, பிரபலமான பாடகனிலோதான் முடிவடையும். ஒரு கொலை காரனிலோ, கொள்ளைக்காரனிலோ, நாட்டை விட்டுத் துரத்தப்பட்ட வனிலோ முடிவடைவதில்லை.

பத்து மணியளவில் விருந்து முடிந்ததும் நான் நண்பனின் காரில் ஏறிக்கொண்டேன். அவன் கார் சாவியைத் துளையில் நுழைத்துவிட்டு காரை கிளப்பாமல் சும்மா அமர்ந்திருந்தான். பின்னர் என்னைத் திரும்பிப் பார்த்து ‘நான் உங்களுக்கு இன்னும் கூட உதவி செய்திருக் கலாம்’ என்றான். ‘இதுவே பெரிய உதவி’ என்றேன் நான். காரை மௌனமாக எடுத்து நெடுஞ்சாலைக்கு விட்டான். எதிர் வெளிச்சத்தை வெளிச்சத்தால் வெட்டிக்கொண்டு வேகமாக காரை ஓட்டிய நண்பன் ‘அமெரிக்க ஒற்றருடன் நிறைய பேசினீர்களா? என்ன கண்டு பிடித்தீர்கள்?’ என்று கேட்டான். எனக்கு டக்கென்றது. யோசித்துப் பார்த்தபோது ஒரு விசயம் பிடிபட்டது. அந்த ஒற்றரிடம் நான் என் முழுப்பெயரையும் கொடுத்திருந்தேன். நான் பிறந்த நாடு, வளர்ந்த நாடு, படித்த படிப்பு, என் பெற்றோர், எங்கேயெங்கே வேலை செய்தேன், என்ன வேலை, யார் யாரைத் தெரியும், என் மனைவி, என் பிள்ளைகள், என் வீடு, என் ஆசைகள், என் திட்டங்கள் என சகலத்தையும் அவரிடம் சொல்லியிருந்தேன். ஆனால், அவரைப் பற்றி எனக்கு ஒன்றுமே தெரியாது. அவருடைய மூன்றெழுத்து முதல்

பெயர்தான் தெரியும். முழுப்பெயரைக்கூட நான் கேட்டு அறியவில்லை. இந்த உண்மை தலையில் இறங்கியதும் நான் திகைத்துப்போய் உட்கார்ந்திருந்தேன்.

அந்த விருந்துக்கு என்னிடமிருந்த ஆகத் திறமான உடுப்புத் தரித்து, ஆகத்திறமான சப்பாத்து அணிந்து, ஆகத்திறமான அமெரிக்க ஆங்கிலத்தை எடுத்துக்கொண்டு போனது எவ்வளவு வீண் என்று பட்டது. உளவாளியிடம் நான் எதையுமே பெற்றுக் கொள்ளவில்லை. ஒன்றுமே மிஞ்சவில்லை. மிஞ்சியது ஒரு சீனக் கவிதை மட்டுமே.

◆

வெடிகுண்டு நாய்

இந்தச் செய்தியை நான் சமீபத்தில் படித்தேன். அதை எனக்குத் தோன்றியபடி கீழே தருகிறேன்.

என்னுடைய மகன் வசிக்கும் மாநிலத்தின் பெயர் மொன் ரானா. அமெரிக்காவில் அதிகம் கவனிக்கப்படாத மாநிலம் இது. ஆனால் இங்கே இயற்கைக் காட்சிகள் கொட்டிக் கிடக்கும். மலைகள், காடுகள், ஆறுகள் நிறைந்த பிரதேசம். அபூர்வமான பறவைகளும் விலங்குகளும் வனக் காப்பகங்களும் உள்ளன. பூச்சி வீசி மீன்பிடிப்பதற்கும் வனவிலங்கு வேட்டைக்கும் பனிச்சறுக்கு விளையாட்டுக்கும் பேர்போன இடம். மற்றத் தேசங்களில் இருந்தும் மாநிலங்களில் இருந்தும் வருடத்துக்கு நிறையப் பேர் வந்துபோவார்கள்.

இந்த மாநில பொலீஸாருக்கு ஒரு வெடிகுண்டு மோப்பம் பிடிக்கும் நாய் தேவைப்பட்டது. பயிற்சி கொடுத்த ஒரு நல்ல நாயின் விலை 20,000 டொலர்கள். ஆனால், இஸ்ரேல் நாடு உபயோகத் தன்மை முடிந்துவிட்ட ஒரு நாயை இலவசமாகத் தருவதாகச் சொன் னார்கள். பொலீஸாரும் அதை வாங்கிவிட்டார்கள்.

ஆனால், அதை வாங்கிய பின்னர்தான் ஒரு பிரச்னை ஆரம்பித்தது. அந்த நாய்க்கு ஆங்கிலம் தெரியாது. ஹீப்ரு மொழியில் ஆணை கொடுத்தால்தான் செய்யும். ஒரு பொலீஸ்காரர் மினக்கெட்டு ஹீப்ரு வார்த்தைகளைப் பாடமாக்கி ஆணை கொடுத்துப் பார்த்தார். அப்பொழுதும் நாய் திரும்பிப் பார்க்கவில்லை.

ஆகாயத்தை நோக்கி முகத்தை வைத்துக்கொண்டு துக்கமாக உட்கார்ந்திருந்தது.

மொன்ரானாவில் யூதர்கள் மிக மிகக் குறைவு. ஆகவே ஹீப்ரு மொழிபேசும் ஒருவரை அங்கே அபூர்வமாகவே காணமுடியும். அதிர்ஷ்டவசமாக யூத பாதிரியார் ஒருவரைக் கண்டுபிடித்தார்கள். அவர் ஹீப்ரு மொழியில் ஆணை கொடுத்ததும் வெடிகுண்டு நாய்

துள்ளி துள்ளி அவர் கட்டளைகளை நிறைவேற்றியது. பொலீஸாருக்கு மட்டற்ற மகிழ்ச்சி. ஒவ்வொரு ஞாயிறும் ஒரு பொலீஸ்காரர் பாதிரியாரிடம் சென்று ஹீப்ரு வார்த்தைகளின் சரியான உச்சரிப்பு களைப் படித்துக்கொண்டார். மூன்று மாதத்திலே நாய் பொலீஸ் காரரின் ஹீப்ரு கட்டளைகளை பட் பட்டென்று நிறைவேற்றியது.

மொன்ரானா மக்களுக்குத் தங்கள் மாநிலத்துக்கு ஒரு வெடிகுண்டு நாய் கிடைத்ததில் மிகவும் சந்தோசம். பொலீஸ் காரருக்குக் கட்டளை கள் கொடுப்பதில் சந்தோசம். நாய்க்குக் கட்டளைகளை நிறைவேற்று வதில் சந்தோசம்.

இந்த விவகாரத்தில் ஆகச் சந்தோசப்பட்டது யூத பாதிரி யார்தான். அந்தப் பெரிய மாநிலத்தில் இவ்வளவு நாளும் பாதிரி யாருக்கு ஹீப்ரு பேசுவதற்கு ஒரு நாயும் இருக்கவில்லை. இப்போது இருந்தது.

◈

கம்ப்யூட்டரின் வேகம்

சில வேளைகளில் எதிர்பாராமல் எனக்குப் பெரிய அதிர்ஷ்டம் அடிப்பதுண்டு. இந்த வருடப் பனிக்கால ஆரம்பத்தில் வீட்டைச் சூடாக வைத்திருக்கத் தேவையான உலைக்கலன் சரியாக வேலை செய்கிறதா என்பதை பரிசீலிப்பதற்காக வழக்கம்போல அதன் பராமரிப்பாளரை அழைத்தேன். அதிசயமாக அவர் அழைத்த அன்றே வந்தார். உலைக்கலனின் கீழே அதை வணங்குவதற்கு வந்தவர்போலப் படுத்திருந்தபடியே வேலை செய்தார். பின்னர் மல்லாக்காகப் படுத்து ஒவ்வொரு பகுதியாக நீக்கி ஆராய்ந்தார். தன் இடுப்பிலே கட்டியிருந்த ஆயுதத்தை எடுத்து சில இடத்தில் திருகினார். சில பகுதியைப் பிரித்து எடுத்துத் தூசி தட்டி மீண்டும் பொருத்தி உலைக்கலனை ஓடவிட்டார். அவர் முகம் திருப்தியடையவில்லை. பிறகு இரண்டு கைகளையும் நிலத்தில் ஊன்றித் தவழ்ந்து புழுதியோடு எனக்கு முன்னால் எழுந்து நின்றார். என்னுடைய சிறுநீர் பரிசோதனை முடிவைக் கேட்பதற்காக மருத்துவர் முன் நிற்பதுபோல நெஞ்சு படபடவென்று அடிக்கத் தொடங்கியது. ஒரு பிரார்த்தனையை விரைவாகச் சொல்லி முடித்துவிட்டு அவர் முகத்தைப் பார்த்தேன். அவர் 'உங்களுக்கு ஒரு நல்ல செய்தி இருக்கிறது. ஒரு கெட்ட செய்தியும் இருக்கிறது' என்றார்.

'முதலில் கெட்டதைச் சொல்லுங்கள்' என்றேன்.

'உங்கள் உலைக்கலன் பழுதாகிவிட்டது. நீங்கள் அதிர்ஷ்டம் செய்தவர் என்றபடியால் என்னை இன்று கூப்பிட்டிருக்கிறீர்கள். அதை உடனே பழுது பார்க்காவிடில் அது கொலைக்கலனாக மாறிவிடும். எந்த நிமிசமும் விஷவாயுவைக் கக்கியிருக்கும். அதற்கு மணமும் இல்லை, நிறமும் இல்லை. நல்ல காலம் தப்பிவிட்டீர்கள்' என்றார். கீழ்ப்பாகத்தையும் மேல்பாகத்தையும் சேர்த்துத் தைத்த ஓர் உடையை அணிந்திருந்த அவர், உடுப்பிலே படிந்திருந்த தூசியை மூன்று விரல்களாலும் தட்டியபடியே என்னைப் பார்த்தார். 'பழுது பட்ட உதிரிப்பாகத்தை மட்டும் மாற்ற முடியாதா?' என்றேன். என்

குரல் எனக்கே கேட்கவில்லை. 'மாற்றலாம், உத்திரவாதம் தரமுடியாது. முழுக் கலனையும் மாற்றினால்தான் சேமம்' என்றார்.

'என்ன விலை வரும்?' என்றேன்.

அவர் கூசாமல் '5300 டொலர்' என்றார். நான் முகத்தில் என்ன உணர்ச்சியைக் காட்டலாம் என்று தீர்மானிக்குமுன் 'நல்ல செய்தி ஒன்றும் இருக்கிறது. அதை நீங்கள் கேட்கவில்லையே' என்றார்.

'சொல்லுங்கள்' என்றேன்.

'நீங்கள் ஒரு புது உலைக்கலன் பூட்டினால் அரசாங்கம் உங்களுக்கு 1300 டொலர் திருப்பித் தரும். உண்மையில் உங்கள் கைச்செலவு 4000 டொலர்தான்' என்றார்.

என் நண்பர் ஒருவர் அடிக்கடி சொல்வார், கத்தியை வயிற்றிலே ஐந்து அங்குலம் குத்திவிட்டு மூன்று அங்குலம் வெளியே இழுத்து சகாயம் செய்வதுபோல என்று.

வேறு வழியில்லாமல் சரி என்று நான் சொல்ல அவர் மூன்று நாள்கள் கழித்து வந்து ஒரு புது உலைக்கலனைப் பூட்டிவிட்டு முழுக்காசையும் பெற்றுக்கொண்டு போனார். பல நிறமான பத்திரங் களை நிரப்பி அவர் காட்டிய இடத்தில் கையெழுத்து வைத்து அரசாங்கத்துக்கு அனுப்பிவைத்தேன். அவர்கள் எனக்கு 1300 டொலர் திருப்பி அனுப்பும் நாளை எதிர்பார்த்துக் காத்திருந்தேன்.

மூன்று மாதமாகிவிட்டது. தெற்கே போன பறவைகள் வடக்கு நோக்கி வர ஆரம்பித்துவிட்டன. என்னுடைய காசோலை வரவில்லை. ஒருநாள் அரசாங்கத்துக்கு நினைவூட்டி மின்னஞ்சல் போட்டேன். உடனேயே பதில் வந்தது.

'உங்கள் கடிதம் கிடைத்தது. நீங்கள் குறிப்பிடும் விண்ணப்பம் கிடைக்கவில்லை. எங்கள் இணையதளத்தில் போய் அதற்கான பாரத்தை இறக்கி, நிரப்பி, கையெழுத்து வைத்து அனுப்பவும். விரைவில் கவனிப்போம்.'

நான் அப்படியே மீண்டும் அதே பாரங்களைப் பூர்த்திசெய்து கையொப்பம் வைத்து அனுப்பினேன். அதற்கும் பதில் இல்லை.

மீண்டும் நினைவூட்டி ஒரு மின்னஞ்சல் அனுப்பினேன். அதற்கும் உடனே பதில் வந்தது.

'உங்கள் கடிதம் கிடைத்தது. நீங்கள் குறிப்பிடும் விண்ணப்பம் கிடைக்கவில்லை. எங்கள் இணையதளத்தில் போய் அதற்கான பாரத்தை இறக்கி, நிரப்பி, கையெழுத்து வைத்து அனுப்பவும். விரைவில் கவனிப்போம்.'

எத்தனை தரம்தான் ஒரே பாரத்தை நிரப்பி அனுப்புவது; நான் அனுப்பவில்லை. பொறுத்திருந்தேன். ஒருநாள் பார்த்தால் தபாலில் எனக்கு 1300 டொலர் வந்து சேர்ந்தது. நான் கடிதம் எழுதினேன்.

'அன்புள்ள அம்மையாரே.

பணம் 1300 டொலர் காசோலை இன்று கிடைத்தது. மிக்க நன்றி'

அதற்கும் உடனே கம்ப்யூட்டரில் இருந்து பதில் வந்தது. 'உங்கள் கடிதம் கிடைத்தது. நீங்கள் குறிப்பிடும் விண்ணப்பம் கிடைக்கவில்லை...'

அதற்குப் பிறகு நடந்ததைத்தான் நீங்கள் நம்ப மாட்டீர்கள். நான் ஒரு கடிதம் எழுதினேன்.

'அன்புள்ள அம்மையாரே,

உங்களை மணமுடிக்க விரும்புகிறேன்.'

'உங்கள் கடிதம் கிடைத்தது. நீங்கள் குறிப்பிடும் விண்ணப்பம் கிடைக்கவில்லை. ..'

என்ன கதைப்பது?

ஒரு துறையில் பிரசித்தி பெற்றவரை திடீரென்று சந்தித்தால் வாயடைத்து நிற்பது என் வழக்கம். அப்படியிருக்க வீடு தேடிவந்த கொலைகாரனிடம் பேசவேண்டிய நிர்ப்பந்தம் ஏற்பட்டால் அதை எப்படி சமாளிப்பது. அத்தோடு மொழிப்பிரச்னை வேறு எனக்கு இருந்தது. இது நடந்தது பல வருடங்கள் முன்பு. இன்று அதையெல்லாம் தாண்டி நான் வந்திருந்தாலும் எந்தச் சந்தர்ப்பத்திலும் யாருடனும் பேசுவதைக் கலையாகவே வளர்த்து வைத்திருக்கும் சிலரைக் காணும்போது ஏற்படும் பொறாமையை நிறுத்தமுடியவில்லை.

சமீபத்தில் ஒபாமா கனடா வந்திருந்தார். அவரை கனடிய ஆளுநர் விமானத்திலிருந்து இறங்கியதும் வரவேற்றார். அரை நிமிட நேரத்தில் இருவரும் சிரித்து சிரித்துப் பேசினார்கள். இதைத் தொலைக்காட்சி கேமராக்கள் உலகெங்கும் ஒளிபரப்பின. அவர்கள் என்ன பேசியிருப் பார்கள் என்பதை எவ்வளவு கற்பனை வளம் உள்ளவராலும் ஊகிக்க முடியாது.

ஒருமுறை நான் நைஜீரியாவின் புகழ்பெற்ற எழுத்தாளர் வோலே சோயிங்காவுடன் கைக்குலுக்க நேர்ந்தது. ஒரு முழு நிமிடம் நான் ஒன்றுமே பேசவில்லை. அப்பொழுதே அவர் இலக்கியத்துக்கான நோபல் பரிசை வென்றிருந்தார். அந்தத் தருணம் நழுவிப் போனது. 'உங்கள் சிறைக் கவிதைகள் படித்தேன், நல்லாயிருந்தது' என்று சொல்லியிருக்கலாமோ என்று பின்னர் பட்டது. ஆனால், யோசித்துப் பார்த்தபோது மௌனமாக இருந்ததே சரியென்று தோன்றியது.

உலகப் பிரபலமானவர்களை எதேச்சையாகச் சந்திக்கும் போது என்ன செய்யவேண்டும்? முதல் நிமிடத்திலேயே அவரைப் புகழக் கூடாது. சிலருக்கு அது அவமானமாகவும் கூச்சமாகவும் இருக்கும். எரிச்சலைக்கூடத் தரும். 'உங்கள் புத்தகத்தை வாசித்தேன், அதுபோல ஒன்றை என் வாழ்நாளில் படித்தது கிடையாது' என்று சொல்ல

லாமா?' அதனால் அவருக்கு என்ன பிரயோசனம். அதிக பெறுமதி வாய்ந்த அவருடைய நேரத்தைப் பகிர்ந்துகொள்ளும் போது நீங்கள் சொல்வது அவருக்குப் பயனுள்ளதாக இருக்க வேண்டும்; அல்லது வித்தியாசமாகவாவது இருக்கவேண்டும். குறைந்தபட்சம் ஒரு சம்பாசணையை கிளப்புவதற்கான சுவாரஸ்யத்தையாவது தர வேண்டும்.

சமீபத்தில் ஒரு நண்பர் வீட்டுக்கு விருந்துக்குப் போயிருந்தேன். அந்த நண்பர் எந்த விசயத்தையும் எந்த ஆளுடனும் எந்தச் சமயத்திலும் பேசுவதற்கு தயாராயிருப்பவர். அவருடைய அறிவு ஆழமில்லாதது. ஆனால், அகலமானது. மொழி தெரியாத எஸ்கிமோவை அவர் சந்திக்க நேர்ந்தால் சில நிமிடங்களில் எஸ்கிமோக்களுக்குப் பிடித்த அஸாலீக் ரொட்டியை எப்படி மிருதுவாகச் செய்வது என்று அவர் கற்றுக் கொடுத்துக் கொண்டிருப்பார். அந்த நண்பர் விருந்து முடிந்த பின்னர் ஒரு புகைப்படத்தை எனக்குக் காட்டினார். அதில் நண்பரும் இன்னொரு 75 வயது மதிக்கத்தக்க வெள்ளைக்காரரும் இருந்தனர். அந்த வெள்ளைக்காரர் ஒரு காலத்தில் உலகம் முழுவதற்கும் தெரிந்தவர். ஒரு கிராமத்துக் குழந்தைக்குக்கூட அவருடைய பெயர் பரிச்சயம். ஆனால், எனக்குத் தெரியவில்லை. நண்பர் 'அவர் நீல் ஆம்ஸ்ரோங், சந்திரனில் காலடி எடுத்து வைத்த முதல் மனிதர்' என்றார்.

நான் உடனே பரபரப்பாகி, அப்படியா எங்கே சந்தித்தீர்கள், என்ன பேசினீர்கள் என்று கேள்விகளை அடுக்கினேன். பொஸ்டனில் ஒரு கருத்தரங்கில் நீல் ஆர்ம்ஸ்ரோங் சிறப்பு விருந்தினராகக் கலந்து கொண்டார். அங்கே அவருடன் பேசுவதற்கு நண்பருக்குச் சில நிமிடங்களை ஒதுக்கினார்கள். நண்பர் கேள்விகள் ஒன்றையும் முன்கூட்டியே தயாரித்திருக்கவில்லையாதலால் அந்தக் கணம் மனத்தில் தோன்றியதைக் கேட்டிருக்கிறார்.

நண்பர்: சந்திரனுக்குப் போனது சரி, செவ்வாய்க் கிரகத்துக்கு மனிதன் பயணிப்பதற்கான ஆராய்ச்சிகள் நடக்கின்றனவா?

ஆர்ம்ஸ்ரோங்: நான் இதை உத்தியோகபூர்வமாகச் சொல்ல முடியாது. ஆனால் நாசாவில் அதற்கான ஆராய்ச்சிகள் ஆரம்பமாகி விட்டன. இன்னும் இருபது வருடங்களில் செவ்வாய்க் கிரகத்தை நோக்கி மனிதன் பயணம் செய்யக்கூடும்.

நண்பர்: முதன்முதலில் சந்திரனை நோக்கிப் பயணித்தபோது உங்களுக்குப் பயம் இருந்ததா?

ஆர்ம்ஸ்ரோங்: இருந்தது, ஆனால் பயணம் பற்றிய பயம் அல்ல. சோவியத் யூனியன் விஞ்ஞானிகள் மனிதன் இல்லாத விண்கலம் ஒன்றைச் சந்திரனுக்கு அனுப்பி அங்கே நாங்கள் காலடி வைப்பதற்கு

முன்னர் அவர்கள் கொடியை நாட்டுவதற்குத் திட்டமிட்டிருந்தார்கள் என்ற செய்தி எங்களுக்குக் கிடைத்தது. அது நடந்துவிடுமோ என்ற பயம் அந்தப் பயணம் முழுக்க எங்களிடம் இருந்தது. ஆனால், அப்படியொன்றும் நடக்கவில்லை.

நண்பர்: மறக்கமுடியாத சம்பவம் ஏதாவது?

ஆர்ம்ஸ்ரோங்: மறக்க முடியாதது அல்ல, துன்புறுத்திய சம்பவம். நாங்கள் சந்திரனில் இறங்கிய பிறகு உடனடியாகத் தரையில் கால் வைப்பது என்ற திட்டமில்லை. ஓய்வெடுத்த பிறகுதான் அதைச் செய்வதாக இருந்தோம். ஆனால், சந்திரனுக்குப் போன பிறகு அதை மாற்றினோம். சந்திரனில் இரண்டரை மணி நேரம் நானும் என் சக விண்வெளிப் பயணி அல்டிரினும் சோதனைகள் நடத்தினோம். சந்திரன் தன்னைத்தானே சுற்ற 28 நாள்கள் எடுக்கும். சந்திரன் பூமியைச் சுற்றவும் அதேபோல 28 நாள்கள் எடுக்கும். ஆகையால் சந்திரனின் ஒரு பக்கம் எப்பவும் பூமியைப் பார்த்தபடியே இருக்கும். சந்திரனில் பகல் 28 நாள்கள் என்றால் இரவும் 28 நாள்கள். அங்கே காற்று இல்லாதபடியால் காலை, மாலை என்றெல்லாம் கிடையாது. வெப்பமோ தாங்க முடியாது, 102 டிகிரி செண்டிகிரேட். அந்தக் காலத்து விண்வெளி உடை கார் ரேடியேற்றர் போலத் தண்ணீரைச் சுற்றி அனுப்பி உடம்பைக் குளிரவைக்கும். ஆனால் அது போதாது. உடம்பு கொதித்தபடி இருந்தது. என்னால் ஓய்வெடுக்க முடியவில்லை; தூங்கமுடியவில்லை. அந்த உடைதான் என்னை இம்சைப் படுத்தியது.

ஒருவித ஆயத்தமும் இல்லாமல் நீல் ஆர்ம்ஸ்ரோங்குடன் இந்த சம்பாசணையை நண்பர் நடத்தியிருக்கிறார். எனக்கு இப்படியான வாய்ப்புக் கிடைத்தால் என்ன செய்திருப்பேன் என்று யோசித்துப் பார்த்தேன். ஒன்றுமே மனத்தில் உடனடியாகத் தோன்றவில்லை. ஆற அமர சிந்தித்தபிறகு நான் ஆம்ஸ்ரோங்கிடம் இப்படிக் கேட்டிருக்கலாம் என்று பட்டது. ‘விண்வெளிப் பயிற்சிக்கு விண்ணப் பங்கள் கோரப்பட்டபோது நீங்களும் அனுப்பினீர்கள். ஆனால், உங்கள் விண்ணப்பம் ஒருவாரம் பிந்தி, முடிவு தேதி கடந்த பிறகு போய்ச் சேர்ந்தது. டிக்டே என்பவர் உங்கள் விண்ணப்பத்தை ரகஸ்யமாக எடுத்து ஏற்கெனவே வந்திருந்த விண்ணப்பங்களுக்கு நடுவில் செருகிவிட்டார். ஆகவே, நீங்கள் பயிற்சிக்குத் தேர்வானீர்கள். எப்போதாவது நீங்கள் டிக்டேக்கு நன்றி சொன்னீர்களா?’ என்று கேட்டிருக்கலாம். ஆனால், உடனுக்குடன் மனத்தில் தோன்றியதைக் கேட்டு ஒரு சம்பாசணையைச் சரியான திசையில் செலுத்துவது என்பது என் நண்பர் போன்றவர்களுக்கே சாத்தியமானது.

பிரபலமான ஒருவரைக் கண்டு மௌனமாக இருப்பதிலும் பார்க்க மோசமானது அவரிடம் மோசமான கேள்விகளைக் கேட்பது. நடிகை பத்மினி ஒருமுறை கனடாவுக்கு வந்திருந்தார். ஐம்பது

வயதான ஒரு பெண்மணி விமான நிலையத்துக்கே வந்து விட்டார், அவரை வரவேற்க. அவருக்குப் பத்மினியை முன்பின் தெரியாது. ஆனால், அதற்காக அந்தப் பெண்மணி அதிகாலையிலேயே எழுந்து மிகையான ஒப்பனை செய்ததில் முகம் ஒரு நிறத்திலும் கழுத்தும் கைகளும் வேறு நிறத்திலும் இருந்தன. முதல் நாள் இரவே காசு கொடுத்துத் தலையலங்காரம் செய்து கதிரையில் உட்கார்ந்த படியே இரவு தூங்கியதாகச் சொன்னார். இந்தப் பெண்மணி தன் மனத்தில் பத்மினியிடம் கேட்பதற்கான ஒரு கேள்வியை முப்பத்தைந்து வருடங்களாகக் காவி வருகிறாராம். பத்மினி கனடா மண்ணில் காலடி வைத்து சரியாக அரை மணி நேரம் கூடக் கழிய முன்னர் அவரிடம் இந்த நடுத்தர வயதுப் பெண் கேட்ட கேள்வி: 'நீங்கள் ஏன் சிவாஜியைக் கல்யாணம் செய்துகொள்ளவில்லை?'

நான் பிரபலமானவர்களைத் தேடிப் போய்ச் சந்திக்கும்போது எப்படியும் ஒரு வித்தியாசமான கேள்வியைக் கேட்டு சம்பா சணையைத் தொடங்கவேண்டும் என்று நினைத்துக்கொள்வேன். அப்படிக் கேட்டால்தான் அவருக்கும் கேள்விக்குப் பதில் சொல்வதற் கான ஒரு சுவாரஸ்யம் ஏற்படும். கனடாவில் வசிக்கும் பிரபல எழுத்தாளர் மார்கிரட் அட்வூட்டைச் சந்தித்தபோது நான் முதல் கேள்வியாக அவருடைய புத்தகத்தைப் பற்றிக் கேட்கவில்லை. அவருடைய சிவப்பு சுருண்ட தலைமுடியைப் பற்றிய கேள்வியை எழுப்பினேன். 'இளவயதில் இருந்து இன்றுவரை உங்கள் தலைமுடி ஸ்டைல் மாறவில்லை. இதைப் பராமரிப்பதற்கு ஏதாவது விசேஷ மாகச் செய்வீர்களா?' இதுதான் கேள்வி. அவருடைய முகத்தில் தோன்றிய மகிழ்ச்சியை அப்போது பார்த்திருக்க வேண்டும்.

அவர் 'இந்த முடி என்னுடைய ஐரிஷ் மூதாதையர் மரபில் வந்தது. நான் அதைப் பராமரிக்க சிரமப்பட்டு ஒன்றுமே செய்த தில்லை. அதன் வளர்ச்சியில் நான் குறுக்கிடாமல் இருக்கிறேன். அவ்வளவுதான்' என்றார். அதற்குப் பிறகு மீதி கேள்விகளை இலகுவாகத் தொடர முடிந்தது. அதே மாதிரிதான் Zana Brisky யும். 2005ஆம் ஆண்டு அவர் இயக்கிய Born into Brothels விவரணப் படத்துக்கு ஒஸ்கார் விருது கிடைத்தது. நான் அவரிடம் 'விருதுச் சிலையை நீங்கள் எங்கே வைப்பீர்கள்? வீட்டிலா அலுவலகத்து மேசையிலா, வங்கி லொக்கரிலா?' என்று கேட்டேன். அவர் அலுவல கத்து மேசை என்று சொல்லிவிட்டுச் சிரித்தார். அதன்பிறகு சம்பா சணை தடையின்றி ஓடியது.

எனக்குத் தெரிந்த ஒரு விஞ்ஞானி அமெரிக்காவில் ஒரு கலந்துரையாடலில் கலந்துகொண்டார். அந்தக் கூட்டத்தில் பில் கேட்ஸ் உரையாற்றினார். இந்த விஞ்ஞானியும் பேசினார். அவர்களுக் கிடையில் சில அடிகள் தூரமே இருந்தது. 'நீங்கள் பில் கேட்சிடம்

ஏதாவது பேசினீர்களா?' என்று கேட்டேன். அவர் 'இல்லை, என்ன பேசுவது. விண்டோஸ் என்னுடைய கணினியில் நன்றாக வேலை செய்கிறது என்று சொல்வதா?' என்றார். 'என்ன இப்படிச் செய்து விட்டீர்கள்? பில் கேட்ஸ் நிலத்துக்கு அடியில் வீடு கட்டி வாழ்கிறார். அவர் வீட்டுக் கூரையில் புல் முளைக்கிறது. அதுபற்றிக் கேட்டிருக்க லாமே' என்றேன். நண்பரோ 'நீங்களே அடுத்தமுறை அதை அவரிடம் நேரில் கேளுங்கள்' என்று பதில் இறுத்தார்.

உலகப் புகழ் பெற்றவர்களைச் சந்திப்பதற்கு அருமையான இடம் பறக்கும் விமானம்தான். நான் ஒன்றிரண்டு பேரை விமானத்திலேயே சந்தித்திருக்கிறேன். விமானத்தில் அவர்கள் அகப்பட்டால் அவர்கள் உங்களிடமிருந்து தப்பி ஓட முடியாது. நீங்கள் கேட்கும் கேள்வி களுக்குப் பதில் சொல்லியே ஆகவேண்டும் அல்லது தூங்குவதுபோல பாசாங்கு செய்யலாம். தூங்கினாலும் தூக்கம் கலைந்து எழும்பும் போது மீண்டும் தொடரலாம். ஒருமுறை பக்கத்தில் அமர்ந்த எழுத்தாளர் ஒருவரிடம், 'நீங்கள் 'எனக்கு இன்று சுகமில்லை, ஆகவே கவிதை எழுத முடியாது. நான் கட்டுரைதான் எழுதுவேன்' என்று சொன்னீர்களாமே? அது உண்மையா?' என்று கேட்டேன். அவர் அப்படிச் சொன்னதே கிடையாது. அவர் 'உண்மையில்லை' என்று சொல்வார் அல்லது வேறு பதில் கூறுவார். எப்படியும் ஒரு சம்பா சணை ஆரம்பமாகிவிடும்.

இப்பொழுதெல்லாம் பயணம் செய்யும்போது சில கேள்விகளை தயாராக வைத்திருக்கிறேன். தற்சமயம் உலகத்தில் நடிப்பிற்கு அதிக சம்பளம் வாங்கும் அஞ்சலினா ஜூலியை விமானத்தில் தற்செயலாகச் சந்தித்தால் அவரிடம் கேட்பதற்குக்கூட என்னிடம் கேள்விகள் உள்ளன. 'உங்கள் பெயரில் ஆண் பெயர் இல்லை, இரண்டுமே பெண் பெயர்கள். அதற்கென்ன காரணம்? என்று கேட்கலாம். அல்லது 'நீங்கள் இளம் பெண்ணாக இருந்தபோது கோபம் வரும் சமயங்களி லெல்லாம் உங்கள் கைகளில் நீங்களே கத்தியால் வெட்டிக் கொள்வீர் களாமே. இப்பொழுதும் அப்படிச் செய்வதுண்டா?'

இந்தக் கேள்வியை, அஞ்சலினா ஜூலி சாப்பிட்டு முடித்த பின்னர் விமானப் பணிப்பெண் அவருடைய கரண்டிகளையும் கத்தி களையும் திரும்பப் பெற்றுக்கொண்டு போய்விட்டார் என்பதை உறுதிப்படுத்திய பின்னரே கேட்பேன். அதற்குப் பதிலாக அவர் என்ன சொன்னாலும் அடுத்தநாள் அது பத்திரிகை செய்திதான்.

ஒரு கேள்வியே தயாரிக்க முடியாத ஒருவர் உடனுக்குடன் பதில் சொல்வதென்பது எவ்வளவு கடினமான காரியம். முந்திய பிரிட்டிஷ் பாராளுமன்றத்தில் விவாதங்கள் காரசாரமாக நடக்கும். சுடச்சுட பதிலடி கொடுப்பார்கள். அதையெல்லாம் புத்தகங்களில் பதிந்து வைத்திருக்கிறார்கள். அன்றிலிருந்து இன்றுவரை மேற்கோள் காட்டப்

படும் சாமர்த்தியமான வாசகம் ஒன்றுள்ளது. ஜோன் வில்க்ஸ் என்பவர் எழுத்தாளர், அத்துடன் அரசியல்வாதி. ஒருமுறை அவருடைய எதிரி அவரைப் பார்த்து இப்படி வசை பாடினார். 'நீ ஒன்றில் தூக்கில் தொங்குவாய் அல்லது மேகநோய் பிடித்துச் சாவாய்.' வில்க்ஸ் மூக்குப்பொடி போடும் வழக்கமுள்ளவர். அவர் பொடியை எடுத்து சாவதானமாக மூக்கினுள் உறிஞ்சிவிட்டு இப்படிப் பதிலடி கொடுத்தார். 'அது சொல்ல முடியாது. நான் உம்முடைய கொள்கை யைத் தழுவுகிறேனா அல்லது உம்முடைய ஆசைநாயகியைத் தழுவுகிறேனா என்பதில்தான் அது தங்கியிருக்கிறது.' உடனுக்குடன் பேசி எதிரியை முறியடிப்பது என்பது ஒரு கலை.

தயாரிப்பு இல்லாமல் பேசும் அறிவு பல வருடங்களுக்கு முன்னர் என்னிடம் இல்லை. ஒரு முழுக் கொலை செய்தவனுடன் இந்த உலகத்தில் எத்தனை பேர் உரையாடியிருப்பார்கள். ஒரு காலத்தில், 50 வருடங்களுக்கு முன்னர், கரோலிஸ் என்ற பெயர் இலங்கையில் பிரசித்தம். காலையில் தினப்பத்திரிகையைத் திறந்தால் அவனுடைய பெயரும் படமும் முதல் பக்கத்தில் இருக்கும். அந்தப் பிரபலத்துக்குக் காரணம் கரோலிஸ் தன் மனைவியைக் கொலை செய்தவன். அவனு டைய வழக்கு தீர்ப்பு வெளியாகும்வரை அவன் பெயர் பேப்பர்களில் அடிபட்டது. அவனைக் குற்றவாளி என்று கண்ட நீதிமன்றம் அவனுக்குத் தூக்குத் தண்டனை விதித்தது. பிறகு அது ஆயுள் தண்டனையாகக் குறைக்கப்பட்டது.

நான் மணமுடித்து இரண்டு வருடங்கள் ஆனபிறகு ஒரு நாள், நானும் மனைவியும் மாடியில் நின்றுகொண்டிருந்தோம். எங்கள் ஆறுமாதக் குழந்தை உள்ளே தூங்கியது. அப்பொழுது தூரத்தில் ஐம்பது வயது மதிக்கத்தக்க ஒருத்தன் நடந்து வருவது தெரிந்தது. வெள்ளைச் சாரம், வெள்ளை சேர்ட், கறுத்த அகலமான பெல்ட். அவனைப் பார்த்துவிட்டு என் மனைவி 'ஐயோ கரோலிஸ்' என்று கத்திவிட்டு உள்ளே ஓடினார்.

நான் எதிர்பார்த்த மாதிரியே கரோலிஸ் வந்து எங்கள் வீட்டுக் கதவு மணியை அடித்தான். நான் திறப்பதா வேண்டாமா என்று தயங்கிவிட்டு, கதவைத் திறப்பதற்காகக் கீழே இறங்கினேன். நான் மணமுடிப்பதற்கு முன்னர் என் மனைவி வீட்டில் கரோலிஸ் டிரைவராக வேலை பார்த்தவன். மனைவியுடைய நாலு வயதில் இருந்து அவருடைய 14 வயது வரை, பத்து வருடங்கள் காலையில் பள்ளிக்கூடத்துக்கு ஏற்றிப் போவதும் மாலையில் திரும்ப அழைத்து வருவதும் அவன் பொறுப்பு. நேர்மையானவன், நம்பிக்கையானவன், குணசீலன் என்று பேரெடுத்தவன். அவன்தான் தன் மனைவியை நடு ரோட்டில் கழுத்தை நெரித்துக் கொன்றுவிட்டு, அது போதாமல் என் மனைவி வீட்டுக் காரை இரண்டுமுறை அவள் மேல் ஏற்றி அவள்

செத்துப்போய்விட்டதை நிச்சயம் செய்தவன். இந்தத் தகவல்கள் எல்லாம் நீதிமன்றத்து விசாரணையில் வெளிவந்தன. பன்னிரண்டு வருடங்கள் கழித்து ஆயுள் தண்டனையை முடித்துவிட்டு கரோலிஸ் வெளியே வந்திருந்தான்.

நான் கதவைத் திறந்தபோது அவன் இன்னொரு முறை மணியை அடிப்பதற்காக ஒரு கையைத் தூக்கியபடி நின்றான். என்னைக் கண்டதும் அதே கையை மற்ற கையுடன் சேர்த்து வணக்கம் என்றான். அவன் புறங்கைகளில் மயிர் எக்கச்சக்கமாக முளைத்துக் காணப் பட்டது. வாய் ஓரம் வெடித்து சிவப்பாக இருந்தது. நானும் வணக்கம் கூறினேன். என்னை அவனுக்குத் தெரியாது, நான் மணமுடித்தபோது அவன் சிறையில் இருந்தான். ஆனால் ஊகித்திருப்பான். அவனுக்கு எவ்வளவு தமிழ் தெரியுமோ அதே அளவுக்கு எனக்கு சிங்களம் தெரிந்தது. என் மனைவி நல்லாக சிங்களம் பேசுவார். ஆனால், அவர் மாடி அறை ஒன்றில் நடுக்கத்துடன் ஒளிந்துகொண்டிருந்ததால் எனக்கு உதவ யாரும் இல்லை. கரோலிஸும் வந்த காரியத்தை முடிக்காமல் போக மாட்டான் போல இருந்தது. கரோலிஸ் தன் இடது தோளைப் பார்த்தபடி அடுத்துப் பேசிய வசனம் முக்கியமானது.

'பேபி சுகமாய் இருக்கா?'

'இப்ப தூங்குது. எழும்பியதும் தூக்கிக்கொண்டு வந்து காட்டுறன்.'

என் மனைவி குழந்தையாக இருந்த காலத்திலிருந்து கரோலிஸ் அவரைத் தூக்கித் தோளில் வைத்து விளையாடியிருக்கிறான். அவன் பேபி என்று சொன்னது என் மனைவியைத்தான். தாகூரின் இன்னொரு காபூலிவாலா கதை. சின்ன பேபியும் பெரிய பேபியும் அறையைவிட்டு வெளியே வரவில்லை. ஒரு கொலைகாரனுடன் நான் தனியே விடப் பட்டேன். அவனுடன் என்ன பேசுவது, என்ன பேசாமல் விடுவது என்பது எனக்குத் தெரியவில்லை. சாவியை நுழைத்து யாரோ கார் எஞ்சினை முடுக்கிவிட்டதுபோல என் நெஞ்சு டுக்கு டுக்கென்று அடித்தது. அடுத்த ஒரு மணிநேரம் சம்பாசணையை முடிவுக்குக் கொண்டுவர நான் என்ன என்ன வெல்லாமோ தந்திரங்கள் செய்ய வேண்டியிருந்தது.

◈

கையுறை

என் மனைவி ஒரு கதை சொன்னார். அவர் மாணவியாக இருந்த சமயம் அவருடைய ஆசிரியை யப்பானுக்குப் போய் வந்திருந்தார். அங்கே ஒரு ரயில் நிலையத்தில் ஆசிரியை கைப்பையை மறதியாக விட்டுவிட்டு ரயில் ஏறிவிட்டார். இரண்டு மணி நேரம் கழித்து அவர் திரும்பவும் வந்தபோது அந்தக் கைப்பை வைத்த அதே இடத்தில் இருந்ததாம். யப்பானியர்கள் நாணயமானவர்கள் என்று என் மனைவி தன் தீர்ப்பைச் சொல்லி முடித்தார். ஒருவருடம் முன்பு யப்பானிய அமைச்சர் ஒருவர் லஞ்சம் வாங்கி பிடிபட்டு உலகச் செய்தியான கதையை நான் மனைவிக்கு நினைவூட்டவில்லை. ஆனால் நான் 'கனேடியர்களும் அப்படித்தான், நாணயமானவர்கள்' என்று சொன்னேன்.

எப்பொழுது நான் அப்படிச் சொல்வேன் என்று காத்துக் கொண்டிருந்ததுபோல ஒரு சம்பவம் நடந்தது. மறுநாள் காலை விடிந்தபோது சூரியன் வெளியே வந்திருந்தான். ஆனால், பனிக் குளிரை அவனால் விரட்ட முடியவில்லை. அன்றைய வேலைகள் எனக்கு நிரையாக இருந்தன. நான் அவற்றை ஒவ்வொன்றாகச் செய்து முடித்தேன். சாமான்கள் வாங்குதல், கார் கழுவுதல், வங்கியில் பணம் மாற்றுதல், பெற்றோல் போடுதல் இப்படி பல தொல்லைகள். வீடு வந்து சேர்ந்த பின்னர்தான் இடதுகை கையுறை தொலைந்து போனது தெரிந்து மனம் திடுக்கிட்டது.

ஏதாவது பொருள் தொலைந்து போனால் அன்றைய என் நடமாட்டத்தைப் பின்னோக்கித் தள்ளித் தேட வேண்டும் என்பது என் அம்மாவின் புத்திமதி. அப்படியே செய்தேன். இந்தக் கையுறை சாதாரணமானது அல்ல. என் மகன் பத்து வருடத்துக்கு முன்னர் தனது முதல் சம்பளத்தில் ஆசையாக வாங்கிப் பரிசளித்தது. இளம் வெள்ளாட்டுத் தோலில் பதப்படுத்திச் செய்யப்பட்டது. கையுறை அணிந்ததுபோலவே தெரியாமல் கையோடு ஒட்டிக்கொண்டு

கனமில்லாமலும் மிருதுவாகவும் இருக்கும். கறுப்பு அல்ல, கபில நிறமும் அல்ல; இரண்டுக்கும் இடைப்பட்ட கலர். எந்தக் காரணத்தைக் கொண்டும் அதை இழந்துவிட நான் தயாராக இல்லை.

நான் பெற்றோல் நிலையத்துக்குப் போனேன். காசை எடுத்துக் கொடுத்தபோது கையுறையை அங்கே தவற விட்டிருக்கலாம். மேலாளர் இல்லை, அவர் ஐந்து நிமிடத்தில் வந்துவிடுவார் என்றார்கள். நான் நீண்ட மேலங்கியை மெல்லத் தூக்கிவிட்டு அமர்ந்தேன். தொலை பேசியில் முக்கியமான ஒரு தகவல் காத்திருப்பது போல நான் அங்கே காத்திருந்தேன். ஐந்து நிமிடம் என்பது எவ்வளவு பெரிய கால அளவு. ஒரு முழு முகச்சவரம் செய்து கொள்ளலாம். செல்பேசியில் நாலு குறுஞ்செய்திகள் அனுப்பலாம். பாதி தேநீர் தயாரிக்கலாம். காத்திருந்தேன். மேலாளர் எதையோ மென்றபடி வந்தார். என் வலது கையைத் தன் இரண்டு கைகளுக்கும் இடையில் வைத்து சாண்ட்விச் போல அமத்திப் பிடித்து விசாரித்தார். நான் கையுறை விருத்தாந்தத்தைக் கூறினேன். சுருக்கமாக அப்படி யாரும் கையுறை விடவில்லையே என்றார்.

ஆறு படிகள் ஏறி நுழையும் வீட்டுக்குச் சென்றேன். ஓரங்களில் கிழிந்த தரை விரிப்பும் ஒருபோதுமே கழுவாத திரைச்சீலைகளும் நான் முதல்நாள் பார்த்ததுபோலவே காணப்பட்டன. வீட்டுப் பெண்மணி பிரசவ அப்பியாசம் செய்துகொண்டிருந்தார். தொலைந்த என் கையுறையைப் பற்றிக் கேட்டேன். அவர் அப்பியாசத்தை நிறுத்தாமல் இல்லை என்றார். வங்கிக்குப் போனேன். எந்த நேரமும் நிறைந்த சிரிப்புடன் காணப்படும் பெண்ணிடம் என் கதையைச் சொன்னேன். அவள் இரண்டு யோசனைகளுக்கு நடுவில் நின்றாள். அப்படியிருந்தும் சிரிப்பைச் சிறிதளவாவது குறைக்காமல் கையுறையை நான் அங்கே விடவில்லை என்றாள். நான் மறுபடியும் வீட்டுக்குத் திரும்பி என் துயரக்கதையை மீட்டி அனுபவித்தேன்.

அடுத்தநாள் இரண்டு அங்குலம் பனி கொட்டியபடியால் நான் வெளியே போகவில்லை. ஆனால் நடு இரவில் ஒரு யோசனை உதித்தது. கார் கழுவிய இடத்தை நான் சோதிக்கவில்லை. கார் சில்லு இரண்டு தண்டவாளத்துக்கு நடுவில் செல்லாமல் ஒன்றில் ஏறி மறுபக்கம் விழுந்துவிட்டது. நான் கீழே இறங்கி சில்லை ஆராய்ந்தது ஞாபகத்துக்கு வந்தது. விடிந்ததும் முதல் வேலையாக அங்கே ஓடினேன். என்ன சொல்வது? நான் காரைவிட்டு இறங்கிப் பரிசோதித்த அதே இடத்தில் இரண்டு அங்குலம் பனிக்குக் கீழே கையுறை எனக்காகக் காத்துக்கொண்டிருந்தது. அதை ஒருவருமே திருடவில்லை. நீண்ட நாள் பிரிந்திருந்ததுபோல ஆசையுடன் தடவி அணிந்து கொண்டேன். உலகத்தில் ஆகக்கூடிய மகிழ்ச்சியை வள்ளுவர் 'காழில்

கனி' என்று சொல்வார். விதையில்லாத பழத்தை உண்ட இன்பத்தை அந்தக் கணத்தில் உணர்ந்தேன்.

யப்பானைப்போல ரொறொன்ரோவும் நாணயமான மக்களால் நிறைந்திருக்கிறது என்றேன். மனைவி 'ஒற்றைக் கையுறையை உலகில் எந்த நாட்டிலும் எந்தத் திருடர்களும் திருடமாட்டார்கள். நீங்கள் ஒருமாதம் கழித்துச் சென்றிருந்தாலும் கையுறை விட்ட இடத்திலேயே கிடந்திருக்கும்' என்றார். மனைவிகள் எந்தக் காலத்திலும் பொய் உரைப்பதில்லை என்பது நினைவுக்கு வந்தது.

◈

எதற்காக வந்தீர்கள்?

என்னுடைய கணக்குப்படி அமெரிக்காவுக்கு நான் கடந்த பல வருடங்களில் குறைந்தது 40 - 50 தடவைகள் பயணம் செய்திருக்கிறேன். ஒவ்வொரு தடவையும் குடிவரவில் கேள்விகள் காத்திருக்கும். அமெரிக்காவைப் பாதுகாப்பாக வைப்பதுதான் அவர்கள் நோக்கம். அதுவும் 9/11க்குப் பிறகு கெடுபிடி அதிகமானது. பாம்பு வசிக்கும் புற்றுப்போல பத்திரமான ஊர் என்று புறநானூறு சொல்லும். அப்படி நாட்டை பத்திரமாகப் பாதுகாப்பதுதான் அவர்கள் வேலை. எதற்காக அமெரிக்கா வருகிறீர்கள்? பதில் சொல்வேன். எவ்வளவு காலம் தங்குவீர்கள்? அதற்கும் சரியாகக் கணக்கு வைத்துச் சொல்வேன். இதற்கு முன்னர் வந்திருக்கிறீர்களா? கடைசியாக எப்போது வந்தீர்கள்? இந்தக் கேள்விகளுக்கெல்லாம் குடிவரவு அதிகாரிக்குப் பதில் தெரியும், என்றாலும் கேட்பார். நானும் கீழ்ப்படிவுடன் பதில் கூறுவேன். நல்ல ஒரு பதிலைச் சொல்வதிலும் பார்க்க வேறு என்ன பெரிய வேலை எனக்கு இருக்கிறது.

ஒருமுறை பெண்ணதிகாரி ஒருவருக்கு முன் நிற்கவேண்டி நேர்ந்தது. அளவான, கச்சிதமாகத் தைத்த மொரமொரப்பான சீருடையில் சிலைபோலத் தோற்றமளித்தார். கொஞ்சம் அளவுக்கு அதிகமாகவே ஒப்பனை செய்த பெண். அன்று வேலைமுடித்த பிறகு தன்னுடைய காதலனைச் சந்திப்பதற்கு அவர் போகக் கூடும். இந்தப் பெண்ணும் அதே கேள்வியைக் கேட்டார். 'கடைசியாக எப்போது வந்தீர்கள்?' அவர் கையில் பறவை செட்டையை விரிப்பதுபோல விரித்து வைத்திருந்த என்னுடைய கடவுச் சீட்டில் அந்த விவரம் இருந்தது. 'போனதடவை வந்தபோது' என்று சொன்னேன். அந்தப் பெண்ணுக்கு அது பிடிக்கவில்லை. கொலை வேல் நெடுங்கண்ணை என்மீது பாய்ச்சினார். அநாவசியமாக மேலும் ஓர் ஐந்து நிமிடம் அவர் முன் நிற்கவேண்டி வந்தது.

பிரான்ஸ் தேசத்துக்குப் போனால் அவர்கள் அங்கேயும் இதே கேள்விகளைக் கேட்டார்கள். ஆனால், உதடுகளில் தடவி மிருது

வாக்கப்பட்ட ஆங்கிலத்தில். எதற்காக வந்தீர்கள் என்று கேட்டபோது நான் லூவர் மியூசியம் என்றோ ஈஃபல் கோபுரம் என்றோ பதில் கூறவில்லை. நோத்ரேடேம் மாதா கோவில் என்று பதில் சொன்னேன். உண்மையில் ஈஃபல் கோபுரத்திலும் பார்க்க மாதா கோவிலுக்கே அதிகம் சுற்றுலாப் பயணிகள் வருவதாக புள்ளி விவரம் சொன்னது. அந்தனி குவினும் ஜீனா லொலொபிரிஜிடாவும் நடித்த Hunchback of Notre Dame படத்தைப் பார்த்த பின்னர் எனக்கு அந்த மாதா கோவிலைப் பார்க்கவேண்டும் என்ற ஆசை வருடா வருடம் கூடிவந்தது. இந்த நாவலை எழுதிய விக்டர் ஹுயூகோ ஒரு புது மைப்போத்தலை வாங்கி, ஒரு சின்ன அறைக்குள் போய்த் தன்னைப் பூட்டி வைத்துக்கொண்டு நீண்ட நாள்களாக அதை எழுதி முடித்த பின்னர்தான் வெளியே வந்தார் என்று படித்திருந்தேன்.

750 வருடப் பழமையான அந்த பிரம்மாண்டமான மாதா கோவிலில் நான் பார்த்து ரசித்தது நிமிர்ந்து பார்க்க வைக்கும் அதன் இரட்டைக் கோபுரங்கள். கண்ணாடிகளில் வரைந்து வைத்த ஆயிரக் கணக்கான ஓவியங்கள். கூனனான அந்தனி குவினுக்கும் அழகி லொலொபிரிஜிடாவுக்கும் இடையில் அரும்பும் காதல் தேன் வடிவது போலக் கொஞ்சம் கொஞ்சமாக வளர்வதைப் படத்தில் காட்டியிருப் பார்கள். மாதா கோவிலில் வெவ்வேறு உயரங்களில் தொங்கும் பிரம்மாண்டமான கண்டாமணிகளின்மீது குரங்கு போலத் தாவி தாவிக கூனனும் செவிடனுமான அந்தனி குவின் மணியடிக்கும் காட்சி மறக்க முடியாதது.

சமீபத்தில் பிரான்ஸில் இருந்து வந்த நண்பர் ஒருவருடன் பேசிக்கொண்டிருந்தபோது அவர் பிரான்ஸ் குடிவரவில் அமெரிக்கர் களிடம் 'எப்போது கடைசியாக வந்தீர்கள்?' என்று கேட்பதில்லை என்று சொன்னார். நான் நம்பவில்லை. சில வருடங்களுக்கு முன்னர் நடந்த கதையை அவர் சொன்னபோது நம்புவதா விடுவதா என்று தெரியவில்லை.

பிரெஞ்சு குடிவரவு அதிகாரியை நோக்கி ஓர் அமெரிக்கக் கிழவர் மெல்ல மெல்ல அடியெடுத்து ஊர்வதுபோல வந்தார். கிழவருக்கு வயது எண்பதுக்கு மேல் இருக்கலாம். அவருக்குப் பின்னால் நீண்ட வரிசை நின்றது. மெலிந்து உயர்ந்த அந்த உருவம் சற்று முன்பக்கம் கூனியபடி கால்களைத் தரையில் இருந்து உயர்த்தாமல் நகர்ந்தது. அவர் கையிலே பிடித்திருந்த பை உடம்பில் இருந்து ஓர் அடி முன்னுக்குக் கையிலே தொங்கியது. இளம் அதிகாரி 'பாஸ்போர்ட்' என்றார். கிழவர் திடுக்கிட்டு ஞாபகம் வந்தவர்போல நடுங்கும் மெல்லிய கைகளால் தன் உடலின் ஒவ்வொரு பாகத்தையும் தடவி பொக்கட்டைக் கண்டுபிடித்து பாஸ் போர்ட்டைத் தேடினார். இங்கும் அங்கும் தேடி ஒருவழியாக பாஸ்போர்ட்டைக் கண்டடைந்து, அதை

எடுத்து அதிகாரியிடம் நீட்டினார். அதிகாரி எரிச்சலை அடக்கிக் கொண்டு வழக்கமான கேள்விகளைக் கேட்டார். எதற்காக வந்தீர்கள்? எத்தனை நாள் தங்குவீர்கள்? இதற்குமுன் வந்திருக்கிறீர்களா? கடைசியாக எப்போது வந்தீர்கள்? கிழவர் சில கேள்விகளுக்குப் பதில் அளித்தார். சிலவற்றுக்கு அதிகாரி வேறு ஏதோ மொழி பேசியது போலப் புரியாமல் ஒன்றுமே பேசாமல் முன்னால் நின்றார். அதிகாரி சினத்துடன் எருது மாடு வாலை அடிப்பதுபோல கடவுச் சீட்டில் தேவைக்கு அதிகமான சத்தத்துடன் முத்திரை குத்தி அதை நீட்டியபடி முதியவரிடம் 'அடுத்த தடவை வரும்போது கடவுச் சீட்டை தயாராக வைத்திருங்கள்' என்றார். கிழவர் பாஸ்போர்ட்டைத் திரும்பப் பெற்றுக் கொண்டார். ஆனால், நகரவில்லை.

'1944ஆம் ஆண்டு' என்றார் கிழவர். அதிகாரி ஒன்றும் புரியாமல் அவரையே பார்த்தார்.

'ஜூன் 6ம் தேதி. அப்பொழுது நீ பிறந்திருக்கமாட்டாய்.'

'நகருங்கள், நகருங்கள்' என்று விரட்டினார் அதிகாரி.

'D Day என்று அழைக்கப்படும் அந்த நாளில் நானும் இன்னும் பல ஆயிரம் அமெரிக்கப் படைவீரர்களும் பிரான்ஸ் தேசத்தின் ஓமஹா கடற்கரையில் வந்து இறங்கினோம், உன்னுடைய தேசத்துக்கு விடுதலை வாங்கித்தர.'

அதிகாரிக்குச் சற்றுப் புரிய ஆரம்பித்தது. திகைத்துப்போய்க் கிழவரைப் பார்த்தார்.

'நான் கடைசியாக வந்தது அப்போதுதான். என் கடவுச் சீட்டைக் காட்டுவதற்கு ஒரு பிரெஞ்சுக்காரரையும் அந்தக் கடற் கரையில் என்னால் கண்டுபிடிக்க முடியவில்லை.'

இதுதான் நண்பர் சொன்ன கதை. இந்தச் சம்பவத்துக்குப் பிறகு பிரெஞ்சு குடிவரவு அதிகாரிகள் அமெரிக்கர்களிடம் 'நீங்கள் எப்போது கடைசியாக வந்தீர்கள்' என்று கேட்பதில்லையாம். யாராவது அமெரிக்கர்களிடம் இது பற்றி நான் கேட்கவேண்டும் என்று இருக்கிறேன்.

◆

தண்டனை

விமானத்தில் ஒரு முறை பறந்துகொண்டிருந்தபோது அது பாதி வழியில் பழுதாகி மேலே பறக்க முடியாமல் கீழே அகப்பட்ட விமான நிலையம் ஒன்றில் இறங்கியது. முதலில் இரண்டு மணித்தியாலத்தில் விமானம் சரியாகிவிடும் என்று சொன்னார்கள். பின்னர் ஆறு மணி நேரம் என்றார்கள். பழுதுபார்க்கப்பட்ட விமானத்தில் ஏறி மூன்று மணிநேரம் ஓடுதரையில் காத்திருந்த பின்னர் மீண்டும் இறக்கப் பட்டோம். ஒரு முழு நாள் ஆனது. விமான கம்பனி பயணிகளுக்கு தங்க இடமும் உணவும் ஏற்பாடு செய்து, ஒரு புது விமானம் வருகிறது காத்திருங்கள் என்றது. எல்லா பயணியரும் கோபத்தின் உச்சிக்குப் போய்ப் பழுதுபட்ட விமானத்தில் மீண்டும் பறப்பதற்கு தயாராக இருந்தார்கள். காத்திருப்பது ஒருவருக்குமே பிடிப்பதில்லை. அது பெரிய தண்டனை.

ஆப்பிரிக்காவில் வேலை கிடைத்து நான் அங்கே போன போது நடந்த ஒரு சம்பவம். அந்த நாட்டில் அப்பொழுது கிட்டத்தட்ட மூன்று வருடங்களைக் கழித்துவிட்டேன். எங்கள் வீடு காட்டுப் பகுதியில் நாலு தூண்களுக்கு மேல் தனியாக நின்றது. நான் வேலை செய்த கம்பனி காட்டு மரங்களை வெட்டி வெளிநாடுகளுக்கு ஏற்றுமதி செய்தது. கம்பனியில் கணிசமான அரசாங்க முதலீடு இருந்தபடியால் அது ஒரு முற்று முழுதான அரசாங்க நிறுவனமாக மாறுவதற்கு முயன்றுகொண்டிருந்தது.

ஒருநாள் பின்னேரம் ஏழுமணியளவில் நான் வெளிவராந்தா வில் உட்கார்ந்து ஓய்வெடுத்தேன். மனைவியும் பிள்ளைகளும் உள்ளே இருந்தார்கள். வெளியே எரிந்த மின்விளக்கை அணைத்திருந்தேன். ஏனென்றால், ஆப்பிரிக்காவின் அத்தனை பூச்சிகளும் என்னைச் சுற்றி மொய்த்துவிடும். காடு எழுப்பும் ஒலி நேரத்துக்கு நேரம் மாறுபடும். ஆறு மணிக்கு ஒரு சத்தம், ஏழு மணிக்கு ஒரு சத்தம், நடு இரவு ஒரு சத்தம் என்று வித்தியாசமாக இருக்கும். அந்த ஒலிகளை தனித்தனியாக

இனம் பிரித்து இது இன்ன பூச்சியின் சத்தம், இது இன்ன பறவையின் சத்தம், இது இன்ன மிருகத்தின் சத்தம் என்று ஊகிப்பது எனக்குப் பிடித்த விளையாட்டு. அதைத்தான் செய்துகொண்டிருந்தேன்.

அப்பொழுது பார்த்து திடீரென்று ஒரு வாகனம் வந்து நின்றது. அந்த நேரத்தில் ஒருவரும் காட்டுக்கு அண்மையில் இருக்கும் என் வீட்டிற்கு வருவது கிடையாது. அது அரசாங்க முத்திரை பதித்த வாகனமாயிருந்தபடியால் ஆச்சரியம் இன்னும் கூடியது. சீருடை அணிந்த சேவகன் ஒருவன் வந்து ஒரு தந்தியைக் கொடுத்துவிட்டுப் போனான். வழக்கமாக இப்படி, இந்த நேரத்தில் தந்தி விநியோகிப்பதில்லை. இது விபரீதமாகப் பட்டது. ஏதோ முக்கியமான சமாச்சாரம் என்று நினைத்துக்கொண்டு உறையைப் பிரிப்பதற்காக வீட்டின் உள்ளே போனேன். மின்விளக்கு வெளிச்சத்தில் என் கை உதறுவதைக் கண்டேன். என் மனைவி மகளைத் தூக்கி இடுப்பில் வைத்துக் கொண்டு என் பக்கத்தில் நின்றாள். என் மகன் காலைப் பிடித்துக் கொண்டு கீழே நின்றான். ஒரு சொல் ஒருவரும் பேசாவிட்டாலும் அந்தத் தந்திக்குள் எங்கள் வாழ்க்கையை மாற்றப் போகும் வார்த்தைகள் இருப்பது அந்தக் கணம் எல்லோருக்கும் தெரிந்திருந்தது.

அந்த நாட்டு ஜனாதிபதியின் அரண்மனையிலிருந்து தந்தி வந்திருந்தது. மூன்றே மூன்று வார்த்தைகள்தான். 'அரண்மனைக்கு உடனே வரவும்.' என் முகம் எப்படி மாறிப்போனது என்பது எனக்குத் தெரியாது. ஆனால், மனைவியின் கண்களில் முன்னெப்பொழுதும் தோன்றாத பீதி தெரிந்தது. என்ன என்ன என்று கேட்டார். என்னால் பதில் சொல்லமுடியவில்லை. நிச்சயமாக அரசமாளிகை இரவு விருந்துக்கு என்னைக் கூப்பிடவில்லை. தங்க மாலை போட்டு விருது வழங்கவும் அழைக்கவில்லை. என்னைப் போன்றவர்களுக்கு ஜனாதிபதி யிடமிருந்து தந்தி வந்தால் அதன் பொருள் ஒன்றுதான். நீங்கள் சிறைக்குச் செல்கிறீர்கள். அல்லது நாடு கடத்தப்படுகிறீர்கள். நான் என்ன நடந்திருக்கும், எதற்காக இந்தத் தந்தியை அனுப்பியிருக்கிறார்கள் என்று மூளையை ஆசுவாசப்படுத்தி யோசிக்க ஆரம்பித்தேன்.

எங்கள் கம்பனிக்கு ஒரு தலைமையதிகாரி இருந்தார். என்னிலும் பார்க்க இருபது வயது கூடியவர். அஞ்சாநெஞ்சர். நுட்பமாகச் சிந்தித்துச் செயலாற்றத் தெரிந்தவர். தொடர்ந்து 12 மணி நேரம் களைக்காமல் வேலை செய்யக்கூடியவர். ஆனால், அதே சமயம் கேளிக்கை பிரியர். நான் கம்பனியில் சேர்ந்ததும் கொஞ்சம் கொஞ்ச மாகத் தன் வேலைகளை எல்லாம் என் பக்கம் தள்ளிவிட்டு கம்பனி விசயமாகப் பயணம் செய்வதைத் தன் முழுநேர கடமையாக மாற்றினார். மாதத்தில் இருபது நாள்கள் அவர் வெளிநாட்டில் சுற்றினார். அந்த நாள்களில் அவர் வேலையையும் நான்தான் பார்க்கவேண்டும்.

ஒரு வாரத்துக்கு முன்பு ஜனாதிபதிக்கு வேண்டிய ஒருவர் அவரிடமிருந்து ஒரு கடிதத்தைக் கொண்டுவந்தார். கையெழுத்து இல்லாத, தட்டச்சு செய்த இரண்டு வரிக் கடிதம். அதை நீட்டி ஒரு காரியம் ஆகவேண்டுமென்று சொன்னார். அவர் கேட்டது கம்பனி விதிகளுக்கு அப்பாற்பட்டது. ஆகவே, நான் மறுத்து விட்டேன். என்னுடன் வேலை செய்தவர்கள் அவர் பலம் வாய்ந்தவர் என்றும் அவரைப் பகைக்கக் கூடாது என்றும் அறிவுறுத்தினர். நான் அதை உதாசீனம் செய்தேன். அப்பொழுது எனக்கு வயது இப்பொழுது இருக்கும் வயதில் சரி பாதி. மூளையும் சரி பாதி. 'கோழியும் அவங்கட, புழுங்கலும் அவங்கட' என்பதை நான் நினைத்துப் பார்க்கவில்லை. அதன் விளைவுதான் இந்தத் தந்தி என்பது ஊகிக்கக்கூடியதாக இருந்தது.

மனைவி இப்பவே புறப்பட வேண்டுமா என்று கேட்டார். தந்தியின் வாசகம் மிகத் தெளிவாக இருந்தது. அரண்மனைக்கு உடனே வரவும். அரண்மனை மூன்று மணி தூரத்தில் இருந்தது. காட்டுப் பாதையில் இரவில் தனியாக பிரயாணம் செய்யவேண்டும். இப்பொழுது புறப்பட்டால் இரவு ஒரு மணிக்கு அரண்மனை போய்ச் சேரலாம். ஜனாதிபதி என்னை எதிர்பார்த்து அந்த நேரம் காத்திருக்கப் போகிறாரா? அடுத்த நாள் காலை நாலு மணிக்குப் புறப்படுவதென தீர்மானித்தேன்.

நான் அன்றிரவு தூங்கவில்லை. புறப்படுவதற்கு முன்னர் மனைவி என்னென்ன செய்ய வேண்டுமென்று பட்டியலிட்டேன். என்னைச் சிறையில் அடைத்தார்கள் என்றால் எந்த வழக்கறிஞரைத் தொடர்பு கொள்ளவேண்டும், அவரிடம் என்ன விவரங்கள் சொல்ல வேண்டும் போன்ற குறிப்புகளை எழுதினேன். என்னை நாடு கடத்தினால் எந்தத் தூதரகத்தை அணுகவேண்டும் போன்ற விவரங் களையும் குறித்து வைத்தேன். என்ன என்ன சாமான்களை சூட்கேசு களில் அடைக்கவேண்டும் என்ற முடிவை அவரிடமே விட்டுவிட்டேன்.

அடுத்த நாள் அதிகாலை நாலு மணிக்குப் புறப்பட்டு சரியாக ஏழு மணிக்கு அரண்மனை வாசலை அடைந்தேன். காவல்காக்கும் ராணுவ வீரர்கள் என்னையும் தந்தியையும் பார்த்த பின்னர் உள்ளே விட்டார்கள். அரண்மனை இன்னும் திறக்கப் படவில்லை. வெளியே காணப்பட்ட பளிங்கு இருக்கை ஒன்றில் அமர்ந்து காத்திருக்கத் தொடங்கினேன். எட்டு மணிக்கு அரண்மனை சுறுசுறுப்பானது. ஜனாதிபதியின் அந்தரங்கக் காரியதரிசி வந்தாள். முப்பது வயது மதிக்கத்தக்க பெண். கழுத்து நீண்டு, தலை நிமிர்ந்து நாடியும் செவியும் ஒரே நேர்கோட்டில் இருந்தன. அவளிடம் என் தந்தியைக் காட்டினேன். அவள் அதைப் படிக்கவில்லை. ஆழப் புதையும் கம்பளம் விரித்த ஓர் ஆடம்பரமான அறையைக் காட்டி அங்கே தங்கச் சொன்னாள்.

ஜனாதிபதி வந்ததும் முதல் ஆளாக என்னை அழைப்பார் என்று நினைத்தேன். இன்னும் பலர் ஒவ்வொருவராக வந்து வெவ்வேறு ஆசனங்களில் அமர்ந்து கொண்டார்கள். சிலர் உள்ளே போனார்கள். சிலர் வெளியே வந்தார்கள். இரண்டு வெளிநாட்டுத் தூதுவர்கள் வந்து அவர்களும் காத்திருந்தார்கள். தொழிலதிபர்கள் மாத்திரம் உடனுக்குடன் உள்ளே போய் வெளியே வந்தார்கள். ஆட்கள் போவதும் வருவதுமாக ஒரு ரயில்வே ஸ்டேசன் போல அந்த அறை அமளியுடன் காணப்பட்டது. என்னை ஒருவரும் அழைக்கவில்லை. அதே சொகுசு நாற்காலியில், அதே இடத்தில், அதே உடல் வளைவுகளுடன் நான் காத்திருந்தேன்.

எனக்கு பாத்ரூமுக்கு வந்தது, நான் போகவில்லை. சரியாக அந்த நேரம் பார்த்து அழைக்கப்பட்டால் நான் என்ன செய்வது. தண்ணீர்த் தாகமெடுத்தது. சற்றுத் தள்ளி கேட்டுக்கு வெளியே ஒரு கடையில் குளிர்பானம் விற்றார்கள். சிலர் போய்க் குடித்துவிட்டு வந்தார்கள். நான் குடிக்கவில்லை. எனக்குப் பசித்தது.

சிறைக்கூடத்தில் என்ன உணவு தருவார்கள் என்று யோசனை போனது. அன்று அந்த நாற்காலியில் உட்கார்ந்து என் மனம் யோசித்த அவ்வளவையும் எழுதினால் அது பெரிய நாவலாக விரிந்திருக்கும். ஓர் அரண்மனையில் ஜனாதிபதியைச் சந்திக்கக் காத்திருக்கும் ஒருவர் என்ன செய்யவேண்டும் என்பது எனக்குத் தெரியவில்லை.

மறுபடியும் அந்தரங்கக் காரியதரிசியிடம் சென்றேன். அவள் எனக்கு வட்டமான பின்பக்கத்தைக் காட்டிக்கொண்டு நின்றாள். உடம்பை ஒட்டிப் பிடித்த கட்டையான ஸ்கேர்ட். உயரமான சப்பாத்து. அவளிடம் கைக் கொடுக்கும்போது சிலர் இடது கையினால் வலது முழங்கையைத் தொட்டுக்கொண்டு கொடுத்தார்கள். பழுதுபட்ட திசைகாட்டி முள்போல அவள் சுழன்றுகொண்டு வேலை செய்தாள். எங்கே நடமாடுகிறாள் என்பதை அவளின் சப்பாத்தின் ஒலியை வைத்துச் சொல்லிவிடலாம். அந்த ஒலியில் அதிகாரம் இருந்தது. கழுத்திலே மெல்லிய ஸ்கார்ஃபைப் பூப்போலக் கட்டியிருந்தாள். ஒரு தோடம்பழத்தை உரித்து நடுவிலே ஓட்டைபோட்டு உறிஞ்சிக்கொண்டிருந்தாள். என்ன தண்டனை கிடைத்தாலும் பரவாயில்லை, ஒரு நிமிடம்கூட இனிமேல் தங்க முடியாது என்று எனக்குத் தோன்றியது. அவளிடம் நான் வாய் திறக்கக்கூட இல்லை. என்னைப் பார்த்ததும் தோடம்பழத்தில் புதைந்திருந்த சொண்டை வெளியே எடுத்து 'ஜனாதிபதிக்கு நீங்கள் வந்திருப்பது தெரியும். அவர் அழைப்பார்' என்றாள். சொண்டு மறுபடியும் தோடம்பழத்துக்குள் போய்விட்டது.

என்ன நடக்கிறது இங்கே? சிறைக்கூடத்தை தயார் செய்கிறார்களா அல்லது பிளேன் டிக்கட் ஏற்பாடு செய்கிறார்களா? என்னை

முதலில் அனுப்பிவிட்டுப் பின்னர் மனைவியையும் பிள்ளைகளையும் அனுப்புவார்களா? இதற்கெல்லாம் ஒரு முறை இருக்க வேண்டுமே? அப்பொழுது பார்த்து இரண்டு பொலீஸ்காரர்கள் வந்தார்கள். நான் என்னை தயார்படுத்திக்கொண்டேன். அவர்கள் இருவரும் ஒருவர் கையை ஒருவர் பற்றியபடி காரியதரிசியிடம் போய் பேசிவிட்டு என்னை நோக்கி வந்தார்கள். ஒரு நிமிடம் தாமதமாகியிருந்தால் நான் எழும்பி கைகளை நீட்டியிருப்பேன். அவர்கள் என்னை கவனிக்க வில்லை, வந்த மாதிரியே வெளியே போனார்கள். சுவர்க் கடிகாரத்தைப் பார்த்தேன், அது ஏழுதரம் அடித்தது. நான் கண் விழித்தபோது எனக்கு முன்னால் இரண்டு கறுத்த வழுவழுப்பான தொடைகள் தெரிந்தன. காரியதரிசிப் பெண் என்னைக் குனிந்து பார்த்து 'நீங்கள் போகலாம்' என்றாள். நான் ஒன்றுமே கேள்வி கேட்கவில்லை. உடனே எழுந்து புறப்பட்டேன்.

மூன்று வார்த்தைகளில் வரச் சொன்னார்கள், இரண்டு வார்த்தை களில் வீட்டுக்குப் போகச் சொன்னார்கள். நான் காத்திருந்த இந்த 12 மணித்தியாலத்தில் என்னைக் கூப்பிட்டு விசாரிக்க வேண்டிய பிரச்னைக்கு என்ன நடந்தது. தானாகவே தீர்ந்து விட்டதா? ஜனாதி பதியின் உணவருந்தும் வேளை நெருங்கி விட்டதால் என்னை போகச் சொல்லி மறுபடியும் நாளை வரச் சொல்வார்களா? திரும்பிப் போகும் வழியெல்லாம் இதைத்தான் யோசித்தேன். இரண்டு வருட சிறைத் தண்டனை அனுபவிக்கவும் நான் தயாராக இருந்தேன். ஆனால், இந்தக் காத்திருத்தல் மட்டும் வேண்டாம்.

சரியாக இரவு 10 மணிக்கு வீடு வந்து சேர்ந்தேன். நான் பார்த்த காட்சி என்னைத் திடுக்கிட வைத்தது. இரண்டு சூட்கேசுகள் நிறைய அடைக்கப்பட்டு வாசலில் நிறுத்தி வைக்கப்பட்டிருந்தன. மனைவி பயண ஆடைகள் தரித்து புறப்படத் தயாராக இருந்தார். என் குழந்தைகளும் நல்ல ஆடைகள் உடுத்திக் காணப்பட்டனர். மகள் பொம்மையைக் கட்டிப்பிடித்தபடி வாசலிலேயே தூங்கிவிட்டாள். என்னுடைய மகன் பள்ளிப் புத்தகங்களையும் நோட்டுப் புத்தகங் களையும் ஒன்றுக்கு மேல் ஒன்றாக அடுக்கிக் கயிற்றினால் கட்டி முக்காலிபோலச் செய்து அதற்குமேல் உட்கார்ந்திருந்தான். கறுப்பு கால்சட்டை, வெள்ளை சேர்ட் அணிந்து ஏதோ பள்ளிக்கூடம் போகப் புறப்பட்டதுபோல அமைதியாக இருந்தான். அவனுடைய முதல் கேள்வி 'கே.எல்.எம் பிளேனிலா பறக்கப் போகிறோம்?' நான் இல்லை என்றேன். மனைவி சூட்கேசுகளை உள்ளே வைக்கட்டா என்றார். ஓம் என்றேன். பிள்ளைகளின் உடுப்பைக் களையட்டா? ஓம் என்றேன். சப்பாத்துகளைக் கழற்றட்டா? ஓம் என்றேன்.

அவர்கள் காத்திருந்த அந்த 12 மணி நேரத்தைப் பற்றி யோசித்தேன். மனைவி காலையிலேயே சூட்கேசுகளை அடுக்கி

வாசலிலே வைத்துவிட்டதாகச் சொன்னார். அன்று வீட்டிலே சமைக்க வில்லை. முதல்நாள் மிச்சமிருந்த உணவைச் சாப்பிட்டிருந்தார்கள். எந்த நிமிடமும் ஒரு பொலீஸ் வண்டி வரக்கூடும் என்று எதிர்பார்த்த தாகச் சொன்னார்கள். வீட்டினுள் தொட்டியில் வளர்த்த பூக்கன்று களுக்கு கடைசித் தரமாக நிறையத் தண்ணீர் ஊற்றி அது தரையில் ஓடிக்கொண்டிருந்தது.. அவர்கள் அனுபவித்த வேதனையை நினைத்த போது பெரும் துயரம் எழுந்து என்னை மூடியது.

நோர்மன் மெய்லர் எழுதிய The Executioner's Song என்ற புத்தகம் ஒரு கொலையாளியின் கதையைச் சொல்கிறது. கரி கில்மோர் என்பவன் ஒரு ஹொட்டல் மனேஜரைக் கொலைசெய்து விடுகிறான். அவனுக்கு அமெரிக்க நீதிமன்றம் மரண தண்டனை விதிக்கிறது. கொலையாளி யைச் சுட்டுக் கொல்லவேண்டும் என்பதுதான் தீர்ப்பு. நாலு பேர் துப்பாக்கிகளைத் தூக்கிக் குறிவைத்துச் சுட தயாராகி, கட்டளைக்காகக் காத்திருக்கிறார்கள். அப்பொழுது கரி கில்மோர் சொல்கிறான் 'Let's do it'. 'இதை முடித்துவிடுவோம்' என்கிறான். இறப்பதிலும் பார்க்கக் காத்திருப்பது அவனுக்குக் கூடிய தண்டனையாகப் படுகிறது.

நான் என் வாழ்க்கையில் மேற்கொண்ட அநேகவிதமான பயணங்களிலிருந்தும் வசித்த நாடுகளிலிருந்தும் சந்தித்த மனிதர் களிலிருந்தும் பல விசயங்களை கற்றுக்கொண்டிருக்கிறேன். அவற்றிலே நான் கண்ட உண்மை என ஒன்றிருக்கிறது. தண்டனைகளில் ஆகக் கொடுமையானது காத்திருக்க வைப்பதுதான். என்ன நடக்கப்போகிறது என்பது தெரியாமல் காத்திருக்க வைப்பது இன்னும் கொடூரமானது. ஜனாதிபதிகளுக்கு அது தெரியும்.

◈

விதையின் ஆற்றல்

நான் கலிபோர்னியாவுக்குப் போனபோது அங்கேயிருக்கும் ஆக வயது கூடிய மரத்தைப் பார்க்க விரும்பினேன். உலகத்திலேயே ஆக வயதுகூடிய மரம் அங்கே வாழ்ந்தது. அதன் வயது 4770 வருடங்கள் என்று கணக்கிட்டிருக்கிறார்கள். மரத்தின் பெயர் மெதுஸெலா. அந்த மரத்தை நான் பார்க்கவில்லை. ஆனால், நண்பர் என்னை றெட்வுட் மரம் ஒன்றைக் காட்ட அழைத்துச் சென்றார். அந்த மரத்தின் வயது 1100 வருடங்கள். கொலம்பஸ் அமெரிக்காவைக் கண்டுபிடித்தபோது அந்த மரத்துக்கு அப்போதே வயது 600. அதன் கீழே நின்று அதன் நுனியைப் பார்க்கவே முடியவில்லை, 200 அடி உயரம் இருக்கலாம். அந்த மரத்தின் விதை காற்றினால் பரப்பப்படுகிறது. பார்ப்பதற்கு மிக லேசாக இருக்கும் சிறிய விதை. இந்தச் சின்ன விதைக்குள் இருந்து பிரம்மாண்டமான விருட்சம் தோன்றியிருக்கிறது என்பதை நம்பவே முடியவில்லை. இத்தனை ஆற்றல் வெளிவர தயாராக இத்தனை சின்ன விதைக்குள் அடைபட்டுக் கிடந்தது என்பது சிந்திக்க வைத்தது.

ஒன்றின் உருவத்தையோ அதன் ஆரம்பத்தையோ வைத்து அது பிற்காலத்தில் எப்படி வரும் என்பதை ஒருவரும் சொல்ல முடியாது. 'விளையும் பயிர் முளையிலே தெரியும்' என்பது முழுக்க முழுக்க உண்மையில்லை. அயின்ஸ்டீன் படிக்கும்போது மிகச் சாதாரணமான மாணவராகத்தான் இருந்தார். ஆசிரியர்கள் அவர்மேல் பெரும் எதிர் பார்ப்புகள் கொண்டிருக்கவில்லை.

ஹரியட் பீச்சர் என்பவர்தான் Uncle Tom's Cabin நாவலை எழுதினார். பெரிதாகத் திட்டமிடாமல் 1852இல் அவசரமாக எழுதிய நாவல் இது. அமெரிக்க அடிமைகளின் துயரைச் சொல்லிய நாவல். அந்த நாவல் எழுதப்பட்டபோது அதைப் பெரிய இலக்கியம் என்று ஒருவரும் கொண்டாடவில்லை. ஆனால், அது ஒரு விழிப்புணர்வு அலையை உருவாக்கியது. அடிமை விடுதலைக்கு வித்திட்டது. அது எழுதி சில வருடங்களில் அடிமை விடுதலைப் பிரகடனத்தை

ஆப்பிரஹாம் லிங்கன் நிறைவேற்றினார். அடிமை விடுதலைக்காக அவர் ஒரு போரைக்கூட நடத்தவேண்டியிருந்தது. நாவல் எழுதிய ஆசிரியரை ஒருமுறை ஆப்பிரஹாம் லிங்கன் சந்தித்தபோது அவரிடம் 'இந்தச் சிறிய பெண்ணா அந்தப் பெரிய போரை ஆரம்பித்து வைத்தது' என்று சொன்னாராம். 19ஆம் நூற்றாண்டில் ஆகக் கூட விற்பனையான நாவல் என்ற பெயரை அது பெற்றது. நாவலை எழுதிய பெண்மணி இந்த பிரம்மாண்டமான வெற்றியை எதிர்பார்க்க வில்லை. எங்கே, எப்போது, எவரிடமிருந்து ஆற்றல் வெளிப்படும் என்பதை முன்கூட்டி ஒருவருமே அனுமானிக்க முடியாது.

இப்பொழுது டிவிட்டர் பிரபலமாகியிருக்கிறது. இதைக் கண்டு பிடித்து நாலுவருடம்தான் ஆகிறது. ஆனால், இதன் பரப்பும் ஆற்றலும் வியக்கவைக்கிறது. ஆயிரக்கணக்கானவர்களுக்கு ஒரே சமயத்தில் ஒரு தகவலை அனுப்பிவிட முடிகிறது. ஒவ்வொரு பிரபலரும் ஒரு டிவிட்டர் வைத்திருக்கிறார். அவரை ஆயிரக்கணக்கான ஆர்வலர்கள் தொடரு கிறார்கள். அமெரிக்க ஜனாதிபதி தேர்தலில் ஒபாமா டிவிட்டரைச் சரியானமுறையில் பயன்படுத்தியதுதான் அவருடைய வெற்றிக்கான காரணம் என்று சொல்பவர்கள் இருக்கிறார்கள்.

லான்ஸ் ஆர்ம்ஸ்ரோங் என்பவர் ஏழு தடவை Tour de France சைக்கிள் ஓட்டப்பந்தயத்தில் சாம்பியன் பட்டம் பெற்றவர். ஒருமுறை கலிபோர்னியாவில் அவருடைய விலையுயர்ந்த பந்தய சைக்கிளை யாரோ திருடிவிட்டார்கள். லான்ஸ் ஆர்ம்ஸ்ரோங்க் டிவிட்டரில் ஒரு தகவல் கொடுத்தார். சில மணி நேரங்களில் அவர் சைக்கிள் மீட்கப்பட்டது.

இன்று டிவிட்டரின் வளர்ச்சி எங்கேயோ போய்விட்டது. இதில் பிரச்னை என்னவென்றால் 140 எழுத்துக்களை மட்டுமே உபயோகித்து தகவல் அனுப்பவேண்டும். ஆகையால் சொல்ல வேண்டியதைச் சுருக்கமாகச் சொல்லும் அவசியம் ஏற்படுகிறது.

சொற்களைச் சுருக்கி, வசனங்களைச் சுருக்கி ஒரு புதுமொழி யையே உண்டாக்கி வருகிறார்கள். பழக்கமில்லாத ஒருத்தர் டிவிட்டர் வாசகத்தைப் படித்துப் புரிந்து கொள்வது சிரமம்.

HAND - Have a nice day

TIA - Thanks in advance

PEANUT - Very special person

இப்படி, பல சொற்கள் பாவனைக்கு வந்துவிட்டன. சில விதை கள் ஊன்றியவுடன் முளைவிடும்; சில பத்து, இருபது வருடங்கள் கூட மண்ணில் கிடந்து நல்ல தருணத்துக்காகக் காத்திருந்து வெளியே

வரும். டிவிட்டர் என்ற பிரம்மாண்டமான விருட்சத்துக்கு ஒரு விதை ஊன்றப்பட்டிருக்கிறது. எதிர்காலத்தில் டிவிட்டர் மொழியில் கவிதைகள், கட்டுரைகள் எழுதப்படலாம். நாவல்கள் வரலாம். ஒரு புது மொழிக்குத் தேவையான டிவிட்டர் அகராதி உருவாகலாம். இந்த விருட்சத்தின் நிழல் மற்ற மரங்களைச் சாப்பிட்டு விடும் பயம் அதிகரித்திருக்கிறது.

BFN - Bye for now.

இப்போதைக்கு விடை பெறுகிறேன்.

குளிக்க வேண்டாம்

ஒரு தமிழ்ப் பெண் எழுத்தாளரைச் சந்தித்தேன். அவர் எடுத்த வீச்சில் தனக்கு ஜெயமோகனைப் பிடிக்காது என்றார். 'ஏன், அவர் என்ன பாவம் செய்தார்?' என்று கேட்டேன். 'நீங்கள் பின் தொடரும் நிழலின் குரல் புத்தகத்தைப் படிக்கவில்லையா, அதிலே 51ஆவது பக்கத்தில் நாகம்மைக்கும் அருணாசலத்துக்கும் இடையில் நடக்கும் சல்லாபமும் கொஞ்சலும் படிக்கவே கூசுகிறது. அதிர்ச்சியாக இருக்கிறது. எச்சிலும் வியர்வையும் அந்தப் பெண்ணின் சருமத்திலிருந்து எழும் மணமும் அவருக்குக் காமத்தை கிளப்புகிறதாம்' என்றார். 'இதிலே என்ன பிழை. காமத்தில் பெரிய பங்கு உடல் மணம்தானே' என்றேன். அவர் ஏதோ அந்தப் புத்தகத்தை நான்தான் எழுதியதுபோல என்னிடம் கோபித்துக்கொண்டு போனார்.

எனக்கு நைரோபியில் வேலை செய்த நாள்கள் ஞாபகத்துக்கு வந்தன. நான் அங்கே கொஞ்சகாலம் ஒரு ஜேர்மன் அதிகாரியின் கீழ் வேலை பார்த்தேன். ஜேர்மன் அதிகாரி என்றால் அவர் கெடு பிடியானவர் என்பதைச் சொல்லத் தேவையில்லை. அவரை யார் சந்திக்கப் போனாலும் அவருடைய அலுவலகக் கதவை சாத்தி விட்டுத்தான் சந்திப்பார். ஆனால், அங்கே வேலை செய்த ஒரேவொரு ஊழியரைச் சந்திக்கும்போது மட்டும் கதவை விரித்து வைப்பதோடு யன்னலையும் திறந்து விடுவார். காலப்போக்கில் அலுவலகத்தில் வேலைசெய்த மற்றவர்களும் காரணத்தை ஊகித்துக் கொண்டார்கள்.

சில நாள்களில் அங்கே நடந்த அலுவலக விருந்து ஒன்றுக்கு அந்த ஊழியர் தன் மனைவி பிள்ளைகளை அழைத்து வந்திருந்தார். அழகான மனைவி அவர் இடுப்பைப் பிடித்தபடி, தோள்மூட்டில் தலை சாய்த்து அசைந்தவாறு நடந்து வந்தாள். பின்னால் எறும்பு நிரைபோல வரிசையாக ஆறு பிள்ளைகள். அந்தப் பெண்ணுக்கு அவருடன் தாம்பத்திய உறவு வைப்பதில் எந்தக் குறையும் இருந்ததாகத் தெரியவில்லை.

மாமன்னன் நெப்போலியன் காதலித்து மணமுடித்தது ஜோசபின் என்ற பெண்ணை. அந்தப் பெயர்கூடக் காதலிக்கு அவன் சூட்டியது தான். அவளுக்கு வேலை நிறைய பேர்களுக்குக் காதலியாக இருப்பது. ஏற்கெனவே விதவை, இரண்டு பிள்ளைகளுக்குத் தாய் அவள். நெப்போலியனிலும் பார்க்க ஆறுவயது கூடியவள். அவளைத்தான் நெப்போலியன் துரத்தி துரத்திக் காதலித்தான். அவளை முதலில் பார்த்த கணத்திலிருந்து அவள் மேல் மோகம்கொண்டான். போர்க் களத்திலிருந்து நூற்றுக்கணக்கான கடிதங்களை ஜோசபினுக்கு வரைந்துகொண்டே இருப்பான். அவள் கிரமமாக பதில்கூடப் போடுவ தில்லை. தன் காதலர்களுடன் பாரிஸ் வீதிகளில் சுற்றிக்கொண்டிருந் தாள்.

நெப்போலியனுக்கு உலகத்தில் எந்தப் பெரிய அழகியும் கிடைப் பாள். அப்படியான ஒரு புகழின் உச்சியில் அவன் இருந்தான். ஆனாலும் அவனால் ஜோசபினை மோகிப்பதை நிறுத்த முடியவில்லை. இதில் ஒன்றும் பெரிய ஆச்சரியமில்லை. அவன் அவளுக்கு எழுதிய கடிதம் ஒன்றைப் படித்தால் போதும்.

'நான் நாளை மாலை பாரிசுக்கு வருகிறேன். அன்பே, குளிக்க வேண்டாம்.'

என்னுடன் கோபித்துக்கொண்டு போன பெண் எழுத்தாளர் தன்னுடைய மின்னஞ்சல் முகவரியை மாற்றிவிட்டார். அது தெரிய வரும்போது நெப்போலியன் அனுப்பிய கடிதத்தின் நகலை அவருக்கு அனுப்பி வைக்கலாம் என்று இருக்கிறேன்.

◈

நெருப்பு

கனடாவில் என்னை யாராவது விருந்துக்கு அழைத்தால் எனக்கு பயம் பிடித்துவிடும். ஆறு மணிக்கு அழைத்தால் எட்டு மணிக்குச் சாப்பாடு தருவார்கள். எட்டு மணிக்கு அழைத்தால் பத்து மணிக்குக் கிடைக்கும். ஆனால், பத்து மணிக்கு அழைத்தால் இரவில் எத்தனை மணிக்குச் சாப்பிடுவது? நடுச்சாமம் தாண்டும் என்று தோன்றியது. விருந்துக்கு நூற்றுக்கு மேற்பட்ட பேர் வந்திருந்தார்கள். நேரம் நடுநிசியை நெருங்கியது. பசி கொழுந்து விட்டு எரிந்துகொண்டிருந்தது. ஒருவரோடு ஒருவர் பேசக்கூட இல்லை. பசிதான் பேசியது. என் பக்கத்தில் உட்கார்ந்திருந்தவரின் முகத்தை ஆரோ குறுக்காக வாளால் வெட்டியதுபோல அவருக்குப் பெரிய வாய். அவர் வாயைத் திறந்து கொட்டாவி விட்டபோது அவர் முகமே மறைந்துபோனது. எதற் காக இவ்வளவு லேட் என்று அவரிடம் கேட்டேன். அவர் வயிற்று வலிக்கு வயிற்றைப் பிடிப்பது போல அமுக்கிக்கொண்டு 'இன்னும் அப்பக்காரர் வரவில்லை' என்றார்.

மீனாட்சி திருக்கல்யாணத்தின்போது சிவபெருமான் தன் பூதகணமான குண்டோதரன் வயிற்றில் அக்னியை ஏவிவிட்டார். அவன் பசி தாங்கமுடியாமல் மணவீட்டில் மீதமாயிருந்த அத்தனை உணவையும் கபளீகரம் செய்தான். பசி அடங்காமல் வைகை நதியில் வாயை வைத்து உறிஞ்சிக் குடித்தான். அப்படியும் அவனுடைய வயிற்றுத் தீ அணையவில்லை என்று கூறுகிறது புராணக் கதை. அது மாதிரியான தீ அங்கே கண்ணுக்குத் தெரியாமல் பரவியிருந்த நேரம் அப்பக்காரர்கள் முழங்கைகளால் வழிசெய்து கொண்டு வந்தார்கள். மூன்று சமையல்காரர்கள். 18 எரிவாய்கள் கொண்ட மூன்று வாயு அடுப்புகள். ஒரு நிமிடத்தில் அவர்களால் 18 அப்பம் சுடமுடியும். அங்கே கூடியிருந்த அத்தனை சனங்களின் பசியையும் அவர்கள் அரை மணி நேரத்தில் தீர்த்து வைப்பார்கள். அடுப்புகளை மேசைகளில் ஏற்றி, பெரிய பெரிய அண்டாக்களில் அப்ப மாவைக் கலக்கி, துளாவி தயார்

படுத்த ஐந்து நிமிடம் சென்றது. அடுப்பைப் பற்றவைக்க ஒரு நெருப்புப் பெட்டி வேண்டும் என்றார் மூத்த சமையல்காரர். அங்கே கூடியிருந்த அத்தனை பேர்களில் ஒருவரிடம்கூட நெருப்புப் பெட்டி இல்லை. லைட்டரும் கிடையாது. அடுப்பு மூட்டாவிட்டால் சமைக்க முடியாது; சமைக்காவிட்டால் சாப்பாடு கிடைக்காது.

‘ஒரு நெருப்புப் பெட்டி, ஒரு நெருப்புப் பெட்டி’ என்று அவர் கூவினார். மூன்றாம் ரிச்சார்டு மன்னன் ‘ஒரு குதிரை, ஒரு குதிரை, ஒரு குதிரைக்கு ஒரு சாம்ராஜ்ஜியம்’ என்று கத்தியது போல ஒரு நெருப்புப் பெட்டியைத் தேடி அலைந்தார். கிடைக்கவில்லை. அங்கே கூடியிருந்த அத்தனை சனங்களின் வயிற்றுத் தீயின் கூட்டுத் தொகை கூட அடுப்பை மூட்டப் போதாது போலிருந்தது. பின்னர் சமையல் காரர் தன் வாகனத்துக்குப் போய் அதிலுள்ள சிகரெட் லைட்டரில் நெருப்பு உண்டாக்கி, அதனால் அடுப்பு மூட்டி அப்பம் சுட்டு விருந்தி னரின் பசியை ஆற்றினார்.

எனக்கு அப்போது ஒரு விசித்திரமான எண்ணம் தோன்றியது. நான் கனடாவுக்குப் புலம்பெயர்ந்த இந்தப் பத்து வருடங்களில் எங்கள் வீட்டில் நெருப்புப் பெட்டி என்ற பொருளுக்கு வேலையே இல்லை. வீட்டில் அது கிடையாது. சமையல் மின்சாரத்தில் இயங்கியது. வீடு மின்சாரத்தால் சூடாக்கப்பட்டது. நுண்ணலை அடுப்பு மின்சாரத்தில் வேலை செய்தது. மற்றும் வீட்டுக்குத் தேவையான எல்லாக கருவிகளும் மின்சாரத்தில் இயங்கியதால் நெருப்பு என்ற பொருளைப் பார்க்காமலே காலத்தை ஓட்டி விட்டோம். ஒரு காலத்தில் வாழ்வாதாரமாக இருந்த நெருப்பு இன்று வீடுகளில் அந்நியமாகிவிட்டது.

நான் சிறுவனாக இருந்தபோது காலையில் ஐந்து மணிக்கே அம்மா எழும்பி முதல் வேலையாக அடுப்பைப் பற்றவைப்பார். அப்படி மூட்டிய அடுப்பு இரவு நாங்கள் படுக்கப் போகும்வரைக் கும் அணைவதேயில்லை. அடுப்பிலே எப்பவும் தணல் கனன்றபடி இருக்கும். படுக்கும்போது அது தண்ணீர் தெளித்து அவிக்கப்படும். மறுபடியும் அடுத்தநாள் காலை அம்மா அடுப்பு மூட்டுவார்.

எங்கள் கிராமத்தில் ஒரு வீட்டிலிருந்து இன்னொரு வீட்டுக்கு நெருப்பு கடன் வாங்கிப் போவது சர்வசாதாரணம். நெருப்பு எடுத்துப்போக காலை, மத்தியானம், மாலை என்று அக்கம் பக்கத்து வீட்டுக்காரர்கள் வந்தபடியே இருப்பார்கள். தேங்காய் மட்டைகளில் தணலை வைத்துப் பிடித்து காவிக்கொண்டு போகிறவர்களைத் தினமும் ஒழுங்கைகளில் காணலாம்.

எங்கள் பக்கத்து வீட்டில் குடியிருந்தது செல்லம்மாக்கா குடும்பம். அவர்கள் வீட்டில் நெருப்புப் பெட்டி என்ற பொருள் கிடையாது. எப்போது நெருப்பு தேவையென்றாலும் எங்கள் வீட்டுக்கு

வருவார்கள். அன்னம் வந்து நெருப்பை எடுத்துப் போவாள். எட்டு வயது அவளுக்கு. ஆனால், அவள் மாலையில் தான் வருவதுண்டு. அவர்கள் வீட்டில் ஒரு நேரம்தான் சமையல். மாலை சாப்பிட்டுப் படுத்தால் மறுபடியும் உணவு அடுத்தநாள் மாலைதான்.

மனிதன் நெருப்பை எப்படிக் கண்டுபிடித்திருப்பான்? முதலில் காட்டுத் தீ தோன்றியபோது மிருகங்களைப்போல அவனும் பயந்து ஓடியிருப்பான். இடிவிழுந்து மரம் எரிவதைப் பார்த்துக் கலங்கியிருப் பான். போகப் போக நெருப்பை எப்படிப் பயன்படுத்துவது என்பதைத் தெரிந்துகொண்டான். ஆனால், நெருப்பின் உபயோகத்தை அறிந்தாலும் அதைக் கட்டுப்படுத்தும் ஆற்றலை அவன் கற்றுக் கொண்டது 15 லட்சம் வருடங்களுக்கு முன்னர்தான் என்று ஆராய்ச்சியாளர்கள் சொல்கிறார்கள்.

ஆதியிலே நெருப்பு பெரிய செல்வமாக இருந்திருக்க வேண்டும். நெருப்பை வளர்த்துப் பாதுகாத்தவர்கள் அதை ரகஸ்யமாக வைத்துக்கொண்டார்கள். நெருப்புக்குச் சொந்தக்காரன் சமுதாயத்தில் மதிப்புள்ளவனாகக் கருதப்பட்டான். சமீபத்தில் நமிபியாவுக்குச் சென்ற என் நண்பர் அங்கே இருந்து நெருப்புத் தடிகளைக் கொண்டு வந்தார். அதிலே ஒரு தடி தட்டையாகச் சிறுகுழி விழுந்து இருந்தது. நகத்தினால் கீறினால் அந்த அடையாளம் விழும், அவ்வளவு மெத்தென்ற மரத்தின் பட்டை அது. நேரான குச்சியைக் குழியிலே வைத்து நண்பர் கடைந்த போது ஒரு நிமிடத்துக்கும் குறைவான நேரத்தில் புகை வந்து, அதிலே பஞ்சைப் பிடித்ததும் தீப் பற்றிக் கொண்டது. நமிபியாவில் இன்றைக்கும் சில ஆதிவாசிகள் நெருப்புத் தடிகளை உபயோகிக்கிறார்கள். அங்கே ஓர் ஆணுக்குப் பல மனைவிகள் உண்டு. அதிலே மூத்த மனைவியின் கடமை நெருப்பைப் பாதுகாப்பது. அவர் படுக்கைக்கு அருகில் தீ வளர்த்து அதை இரவும் பகலும் அணையாமல் பார்த்துக்கொள்வாராம்.

கிரேக்கப் புராணத்தில் கடவுள்களின் அரசனான சியஸ் கட்டுப் பாட்டில் நெருப்பு இருந்தது. அதைத் திருடி வந்து மனிதருக்குக் கொடுத்தவன் புரொமிதியஸ். அவனுடைய திருட்டு கண்டுபிடிக்கப் பட்டு அவனுக்குக் கடும் தண்டனை கிடைத்தது. ஆனாலும் மனிதனுக்குக் கிடைத்த நெருப்பு கிடைத்ததுதான். எங்கள் புராணங் களும் நெருப்பைப் பற்றிச் சொல்லாமல் இல்லை. ரிக் வேதத்தில் அக்னி பற்றி வருகிறது. நெருப்பு தானாகவே தோன்றுவதுபோல அக்னியும் தானாகவே தோன்றினாராம். அவருக்கு இரண்டு தலைகளும் ஏழு கைகளும் இரண்டு கால்கள், நாலு கால்கள், எட்டுக் கால்கள் என்றெல்லாம் கேள்விப் பட்டிருக்கிறோம். அக்னிக்கு மூன்று கால்கள். மூன்றாவது காலை அவர் உபயோகிப்பாரா அல்லது சங்க காலத்து வண்டிகளுக்குச் சேம அச்சு இருந்தது போல இந்த

மூன்றாவது காலும் சேமக்காலாக இருந்திருக்குமோ என்ற ஐயம் எனக்கு இன்றைக்கும் இருக்கிறது.

பசி என்றால் நெருப்பு என்பதை நான் என் சின்ன வயதிலேயே உணர்ந்துகொண்டேன். சூரியன் மறையும் நேரம் நெருங்கியும் அன்னத்தைக் காணவில்லை. எனக்குப் பதற்றம் பிடித்தது. அம்மா விளக்கு ஏற்றினார் என்றால் நெருப்பு கடன் கொடுக்கவே மாட்டார்.

'ஏன் அம்மா இருட்டுப்பட்ட பிறகு நெருப்பு கொடுக்கக் கூடாது?'

'லட்சுமியடா, லட்சுமி. விளக்கு வைத்த பிறகு அவர்கள் நெருப்பைக் கொண்டுபோனால் எங்கள் வீட்டு லட்சுமி அவர்களுடன் போய்விடும்.'

அன்னத்துக்கு இது தெரியும். அவள் தினம் தினம் வந்து மாலை நேரம் நெருப்பு வாங்கிக்கொண்டுபோவாள். சிலசமயம் எங்கள் வீட்டில் விளக்கு வைத்த பிறகு அவள் வந்ததுண்டு. அப்போதெல்லாம் அம்மா நெருப்பு கொடுக்காமல் அவளை விரட்டிவிடுவார்.

பக்கத்து வீட்டில் இருப்பது மூன்றே மூன்று பேர்தான். அன்னத்தின் அப்பா, அம்மா, அன்னம். அவள் எனக்கு ஒரு வகுப்பு கீழே படித்தாள். எங்கள் வீட்டுக்கு வந்து நெருப்பு வாங்கித்தான் அன்றைய சமையலுக்கு அன்னம் வீட்டில் அடுப்பு மூட்டுவார்கள். அதற்குப் பிறகுதான் இரவுச் சமையல். அம்மா எங்கள் இரவுச் சாப்பாட்டுக்கு இடியப்பம் பிழிந்து, சம்பலும் அரைத்துவிட்டார். இனி, பால்சொதி ஒன்று வைக்கவேண்டும். இரண்டு காலையும் ஒரு பக்கம் மடித்து வைத்து விறுவிறுவென்று தேங்காய் துருவிய போது சீவல் வெள்ளைப் பூப்பூவாக விழுந்து சுளகை மறைத்தது.

'சரி, இருட்டிப்போட்டுது கைவிளக்கை எடுத்துக் கொளுத்து' என்றார் அம்மா.

'கொஞ்சம் பொறுங்கோ அம்மா. நல்ல வெளிச்சம் இருக்குத்தானே. பிறகு கொளுத்தலாம்.' நெருப்பு வெளிச்சத்தில் அம்மாவின் முகத்தில் தங்க நிழல்கள் விழுந்து விழுந்து எழுந்தன. வழக்கமாக இந்த நேரம் அன்னம் ஒரு தேங்காய் பொச்சை எடுத்துக் கொண்டு நிழல் வருவதுபோலச் சத்தம் கேட்காமல் நடந்து வந்து அடுக்களைக் கதவடியில் நிற்பாள். நான் சட்டென்று கதவைத் திறந்து பார்த்தேன். அன்னம் இல்லை. இருட்டுப்படப் போகுது, இவளைக் காணவில்லையே என்ற கவலை பிடித்தது.

'ஏன் அம்மா நெருப்பை நானே கொண்டுபோய்க் கொடுத்துவிட்டு வாறேனே.' குனிந்து வெங்காயம் வெட்டிக்கொண்டிருந்த அம்மா தலையை நிமிர்த்தி என்னைப் பார்த்தார்.

'இது என்ன புதுப் பழக்கம். ஒவ்வொரு நாளும் கொண்டு போய்க் கொடுப்பியா?'

அ. முத்துலிங்கம்

‘இல்லை அம்மா, இன்றைக்கு மட்டும். நெருப்பு இல்லாமல் சமைக்க முடியாது. அவர்கள் பட்டினி கிடப்பார்கள். பாவம், அன்னம்’ என்றேன்.

‘சரி சரி. கொண்டுபோய்க் கொடுத்திட்டு வா. இன்றைக்கு மாத்திரம்’ என்று கூறிக் கழுத்தை நீட்டி அடுப்பைக் காட்டினார்.

நான் ஒரு தென்னம் பொச்சில் தணலை வைத்து ஊதி ஊதி எடுத்துக்கொண்டு அன்னம் வீட்டுக்குப் போனேன். அங்கே பார்த்த காட்சிக்கு நான் தயாராயிருக்கவில்லை. இரண்டு நாய்கள் ஒன்றை யொன்று துரத்தி விளையாடின. அன்னம் வெளிக்குந்தில் இருந்து சதுர ரூல் கொப்பி ஒன்றில் இருட்டுப்படுவதற்குள் வீட்டுப்பாடக் கணக்கை எழுதிக்கொண்டிருந்தாள். அன்னத்தின் தாய், வற்றிய ஆறுபோன்ற கால்களை நீட்டி, தலையை விரித்துப் போட்டு, ஈர் வாங்கியால் ஈர் எடுத்துக்கொண்டிருந்தார். அன்னத்தின் தகப்பன் சுவரில் சாய்ந்துபோய், தலை முழங்கால்களுக்குக் கீழே தொங்க, ஒட்டகத்தின் உதடுபோலப் பெருத்துக்கிடந்த கீழ் சொண்டிலிருந்து நீர் வடிய, வேறு உலகத்தில் இருந்தார். அவர் கண்கள் திறந்திருந்தாலும் அவை உலகத்தைப் பார்க்கவில்லை.

அங்கே சமையலுக்கான ஓர் ஆயத்தம்கூட எனக்குத் தெரிய வில்லை.

செல்லம்மாக்கா சட்டென்று எழும்பி நின்றதும் முழங்கால் எலும்புகள் முறிந்து சத்தமெழுப்பின. இரண்டு கைகளையும் மெதுவாகத் தூக்கித் தலையை முடிந்து கட்டினார். ‘நெருப்பு கொண்டு வந்தாயோ, என்ரை ராசா. அங்க பார், என்ரை புருசனை. நல்லாய்க் குடிச்சுப் போட்டு வந்து கிடக்கிறதை. இன்றைக்குச் சமையல் இல்லை. நான் இவளைச் சாப்பிடுவன். இவள் என்னைச் சாப்பிடுவாள்’ என்று கத்தினார். அவர் வார்த்தைகள் முடிந்தபிறகும் கோபம் அங்கே நின்றது. நான் தீயைக் கையில் ஏந்திக்கொண்டு என்ன செய்வதென்று தெரி யாமல் மெல்லிய துணிபோலப் புகை ஆடிக்கொண்டு மேலே எழும்புவதைப் பார்த்தபடி நின்றேன். என் இருதயம் பெரிதாகி விலா எலும்பை முட்டியது.

அன்னம் எழும்பி பானையில் இருந்த தண்ணீரை எடுத்துக் குடித்தாள். மீண்டும் ஒரு பேணி அள்ளி என்னையே பார்த்துக் கொண்டு குடித்து முடித்தாள். அவள் கண்களை எடுக்கவில்லை. குண்டோதரன் வயிற்றை ஆக்கிரமித்த அக்னி அவள் வயிற்றிலும் எப்படியோ புகுந்திருக்கவேண்டும். எவ்வளவு தண்ணீர் குடித்தாலும் அவள் வயிற்றுக் கனலை அன்று அணைத்திருப்பாள் என்று எனக்குத் தோன்றவில்லை.

◈

இடிக்கும் மின்னலுக்கும் பழக்கவேண்டும்

இன்று 15 ஏப்ரல் 2010, தொலைக்காட்சியில் NBC நடத்தும் Today Show வைப் பார்த்தேன். உலகத்திலே எட்டே எட்டு வடக்கு வெள்ளைக் காண்டாமிருகங்கள் (Northern White Rhinos) உள்ளன. மீதம் எல்லாம் இறந்துவிட்டன. இதிலே நாலு ஏற்கெனவே மிருகக் காட்சிச்சாலைகளில் வாழ்கின்றன. மீதி நான்கு காண்டாமிருகங்களை செக் குடியரசு மிருகக்காட்சிச் சாலையிலிருந்து கென்யாவுக்குக் கொண்டுசென்று, அங்கே திறந்த வெளிப்பரப்பில் அவற்றைச் சுதந்திர மாக உலவ விட்டிருக்கின்றது.

காட்டிலிருந்து மிருகங்களைப் பிடித்துக் கூண்டில் அடைத்து வைப்பார்கள். மிருகங்கள் புதுவாழ்க்கைக்குப் பழகிக்கொள்ளும். ஆனால், கூண்டில் வளர்ந்த மிருகங்களைக் காட்டில் விடுவது அபூர்வமாக நிகழும் ஒன்று. மிருகங்கள் மறுபடியும் காட்டு வாழ்க்கை யைப் பழகவேண்டும்.

காண்டாமிருகங்களுக்கு எதிரிகள் இல்லை. மனிதன் மட்டுமே எதிரி. அவற்றின் கொம்புக்காக ஆயிரம் வருடங்களாக அழித்து வருபவன். உணவைத் தாமே தேடிக்கொள்ளும். ஆனால், இயற்கை அந்நியமாகிவிட்டது. மழையும் மின்னலும் இடிமுழக்கமும் பழக்க மில்லை. மெல்ல மெல்ல இயற்கை வாழ்க்கைக்குப் பரிச்சயமாகித் திறந்து புல்வெளியில் வாழப் பழகிவருகின்றன. விரைவில் இனப் பெருக்கம் செய்யும் என்று வனவிலங்கு ஆர்வலர்கள் எதிர்பார்க் கிறார்கள். இனப்பெருக்கம் நிகழாவிட்டால் அவை அழிந்துபோகும். இதுவே, அவற்றின் உயிர்ச்சங்கிலியின் கடைசிக் கண்ணி.

காண்டாமிருகங்கள் புது இடப்பெயர்வில் பல்கிப் பெருகட்டும். எங்கள் வாழ்த்துக்கள். அவற்றை வீடியோ படம் பிடித்தவர் எனக்குத் தெரிந்தவர். அதனால் இதை நான் இங்கே இடுகிறேன். இன்னொரு காரணமும் உண்டு. நீங்களே யூகிக்கலாம்.

கறுப்பு அணில்கள்

வசந்தம் வந்துவிட்டது. கனடாவில் வசந்தம் என்று சொல்வதில்லை துளிர்காலம் என்றுதான் கூறுவார்கள். இலைகள் கொட்டும் காலத்தை உதிர் காலம் என்பதுபோல. துளிர்காலம் என்றால் மரங்கள் மட்டுமல்ல உயிர்கள் துளிர்க்கும் காலமும். மூன்று மாதமாக நீண்ட நித்திரையிலிருந்த சில உயிர்கள் மீண்டும் நடமாட ஆரம்பிக்கும். நிலத்தில் புதைந்துகிடந்த புற்கள் மறுபடியும் மெல்லத் தலை நீட்டும். தெற்கே போன பறவைகள் வடக்கு நோக்கித் திரும்பும். எங்கும் உயிர்களின் துடிதுடிப்பு.

ரொறொன்ரோ வீடுகளிலும் வீதிகளிலும் மரங்களிலும் பூங்காக்களிலும் கறுப்பு அணில்கள் வந்து விளையாடுகின்றன. மெலிந்து காணப்பட்டாலும் சுறுசுறுப்பாக இயங்குகின்றன. மறைந்த பனிக்காலம் அவற்றைப் பட்டினி போட்டிருக்கிறது. விரைவில் பளபளப்பான சருமத்துடனும் குத்தி நிற்கும் மயிருடனும் இணையுடன் துள்ளி விளையாடத் தொடங்கும்.

இந்தக் காலங்களில் அவற்றுக்குக் கிட்டப் போவதோ, நிலம் அதிர ஓடுவதோ, கார்களில் கடக்கும்போது ஹோர்ன் அடிப்பதோ ரொறொன்ரோவில் தடுக்கப்பட்டிருக்கிறது. கறுப்பு அணில்களின் எண்ணிக்கை குறைந்து வருகிறது. ஆகவே அவையினுடைய இனப்பெருக்கத்துக்குத் தடையாக யாரும் எதுவும் செய்யக்கூடாது.

புறநானூறில் வரும் பெண் ஒருத்தி மான் இணைகள் பிரிந்து விடுமென அஞ்சி ஒதுங்கிச் செல்வாள். அகநாநூறு இன்னும் விரிவாகச் சொல்லுகிறது. குறுங்குடி மருதனார் என்ற புலவர், தலைவனை எதிர்பார்த்து ஏங்கி நிற்கும் தலைவியிடம் தோழி கூறுவதாகப் பாடலில் சொல்கிறார்.

‘மரங்கள் பூக்கத் தொடங்கிவிட்டன. மான்கள் துள்ளி விளையாடுகின்றன. வேகமாகக் குதிரைகள் இழுக்க, தேரில் உன் தலைவன் இதோ

வந்துவிட்டான். ஏன் தேர் மணிச்சத்தம் கேட்கவில்லை என்று நினைக்கிறாயா? வேறு ஒன்றுமில்லை. துணையோடு இன்புறும் தேன்சிட்டுகள் பிரிந்துவிடும் என அஞ்சி, தேரின் மணி நாக்குகளை அவன் கட்டியிருக்கிறான். அவன் வந்துவிடுவான், உன் வருத்தத்தை விடுவாயாக.'

ரொறொன்ரோவில் கறுப்பு அணில்களை அவை கூடும் சமயத்தில் பிரிப்பவர்களுக்குத் தண்டனை உண்டு. ஆனால், சங்க காலத்தில் அப்படியெல்லாம் இல்லை. ஆணும் பெண்ணும் மற்ற உயிரினங்களில் அத்தனை அன்போடு இருந்தார்கள்.

◈

நாளுக்கு ஒரு நன்மை

நான் அப்போது பொஸ்டனில் இருந்தேன். எங்கள் வீட்டில் இரண்டு விதமான ஆட்கள் இருந்தார்கள். உட்கார்ந்து வேலை செய்துவிட்டு நின்று இளைப்பாறுபவர்கள்; நின்று வேலை செய்து விட்டு உட்கார்ந்து இளைப்பாறுபவர்கள். நான் மூன்றாவது வகை. நின்று இளைப்பாறிவிட்டு உட்கார்ந்து இளைப்பாறுபவன்.

அப்படியிருக்க அன்று அதிகாலை சூரியன் எழும்பு முன்னர் நான் எழும்பிவிட்டேன். கதவை யாரோ தட்டும் சத்தம் கேட்டது. அந்த நேரத்தில் யார் தட்டுவார்கள் என்று நான் யோசிக்கவில்லை. திறந்துவிட்டேன். பார்த்தால் என்னிலும் உயரமான ஒரு white-tail deer. ஆண் மான் என்றபடியால் இரண்டு பக்கமும் கிளைவிட்டுப் பரந்த கொம்புகளைத் தூக்கமுடியாமல் தூக்கிக்கொண்டு நின்றது. நான்கு கால்களையும் சரிசமமாக ஊன்றிப் பக்கவாட்டில் நின்று முகத்தை மாத்திரம் திருப்பி என்னைப் பார்த்தது. வீட்டு அபாய மணியை அணைக்க மறந்துவிட்டதால் அது அலறத்தொடங்கியது. வீட்டில் அன்று தூங்கிய அத்தனை நின்று இளைப்பாறுபவர்களும் உட்கார்ந்து இளைப்பாறுபவர்களும் ஓடிவந்தார்கள். அப்ஸராவும் ஓடிவந்து என்னைக் கடந்து போனாள். நான் அவளைத் தூக்கிய பிறகும் அவள் கால்கள் ஓடிக்கொண்டிருந்தன. இந்தச் சத்தத்திலும் கலவரத்திலும் மான் துள்ளித் திரும்பி ஓடிவிட்டது. அபாய மணியை அணைத்துவிட்டு மற்றவர்கள் திரும்பப் படுக்கைக்குப் போய் விட்டார்கள். அப்ஸரா மாத்திரம் என்னுடன் தங்கினாள்.

அவளுக்கு வயது ஐந்து. அறிவாளி. பிரச்னைகள் என்றால் நான் ஆலோசனை கேட்பது அவளிடம்தான். 'எதற்காக மான் வந்து கதவைத் தட்டியிருக்கும்?' என்றேன். அது திரும்பி ஓடிவிட்ட துக்கம் என்னிலும் பார்க்க அவளுக்கு அதிகம். கண்களில் நீர் தளும்பி நின்றது. வீட்டுக்குப் பின்னால் இருக்கும் காட்டில் பல மான்கள் வாழ்ந்தன. அவ்வப்போது அவை வரும். ஆனால், கதவைத் தட்டுவ

தில்லை. அப்ஸரா யோசித்துவிட்டு, 'காலை வணக்கம் சொல்வதற்காக இருக்கலாம்' என்றாள். நான் 'சரி அப்படித்தான் இருக்கும் என்று சொல்லிச் சிரிப்பு காட்டினேன். அவளும் சிரித்தாள். வந்த கண்ணீரைக் காணவில்லை. எப்படியோ கண்ணீரைக் கண்களால் உறிஞ்சி உள்ளே இழுத்துவிட்டாள்.

பெற்றோர் தூங்கும்போது முழு வீடும் அவளுக்குத்தான் சொந்தம். 'இன்று என்ன நல்வினை?' என்றாள். 'பூஞ்செடிக்குத் தண்ணீர் ஊற்றலாம்' என்று சொன்னேன். அவள் சின்னத் தலையை ஆட்டி விட்டுப் போனாள். நாளுக்கு ஒரேயொரு நன்மை செய்தால் போதும் என்பது அவள் கற்றுக்கொண்டது.

நான் சிறுவயதில் படித்த பள்ளிக்கூடத்தில் ஒரு வாத்தியார் படிப்பித்தார். காந்தி வாத்தியார் என்று பெயர். ஐந்தடி நாலு அங்குலம் உயரம் இருப்பார். மேல்சட்டை அணியமாட்டார். இரண்டே இரண்டு வேட்டிகள் அவரிடம் இருந்தன. ஒன்று கிழிந்தால்தான் இன்னொரு புதிசு வாங்குவார். காந்திபோல ஒரு போர்வைதான். உரத்துப் பேசத் தெரியாது. சிரிக்கும்போதுகூட இரண்டு ஸ்வரத்தில் மட்டும் சிரிப்பார். காந்தி வைத்திருந்ததுபோல உயரமான தடியை அவர் வைத்திருக்க வில்லை. மற்றும்படிக்குக் காந்தியைப் போலவே நடந்துகொண்டார். அவர் என் அண்ணனைப் படிப்பித்தார்; தங்கையைப் படிப்பித்தார்; தம்பியைப் படிப்பித்தார். ஆனால், என் வகுப்பை அவர் படிப்பிக்கவே இல்லை. ஆனாலும் எனக்கு அவரிலே பிரியம் இருந்தது. அவர் அந்த வயதில் எனக்குச் சொன்னது 'ஒரு நாளைக்கு ஒரு நன்மை செய்தால் போதும்' என்பது. அது சொல்லிப் பல வருடங்களாகி விட்டன என்றாலும் அதை இன்னும் அவ்வப்போது நான் கடைப்பிடித்து வந்தேன். அப்ஸராவுக்கும் சொல்லியிருந்தேன். பெரிதாக ஒன்றும் இல்லை. பெரியவர்களுக்கு வணக்கம் சொல்வது; அஞ்சல் பெண்ணுக்கு நன்றி கூறுவது; முன்பின் தெரியாத ஒருவரைப் பார்த்து முறுவல் செய்வது. அவ்வளவுதான். அப்ஸரா ஒவ்வொரு செடியாகத் தண்ணீர் ஊற்றி வந்தாள். செடிக்குப் போன தண்ணீரிலும் பார்க்க வெளியே அதிகமாக நீர் பாய்ந்து ஓடிக் கொண்டிருந்தது.

இரண்டு நாள்களுக்கு முன்னர் என் நண்பர் தொலை பேசியில் அழைத்திருந்தார். ஏதோ பேச்சில் காந்தி வாத்தியாருடைய பெயர் வந்தது. அவரும் மனைவியும் கஷ்டத்தில் இருக்கிறார்கள் என்றார். எனக்குக் காந்தி வாத்தியாருடன் 50 வருடங்களுக்கு மேலாகத் தொடர்பே இல்லை. எனினும் இன்றைய என் நன்மை இதுதான் என்று தீர்மானித்து நண்பரிடம் முகவரி பெற்று காந்தி வாத்தியாருக்கு என்னால் இயன்ற சிறு தொகை பணம் அனுப்பிவைத்தேன். இங்கே சிறுதொகை ஆனால் இலங்கையில் அது பெரும் கொடை. அனுப்பிய துடன் அதை மறந்து போனேன்.

அவர் பற்றிய சின்னச் சின்ன சம்பவங்களை மறக்க முடிய வில்லை. நான் புதுப் பாடப் புத்தகம் வாங்கியதும் அதற்கு மாட்டுத் தாள் கடுதாசியில் உறைபோட்டுக் கொண்டுபோய் என்னுடைய பெயரை எழுத காந்தி வாத்தியாரிடம் கொடுப்பேன். புத்தகங்களில் பெயர் எழுதித் தருவது அவர்தான். அவர் என் பெயரை நான் எதிர்பார்த்த மாதிரி முன்பக்கத்திலோ, மட்டையிலோ எழுதாமல் இருபதாம் பக்கத்தில் எழுதினார். ஏன் என்று கேட்க பதில் சொல்ல வில்லை. ஆனால், 'புத்தகம் பத்திரம்' என்றார். அப்பொழுது எங்கள் பள்ளிக்கூடத்தில் புத்தகங்கள் களவு போய்க் கொண்டிருந்தன. இரண்டே இரண்டு நாளில் என் புத்தகமும் களவு போனது. நான் காந்தி வாத்தியாரிடம் போய் முறைப்பாடு செய்தேன். அங்கே படிப்பித்த எல்லா வாத்தியார்களிலும் இவரிடம் தான் பிரம்பு என்ற பொருள் இல்லை, அடிக்கவும் மாட்டார். ஆனாலும் இவரைத்தான் நான் தெரிவு செய்தேன்.

மாணவர்களிடம் அவர் கேட்கும் முதல் கேள்வி 'இன்று என்ன நன்மை செய்தாய்?' ஒரு நாளைக்கு ஒரு நன்மை என்பது அவர் உபதேசம். ஒரு மாணவன் 'ஏன் சேர் இரண்டு நன்மை செய்யக் கூடாதா?' என்று கேட்டான். அவர் 'அது பேராசை, ஒரு நாளைக்கு ஒன்று போதும்' என்பார்.

காந்தி வாத்தியார் எங்கள் வகுப்புக்குள் நுழைந்து எல்லோருடைய புத்தகங்களையும் வாங்கி ஒற்றையைத் தட்டி பரிசோதித்த பின்னர் திருப்பிக் கொடுத்துவிட்டுப் போனார். பள்ளிக்கூடம் முடிந்த பிறகு என்னையும் எப்பொழுதும் வகுப்பில் கடைசி வாங்கில் குடியிருக்கும் கிருட்டிணபிள்ளை என்பவனையும் தன் வகுப்பறைக்குக் கூப்பிட்டார். கிருட்டிணபிள்ளை உயரமானவன். ஒரு கண்ணாடி யன்னலுக்குப் பின்னால் நின்று முகத்தை அழுத்திப் பார்ப்பதுபோலச் சப்பையான முகம். அவன் முன்னாலே ஏதோ பரிசு வாங்கப் புறப்பட்டதுபோல நடந்துபோக நான் பின்னால் போனேன். அவனுடைய புத்தகத்தில் இருபதாம் பக்கம் கிழிக்கப்பட்டிருந்தது. அந்தப் புத்தகத்தை எடுத்து காந்தி வாத்தியார் என்னிடம் தந்தார். அவனுக்கு ஒரு புதுப் புத்தகம் தன் காசில் வாங்கிக் கொடுத்தார். கிருட்டிணபிள்ளை ஓர் அடி பின்னுக்கு நகர்ந்து விம்மத் தொடங்கினான். காந்தி வாத்தியார் சொன்ன அறிவுரை இதுதான். 'நீ படிக்கவேண்டும் என்று ஆசைப் பட்டது நல்லது. ஆனால், களவெடுத்ததுதான் பிழை.' அங்கே நடந்த விசயம் எங்கள் மூவரையும் தவிர வேறு ஒருவருக்கும் தெரியாது.

அவர் வெள்ளிக்கிழமைகளில் முழு நாளும் உபவாசம் இருப்பது மாணவர்களுக்குத் தெரியும். 'பசிக்காதா சேர், உங்களுக்கு நோய் பிடிக்காதா?' என்று கேட்பார்கள். அவர் சொல்வார், 'போன சனிக் கிழமையில் இருந்து அடுத்த வெள்ளிக்கிழமை நான் விரதம் என்பது

எனக்குத் தெரியும். என் வயிற்றுக்கும் தெரியும். அது தன்னை தயார் செய்துவிடும். எதிர்பார்ப்புதான் பசியைக் கொண்டு வருகிறது.' எங்கள் ஊரில் வரும் நோய்களில் பாதிக்குமேல் தண்ணீரால் வருபவை. 'தண்ணீரைக் காய்ச்சிக் குடியுங்கள், பாதி நோய் போய்விடும்' என்பார். அனைத்து மாணவர்களும் வீடுகளில் போய்த் தங்கள் தாய்மார்களை தொந்திரவு செய்வார்கள். தண்ணீரைச் சுட வைத்தால்தான் குடிப்பேன் என்று அடம் பிடிப்பார்கள். அடுத்தநாள் பெற்றோர்கள் தலைமை யாசிரியருக்கு முறைப்பாடு கொண்டுவருவது நிச்சயம்.

காந்தி வாத்தியாருக்குக் கடிதம் போட்டுப் பல வாரங்களாகி யும் பதில் இல்லை. அவர் இருப்பது திருக்கோணமலையில். அங்கே நிலவரங்கள் சரியில்லை என்று தமிழ் தினசரிகளில் செய்திகள் வந்த வண்ணம் இருந்தன. ஆள் கடத்தலும் குண்டு வெடிப்புகளும் குறைந்த பாடில்லை. கடிதம் போய்ச் சேர்ந்ததோ என்றுகூடத் தெரியாது. ஒரு பதில் வந்தால் நிம்மதியாக இருக்குமே என்று நினைத்துக்கொண்டேன்.

ஆறு மாதம் கழித்து அப்ஸரா ஒரு நீலநிற வான்கடிதத்தைத் தூக்கிக்கொண்டு வந்து அஞ்சல் பெண் தந்ததாகச் சொல்லிக் கொடுத் தாள். அஞ்சல் பெண்ணுக்கு நன்றி சொன்னாயா என்று கேட்டேன், சொன்னேன் என்றாள். அன்றைய நாளின் நன்மை அவளுக்கு முடிந்துவிட்டது. வான்கடிதத்தைப் பிரிப்பதற்கு நிறைந்த பொது அறிவும் பொறுமையும் தேவை. சிறு கவனயீனமும் கடிதத்தை மூன்று துண்டுகளாகக் கிழித்துவிடும்.

காந்தி வாத்தியார்தான் எழுதியிருந்தார். ஒரு 15 வயதுப் பெண்ணின் கையெழுத்துப்போல ஓர் எழுத்தோடு ஒன்று முட்டாமல் வட்ட வட்டமான எழுத்துக்கள். 'அன்புள்ள ஐயா' என்று கடிதம் தொடங்கியதும் எனக்குத் துணுக்கென்றது. நான் என்னை யாரென்று அவருக்கு நினைவூட்டுவதற்காக என் தங்கையைப் பற்றியும் தம்பியைப் பற்றியும் அண்ணனைப் பற்றியும் எழுதியிருந்தேன். நான் அவரிடம் 'சத்திய சோதனை' புத்தகம் பரிசு பெற்றதையும் ஞாபகப்படுத்தியிருந் தேன். 'தங்களுடைய கடிதம் எனக்குப் பெரிய மகிழ்ச்சியையும் ஆனந்தத்தையும் தந்தது. அத்தோடு அதிசயமாகவும் இருந்தது. தங்கள் கடிதத்தை என் மனைவிக்கு வாசித்துக் காட்டினேன். அவர் மிகவும் சந்தோசப் பட்டார். இரண்டு நாள் கழித்து அவர் சிவபதம் அடைந்தார். அவருக்கு வயது 84. எனக்கு 90 நடக்கிறது.' இப்படித் தொடர்ந்து அவர் பல விசயங்களை நீலக் கடிதத்தின் ஓர் ஓரத்தில் இருந்து மறு ஓரம் வரை நெருக்கி நெருக்கி, கடிதத்தின் முழுப்பெறுமதியையும் பெறும்விதமாக எழுதியிருந்தார். தான் வெள்ளிக்கிழமைகளில் நீராகாரம் மட்டுமே அருந்துவதாகவும் கடந்த 65 வருடங்களில் ஒரு முறைகூட அதில் தவறியதில்லை என்றும் எழுதியிருந்தார். நடப்பது கஷ்டமாக இருக்கிறதாம். யாரோவுடைய சைக்கிள் பாரிலும்

மோட்டார் சைக்கிள் பின் சீட்டிலும் அமர்ந்து வெளியே பயணம் செய்வதாகவும் தூர இடம் என்றால் ஓட்டோவில் போவதாகவும் கடிதத்தில் கூறியிருந்தார்.

'ஒரு நாளில் 24 மணி. ஆறு மணி சாப்பாட்டுக்காக உழைக்க வேண்டும். ஆறு மணி சுயகருமங்கள். ஆறு மணி நித்திரை. ஆறு மணி நாட்டு மக்களுக்குச் சேவை.' சனங்களுக்கு சேவை செய்யாத ஒவ்வொரு மணி நேரமும் கடவுளிடமிருந்து தூரமாகவும் மரணத்துக்குக் கிட்டவாகவும்தான் நகர்வதை உணருவதாக அவர் சொன்னது நினைவுக்கு வந்தது. அவருடைய இந்தக் கொள்கையில் கடந்த 65 வருடங்களில் ஒரு மாற்றம்கூட இல்லை என்பதையும் எனக்குத் தெரிவித்திருந்தார்.

காந்தி வாத்தியார் கடிதத்தை இப்படி முடித்திருந்தார்.

'தாங்கள் மனமுவந்து மன நிறைவோடு அனுப்பிய பணம் வங்கிமூலம் பெற்றுக்கொண்டேன். நீங்கள் உங்களைப் பல வகையிலும் பல நிகழ்ச்சிகளிலும் நினைவூட்டி எழுதி அறிமுகப்படுத்தியிருந்தீர்கள். ஆனால், நீங்கள் யாரென்று எனக்கு ஞாபகமில்லை. என்னை மன்னியுங்கள்.'

◆

இப்படித்தான் உலகம்

இன்று நாள் 6.40க்கு விடிந்தது. மாலை 7.58க்குச் சூரியன் மறைந்து பகல் முடிவுக்கு வரும். இன்றைய நாள் ஐந்து டிகிரி சென்டிகிரேட் வெப்பத்துடன், மழை இல்லாமல் மூட்டமுடன் காணப்படும். காற்றழுத்தம் 103 ஆகவும் காற்று வேகம் வடக்குத் திசையில் மணிக்கு 19 கி.மீட்டராகவும் ஈரப்பதம் 61 ஆகவும் பார்வை தூரம் 24 கி.மீட்டராகவும் இருக்கும். வயது ஒரு நாள் அதிகரிக்கும். நான் இன்று ஒரு நல்லவரைச் சந்திப்பேன். ஒரு கெட்டவரைச் சந்திப்பேன்.

என் மகள் சிறுவயதாயிருந்தபோது யாராவது அவள் வயதைக் கேட்டால் ஐந்து என்று சொல்லமாட்டாள். ஐந்து வருடம், இரண்டு மாதம் என்பாள்; ஆறரை என்பாள்; ஏழுவருடம் 10 நாள் என்பாள். அவள் வயதை எண்ணும்போது ஒவ்வொரு நாளும் முக்கியம் பெறும். அவள் வாழ்ந்த ஒவ்வொரு தினமும் அவளுக்கு இனிப்பானது. ஒருநாளைத் தவறவிட்டாலும் ஏதோ துரோகம் செய்துவிட்டதுபோல நினைப்பாள். பதின்பருவம் நடந்த போது 14 வயது என்று ஒருபோதும் சொல்லமாட்டாள், 'பதினைந்தாகப்போகிறது' என்பாள். 21 வயதில் பெரிய கொண்டாட்டம், இமயமலையின் உச்சியில் ஏறி நின்றதுபோல. முப்பதைத் தொட்டபோது 'ஓ முப்பதாகிவிட்டது' என்று முனகினாள். நாற்பது, ஐம்பது, அறுபது என்று வருடங்கள் பாய்ந்தோடுகின்றன. எழுபதை அடைந்ததும் இப்பொழுதுதானே அறுபதைக் கொண்டாடி னோம் என்று ஆச்சரியப்படுகிறோம். சிறுவயதில் ஒருநாள் விடியும் போது அது ஒரு புது நாள், இன்னும் திறக்காத ஒரு பரிசுப் பொருள் போல. வாழ்க்கையை முழுவதுமாக, கடைசிச் சொட்டுவரை அனுபவிக்கவேண்டும் என்ற ஆசையும் வேகமும் இருக்கும்.

முதுமையில் அந்த ஆவல் நசிந்துபோய்விடுகிறது, 'இன்னொரு நாள்' என்று அலுத்துக்கொள்கிறோம்.

நான் தினம் ஒரு நல்லவரையும் கெட்டவரையும் சந்திக்கிறேன். காலையில் நடைபயிலச் செல்லும்போது ஒரு நினைவுக் கல்லைக்

கடக்கிறேன். ஒரு நாள் நின்று அதில் எழுதியிருப்பதைப் படித்துப் பார்த்தேன். ஜோஸப் ரொமில்சன் என்பவர், அமெரிக்கா சுதந்திரப் பிரகடனம் செய்வதற்கு முன்னர், 1748இல் கனடாவுக்குக் குடிபெயர்ந்து ஒரு புதுக்குடியிருப்பைத் தொடங்கி வைத்தவர். ரூச் நதிக்கரையில் விவசாயம் செய்து மாக்கம் பிராந்தியத்தை வளமாக்கியவர். தான தருமங்கள் செய்து மக்களுக்கு முன்னோடியாக வாழ்ந்தவர். இன்று நான் வசிக்கும் இடம் ஒரு காலத்தில் அவருக்கு சொந்தமாக இருந்தது. அவருடைய வழித்தோன்றல்கள் அவருக்கு ஒரு நினைவுச் சின்னம் எழுப்பியிருக்கிறார்கள். அவர் வாழ்ந்த காலத்தில் இன்னொருவரும் வாழ்ந்தார். அவர் பெயர் ஆப்பிரஹாம் தன் மகனைச் சுட்டுக் கொலை செய்தவர். அவருக்கு ஒருவரும் நினைவுச் சின்னம் எழுப்பவில்லை.

நேற்று என் கம்ப்யூட்டரைத் திறந்தபோது ஒரு வைரஸ் வந்து தாக்கியது. கம்ப்யூட்டர் நான் நினைத்தபடி வேலை செய்யவில்லை, தான் நினைத்ததைச் செய்தது. பலமணிநேரம் செலவு செய்து ஒருவர் இந்த வைரஸை உண்டாக்கிப் பல்லாயிரம் மைல்களுக்கப்பால் இருந்து அனுப்பியிருக்கிறார். அவருக்கு நான் யாரென்று தெரியாது. அவருக்கு நான் ஒரு கெடுதல் செய்ததும் கிடையாது. ஆனால் இன்னொரு வருடைய அழிவு அவருக்கு இன்பத்தைக் கொடுக்கிறது. என் பக்கத்து வீட்டில் 8ஆவது படிக்கும் பையன் வந்து அந்த வைரஸைத் துரத்தி, கம்ப்யூட்டரைப் பழையபடி இயங்க வைத்தான். தொலைந்துபோன என் கோப்புகளை மீட்டெடுத்தான். ஒரு நல்லவன் இருந்தால் ஒரு கெட்டவனும் இருப்பான்.

நான் நடையை முடித்துவிட்டு வீட்டுக்குத் திரும்பியபோது என் வீட்டுக்கு முன்னால் நின்றிருந்த பேர்ச் மரத்தின் வேர்களுக்கிடையே ஒரு செல்போன் கிடந்தது. பார்த்தால் அது இப்பொழுது பிரபலமாகி வரும் விலை உயர்ந்த ஐபோன். யாரும் தவறுதலாக அங்கே கைநழுவ விடவில்லை; எறிந்திருக்கிறார்கள். அதைக் கையிலெடுத்து அதிலிருந்த சில நம்பர்களை அழைத்தேன். அழைத்தவர் எனக்குத் தெரியாத ஒரு மொழியில் பேசினார். இன்னொருவரை அழைத்தேன். அவரும் அப்படியே. சில மணி நேரங்களில் ஐபோனின் சொந்தக்காரர் என்னைத் தொடர்புகொண்டு ஐபோனை வந்து எடுத்துப்போனார். அவர் சொன்ன கதை இதுதான். அவர் காரைப் பூட்டாமல் வெளியே நிறுத்திவிட்டு வேலையாக உள்ளே இருந்திருக்கிறார். நாலைந்து இளைஞர்கள் ஐபோனைத் திருடியிருக்கிறார்கள். ஆனால், பாதி வழியில் பயந்துபோய் அதை எறிந்துவிட்டு மறைந்துவிட்டார்கள்.

முதுமை மனிதர்களைப் பெரிதும் மாற்றிவிடுகிறது. சிறுவயதில் எங்கள் கண்கள் நல்லவர்களையே கண்டது. நல்லவர்களும் கெட்டவர் களும் நிறைந்த இந்த உலகம் கெட்டவர்களால் நடப்பதில்லை. நல்லவர்களால்தான் இயங்குகிறது. இதைத்தான் பல நூறு வருடங ்

களுக்கு முன்பு கடலுள் மாய்ந்த இளம்பெருவழுதி என்னும் புலவர் புறநானூறில் கூறியிருக்கிறார்.

உண்டாலம்ம இவ்வுலகம் இந்திரர்
அமிழ்தம் இயைவதாயினும் இனிதெனத்
தமியர் உண்டலும் இலரே முனிவிலர்
துஞ்சலுமிலர் பிறர் அஞ்சுவ தஞ்சிப்
புகழெனின் உயிரும் கொடுக்குவர் பழியெனின்
உலகுடன் பெறினும் கொள்ளலர் அயர்விலர்
அன்னமாட்சி யனையராகித்
தமக்கென முயலா நோன்றாள்
பிறர்க்கென முயலுநர் உண்மையானே. (புறம்: 182)

This world lives
because
some men do not eat alone,
not even when they get
the sweet ambrosia of the gods;
they've no anger in them,
they fear evils other men fear
but never sleep over them;
give their lives for honour,
will not touch a gift of whole worlds
if tainted;
ther's no faintness in their hearts
and they do not strive
for themselves.
Because such men are,
this world is.
(Translation by A.K. Ramanujan)

நல்லவர்களால் ஆனது உலகம். உலகம் நம்பிக்கை அளிப்பது. அனுபவிக்கவேண்டியது. தினமும் ஒருதடவையாவது படிக்க வேண்டிய பாடல் இது. பேராசிரியர் க.கைலாசபதி தன் மேசையில் இந்தப் பாடலைத்தான் எழுதி வைத்திருப்பார்.

◈

என்னை மறக்கவேண்டாம்

கடவுள் ஒருநாள் எல்லாப் பூக்களையும் அழைத்து அவற்றுக்குப் பெயர் சூட்டினார். பூக்களுக்கு மகிழ்ச்சி, தங்கள் பெயர்களைத் தாங்களே சொல்லிப் பார்த்துக்கொண்டன. ஒரேயொரு பூ நிலத்தோடு வளர்ந்த செடியில் இருந்தபடி தன் முறைக்காகக் காத்து நின்றது. கடவுள் கவனிக்கவில்லை. எல்லாப் பூக்களுக்கும் பெயர் கொடுத்தாகி விட்டது. 'என்னை மறக்க வேண்டாம், என்னை மறக்க வேண்டாம்' என்று கீச்சுக் குரலில் இந்தப் பூ கத்தியது. கடவுள் எட்டிப் பார்த்து விட்டு 'சரி, அதுவே உன் பெயராக இருக்கட்டும்' என்றார்.

எழுத்தாளர் சுஜாதா ஓர் இரவு முழுக்கத் தூங்கவில்லை. நடு இரவில் திடீரென்று படையப்பா படத்தில் ரஜினியுடன் நீலாம் பரியாக நடித்த அந்தப் பெண்ணின் பெயரை மறந்துவிட்டார். அவருக்கு நல்லாய் தெரிந்த பெண்தான். ஆனால், அந்த நேரத்தில் பெயரை மறந்துவிட்டார். எவ்வளவு முயன்றும் நினைவுக்குக் கொண்டு வரமுடியவில்லை. அடுத்த நாள் விடிந்த பிறகுதான் அந்தப் பெயர் ரம்யா கிருஷ்ணன் என்பது ஞாபகத்துக்கு வந்து நிம்மதி பிறந்தது; வேறு அலுவல்களையும் அவரால் கவனிக்க முடிந்தது.

அவசரமாக ஏதாவது எழுதிக்கொண்டிருப்பேன். அந்த இடத்தில் ஒரு வார்த்தை தேவையாக இருக்கும்; அது வராது. மீதி எல்லாம் வரும். எழுதியதற்குப் பொருத்தமாக ஒரேயொரு வார்த்தை இருக்கும். அது மட்டும் நினைவுக்கு வராது. புறநானூறில் சோற்று மூட்டையைத் தூக்கிக்கொண்டு நிரையாகப் போகும் சிறுவர்கள் வருவது எந்தப் பாடலில் என்பது மறந்து போகும். மற்றப் பாடல்கள் எல்லாம் நினைவுக்கு வரும். விமான நிலையத்தில் காத்திருக்கும்போது உங்களுக்கு வேண்டிய விமானம் வராது. மற்ற எல்லா அறிவிப்புகளும் வந்துகொண்டிருக்கும். அது போலத்தான்.

விருந்து ஒன்றிலே ஒரு கிழவர் ஒரு கிழவியைச் சந்தித்தார். இருவரும் தனித்து வாழ்பவர்கள். அறுபது வயதைத் தாண்டியவர்

கள். இருவருக்குமே துணை தேவையாயிருந்தது. நீண்டநேரம் அவர்கள் தங்களை மறந்து கதைத்தார்கள். கிழவருக்குக் கிழவியைப் பிடித்துக் கொண்டது. வாழ்நாள் துணைவியாக அவர் தனக்கு வந்தால் எவ்வளவு நல்லது என்று யோசித்தார். ஒரு துணிச்சலில் நீ என்னை மணமுடிக்கச் சம்மதிப்பாயா என்று கேட்டார். கிழவியும் சரி என்று சொல்லி விட்டார்.

நடு இரவில் கிழவருக்கு விழிப்பு ஏற்பட்டது. அந்தப் பெண் அவரை மணமுடிப்பதற்குச் சம்மதித்தாரா இல்லையா என்பது மறந்துவிட்டது. எவ்வளவு யோசித்தும் அவர் கேட்டது ஞாபகத்தில் இருந்தது. ஆனால், கிழவியுடைய பதில் மறந்துவிட்டது. விடியும் வரை காத்திருந்து விடிந்ததும் முதல் வேலையாகத் தொலை பேசியில் கிழவியை அழைத்தார். 'மன்னிக்கவேண்டும். நான் இரவு முழுக்கத் தூங்கவில்லை. நேற்று உன்னை மணமுடிக்கக் கேட்டேன். நீ சம்மதித்தாயா அல்லது மறுத்தாயா?' கிழவி உடனே, 'நான் சம்மதித் தேன். நான் சம்மதித்தேன்' என்று அலறினார். ஆனால், அடுத்த கணமே அணைந்துபோய் மௌனமானார். கிழவர் 'என்ன விசயம்?' என்றார். கிழவி 'நானும் தூங்கவில்லை. நான் சம்மதம் சொன்னது எனக்கு ஞாபகமிருந்தது. ஆனால் யார் என்னை மணமுடிக்கக் கேட்டார் என்பது மறந்துவிட்டது. நல்ல காலமாக உங்கள் தொலை பேசி வந்தது' என்றார்.

மறதி விளைவிக்கும் கேடு பற்றிச் சொல்வதற்கு எல்லோரும் இந்தக் கதையைத்தான் உதாரணம் காட்டுவார்கள். மறதி வியாதி பற்றி நூறு வருடங்களுக்கு முன்னர் முதலில் ஆராய்ச்சி செய்தவர் Alzheimer என்ற ஜேர்மன் மருத்துவர். அந்த வியாதிக்கும் அவருடைய பெயரையே சூட்டினார்கள். திரியில் எண்ணெய் கொஞ்சம் கொஞ்சமாக ஏறுவதுபோல இந்த வியாதி சிலருக்கு முதுமையில் மூளையில் ஏறிவிடுகிறது. மூளைக்கு வேலை கொடுப்பதன்மூலம் இந்த வியாதியைத் தடுக்கலாம் என்பது மருத்துவர்களின் கூற்று. படிப்பது, எழுதுவது, செஸ் விளையாடுவது, குறுக்கெழுத்து, சுடொக்கு போன்ற புதிர்களைச் செய்வது நல்லது என்று சொல்கிறார்கள். புதிர்களை விடுப்பதில் எனக்கு விருப்பம் உண்டு. ஒவ்வொரு நாள் காலையும் முதல்நாள் குறுக்கெழுத்துப் புதிரை எங்கே வைத்தேன் என்று தேடிக் கண்டுபிடித்த பிறகு நான் கிரமமாகச் செய்துவருகிறேன்.

நான் கனடாவுக்குக் குடிவந்த சமயத்தில் எங்கள் வீட்டுத் தோட்டம் செடிகளும் கொடிகளும் புதர்களுமாக தாறுமாறாக வளர்ந்து கிடந்தது. அதைச் செப்பனிட்டுத் தருவதற்கு ஒரு தோட்டக் காரரை ஏற்பாடு செய்தேன். கோமஸ் என்ற ஒரு நாற்பது வயதுக்காரர் முறுகிய இரண்டு கைகளை ஆட்டியபடி வந்தார். எங்கே உங்கள் ஆயுதங்கள் என்று கேட்டேன். அவர் முதலாம் வகுப்பு பள்ளிச்

சிறுவன் முதல் நாள் பள்ளிக்கூடத்தில் புதுச் சாப்பாட்டு பெட்டியைத் திறப்பதுபோலப் பெருமையுடன் தன் பக்கெட்டுக்குள் கையை விட்டு ஒரு சுவிஸ் ராணுவ வில்லுக் கத்தியை எடுத்து விரித்துக் காட்டினார். ராவணனுடைய பத்துத் தலைபோலப் பலவிதமான ஆயுதங்கள் இருந்தன. தோட்ட வேலைக்கு ஒன்றும் உதவாது.

வந்தவருக்குத் தோட்டம் பற்றிய ஞானம் போதவில்லை. பூமியில் இருந்து ஏதாவது வளர்ந்தால் அதை வெட்டவேண்டும் என்பதுதான் அவருடைய ஆகக்கூடிய அறிவு. பக்கத்து வீட்டில் நான் ஒரு வாள் இரவல் வாங்கிக் கொடுத்தேன். அவர் அதைத் தடவிப் பார்த்துவிட்டு நல்லாய்ப் பயிற்சி பெற்ற ஒரு வாள்சண்டை வீரர் போலச் செடிகள், கொடிகள், பற்றைகள் என்று இரண்டு மணி நேரமாக துவம்சம் செய்தார். திடீரென்று மழை ஓய்ந்தது போல ஓர் இடத்தில் குனிந்து கவனித்தார். பின்னர் முழங்காலில் உட்கார்ந்தார். ஐந்து நிமிடம் கழிந்திருக்கும் மனிதர் எழும்பவில்லை. அவருக்கு முன்னால் ஒரு சின்னச் செடி இருந்தது. அதில் நடுவில் மஞ்சளும் சுற்றிவர நீலமுமாகச் சின்னச் சின்னப் பூக்கள். 'இதை மாத்திரம் வெட்ட வேண்டாம்' என்றார். அவர் கையிலேதான் வாள் இருந்தது, நான் எப்படி வெட்டப் போகிறேன்.

'இது என்ன பூ?' என்றேன். கோமஸ் என்னுடைய கேள்வியைப் பொருட்படுத்தவில்லை. 'என்னுடைய அப்பா மானிடோபா மாநிலத்தில் வசிக்கிறார். அது ஓர் அலுப்பான இடம். எங்கே பார்த்தாலும் சமதரை. மனிதரிலும் பார்க்க மாடுகளின் எண்ணிக்கைக்கூட. பத்துப் பேர் இருந்தால் அருகே ஒரு குளம் இருக்கும். அங்கே நான் செய்வதற்கு ஒன்றுமே இல்லை. என்னுடைய அப்பா என்னை அங்கே வரச்சொல்லி 12 வருடமாகக் கெஞ்சுகிறார். நான் தட்டிக்கழித்தேன், ஓரளவுக்கு அவரை மறந்தும் விட்டேன். சமீபத்தில்தான் அங்கே போனேன். அவருக்கு என்னைத் தெரியவில்லை, மறதி வியாதி.'

'அப்படியா, ஐயோ பாவம்' என்றேன்.

'மறதி வியாதி சங்கத்தின் சின்னம் இந்தப் பூதான். இதற்குப் பெயர் Forget me not. என்னை மறக்கவேண்டாம்.'

◆

பிணங்களை வெளியே கொண்டுவாருங்கள்

17ஆம் நூற்றாண்டு இங்கிலாந்தில் இரண்டாவது சார்ல்ஸ் மன்னரின் ஆட்சி நடந்தபோது பிளேக் எனும் கொடிய கொள்ளை நோய் பரவியது. இது பயங்கரமான தொற்று வியாதி. மக்கள் நூற்றுக் கணக்கில் தினமும் செத்து விழுந்தனர். செல்வந்தர்கள் ஊரை விட்டு, நாட்டை விட்டு தப்பி ஓடினர். அரசன்கூட ஒரு தருணத்தில் வேறு ஊருக்கு தன் அரண்மனையை மாற்றினான். அவன் கட்டளைப்படி தினம் அரச சேவகர்கள் கைவண்டிகளைத் தள்ளிக்கொண்டு தெருத் தெருவாகச் சென்று கூவுவார்கள், 'உங்கள் பிணங்களை வெளியே கொண்டு வாருங்கள்' 'உங்கள் பிணங்களை வெளியே கொண்டு வாருங்கள்.' சிறுவயதில் சரித்திர மாணவனாக இதைப் படித்து நான் ஆச்சரியப்பட்டிருக்கிறேன். மீண்டும் என் வாழ்நாளில் இப்படி நிகழக் கூடும் என்பதை நான் நினைத்துக்கூடப் பார்த்ததில்லை.

ஈழத்துப் போரிலே செத்துமடியும் நூற்றுக் கணக்கான அப்பாவி மக்களைப் பற்றிய செய்திகளும் படத்துணுக்குகளும் தினம் தினம் இணையத் தளங்களை நிரப்புகின்றன. அவற்றைப் பார்க்கும் எந்த மனமும் பதறும். ஒரு குழந்தையின் தலை இரண்டாகப் பிளந்ததைப் படம் பிடித்துப் போட்டிருக்கிறார்கள். இந்தப் பிஞ்சுக் குழந்தை என்ன பாவம் செய்தது. அது தமிழ் குழந்தை என்று சொல்கிறார்கள். எப்படிச் சொல்லமுடியும்? அது இன்னும் தமிழ்ப் பேச ஆரம்பிக்கவில்லையே? அதற்குச் சிரிக்கவும் அழவும்தான் தெரியும். அதிலும் அந்தக் குழந்தை சிரிப்பை மறந்து வெகு நாள்களாகிவிட்டன.

ஐ.நா சாட்டிலைட் எடுத்த படத்தில் பாதுகாப்பு வளையத்துக் குள் குண்டுகள் விழுந்து வெடிப்பது பதிவாகியிருக்கிறது. குற்றம் செய்தவர்களை அடைத்துவைக்கும் இடம் சிறை. குற்றம் செய்யாதவர் களை அடைத்துவைப்பதற்குப் பெயர் internment camp. இலங்கை அரசு

அ. முத்துலிங்கம்

சமீபத்தில் உண்டாக்கிய இப்படியான முகாம்களில் சிறை வைக்கப் பட்டிருக்கும் மக்களுக்கு போதிய உணவும் இல்லை; மருந்தும் இல்லை. பெண்கள் பாலியல் வல்லுறவுக்கு ஆளாக்கப்படுகிறார்கள். சிறுவர்கள் பிணங்களுடன் உறங்குகிறார்கள். அவை பிணங்கள் என்பது அவர்களுக்குத் தெரியாது. இவை எல்லாவற்றையும் இங்கிலாந்தின் சானல் நியூஸ் 4 காணொளிப் படங்களாகக் காட்டியிருக்கிறது.

இலங்கை அரசு போரை நடத்துகிறது என்று சொல்கிறார்கள். பொஸ்டன் குளோப் பத்திரிகை இந்த யுத்தத்தை 'நாலு சகோதரர்களின் யுத்தம்' என்று வர்ணிக்கிறது. உலகில் எங்கேயாவது ஓர் அரசாங்கத்தில் நாலு சகோதரர்கள் கூட்டுச்சேர்ந்து இன அழிப்புப் போர் ஒன்றை நடத்தியதாக சரித்திரம் இருக்கிறதா? யுத்தத்தில் அவலப்படும் இந்த மக்கள் என்ன கேட்கிறார்கள்? எகிப்திய அரசன் பார்வோனிடம் மோசே யாசித்ததுபோல 'எங்களை விட்டுவிடுங்கள்' என்று கேட்கிறார் கள். ஆனால் அது அவர்கள் காதுகளில் ஏறவில்லை. மாறாக அழிப்பு வேலை நாளுக்கு நாள் உக்கிரமடைகிறது. இந்த அக்கிரமக்காரர்கள் அவர்கள் பாவத்தை எங்கே போய்க் கழுவுவார்கள்.

சேக்ஸ்பியர் எழுதிய மாக்பெத் நாடகத்தில் டங்கன் என்ற அரசனை மாக்பெத் கொலைசெய்வான். கத்தியில் வழியும் ரத்தத்தைக் கழுவமுடியாமல் திகைத்து நிற்கும் மாக்பெத் 'நெப்டியூனின் கடல் தண்ணீர் முழுக்க என் ரத்தக் கறைகளைக் கழுவப் போதாதே' என்று அரற்றுவான். இந்தச் சகோதரர்களின் பாவத்தைக் கழுவ இந்து சமுத்திரத்தின் தண்ணீர் போதுமானதாக இருக்குமா என்பது தெரிய வில்லை.

இப்பொழுது எங்களிடையில் ஒரு பாரதியார் இல்லையே என்ற துக்கம் எனக்கு அடிக்கடி வருகிறது. எங்கோ பீஜித்தீவில் கரும்புத் தோட்டத்தில் சிக்குண்டு மாடுகள் போல உழைத்த தமிழ் உயிர்களுக்காக அவர் அன்று பாடி வைத்தது, இன்றைய ஈழத் தமிழர்களுக்குப் பாடியது போல அல்லவா இருக்கிறது.

நாட்டை நினைப்பாரோ - எந்த
நாளினிப் போயதைக் காண்பதென்றே அன்னை
வீட்டை நினைப்பாரோ - அவர்
விம்மி விம்மி விம்மி விம்மியழுங் குரல்
கேட்டிருப்பாய்க் காற்றே! துன்பக்
கேணியிலே எங்கள் பெண்கள் அழுத சொல்
மீட்டும் உரையாயோ - அவர்
விம்மி யழவும் திறங்கெட்டுப் போயினர்.

'விம்மி யழவும் திறங்கெட்டுப் போயினர்' என்ற வரிகள் எவ்வளவு நிசமானவை. ஒரு தாய் மரத்தின் அடியில் செத்துப்போன குழந்தையை

மடியில் போட்டுக்கொண்டு வெறித்த பார்வையோடு உட்கார்ந் திருக்கிறாள். அந்தப் படத்தில் அவள் கண்களில் கண்ணீர் வற்றி விட்டது தெரிகிறது.

பிரிட்டிஷ் ராச்சியத்தைச் சூரியன் மறையாத ராச்சியம் என்று வர்ணித்தார்கள். இருபத்து நாலு மணிநேரமும் அவர்கள் ஆண்ட ஏதோ ஒரு நாட்டில் சூரியன் பிரகாசித்துக் கொண்டிருந்தான். அதனால்தான் சூரியன் மறையாத ராச்சியம் என்று சொன்னார்கள். இன்று உலகத்தின் பல பாகங்களிலும் புலம்பெயர்ந்த தமிழர்கள் வாழ்கிறார்கள். அவர்கள் புலத்தில் சூரியன் என்றுமே மறைவதில்லை. புலம் பெயர்ந்த பத்து லட்சம் தமிழ் மக்கள் எங்கெங்கே சிதறிக்கிடந் தாலும் அவர்கள் இருப்பையோ, அடையாளத்தையோ எவரும் மறுக்க முடியாது. சமுத்திரங்கள் பிரித்தாலும் அவர்கள் ஒரு மக்கள். உலகத் தைச் சுற்றி அவர்கள் எழுப்பும் ஒருமித்த எதிர்ப்புக் குரல் 24 மணி நேரமும் ஒலிக்கிறது. இதுவும் புதுச் சரித்திரம். ஆனால், தொடரும் இன ஒழிப்பை உலகம் கண்டு கொள்ள மறுக்கிறது.

நிறைய ஒளிப்படத் துண்டுகள் எனக்கு மின்னஞ்சலில் வரு கின்றன. அவற்றில் பலவற்றைக் கல்நெஞ்சக்காரர்கூடப் பார்க்க முடியாது. சிலதைத் திறந்து பார்த்தால் அன்று முழுக்க ஒன்றுமே செய்யத் தோன்றாது. சமீபத்தில் ஒன்றைப் பார்த்தேன். 'பிணங்கள் எங்கே, பிணங்கள் எங்கே' என்ற குரல் மட்டும் கேட்கிறது. பிணத்தைக் காட்டவில்லை. அவர்கள் பிணம் சேகரிப்பவர்கள் என்று பின்னர் தெரிந்துகொண்டேன்.

ஈழத்துப் போரில் சேரும் பிணத்தின் தொகை நாளாந்தம் அதி கரிக்க அவற்றை அகற்றுவதற்கு வேறு பல உபாயங்களையும் தந்திரங்களையும் புகுத்தவேண்டியுள்ளது. வீசிய நச்சுக் குண்டுகளில் சில பிணங்கள் ஏற்கெனவே கருகி விட்டதால் எரிக்கும் வேலை இல்லாமல் போய்விட்டது. சில பிணங்கள் கவனிப்பாரற்றுக் கிடக் கின்றன. இன்னும் சில பிணங்களை விட்டுவிட்டு உற்றார் உறவினர் ஓடிவிடுகிறார்கள். எதிர்வரும் காலங்களில் அரசு அறிவித்தல் ஒன்று இப்படி வந்தாலும் நாங்கள் ஆச்சரியப்படமுடியாது.

'உங்கள் பிணங்களைக் காலை எட்டு மணியிலிருந்து பத்து மணிக்குள் சேகரத்துக்கு தயாராக வைத்திருங்கள். தவறுவோர் கடுமையான தண்டனைக்குள்ளாக்கப் படுவார்கள்.'

சமீபத்தில் வெளிவந்த புள்ளிவிபரக் கணக்கு கடந்த ஐந்து மாதங்களில் போரில் இறந்தவர் தொகை 7000 என்று கூறுகிறது. இதே வேகத்துடனும் செயல் திறனுடனும் அரசு இன அழிப்பைத் தொடர்ந்தால் இன்னும் சில மாதங்களில் பிணங்கள் எல்லாம்

அ. முத்துலிங்கம் ◆ 69

முடிந்துவிடும். பீரங்கிகள் ஓய்ந்து, போரும் நின்றுவிடும். முழுத் தீர்வு என்பது இதுதான்.

அப்பொழுது இலங்கை அரசு ஆறுதலான ஒரு பெரிய பெரு மூச்சை விடலாம். என்ன நடக்கிறது என்பதை உன்னிப்பாக வேடிக்கை பார்த்து வந்த உலக நாடுகளும் பெருமூச்சு விடும். இந்தியாவின் பெருமூச்சு மிக நீண்டதாக இருக்கும்.

◆

ஆகச் சிறந்த வாசகி

நேற்று, சனிக்கிழமை, யாழ்ப்பாணக் கல்லூரி பழைய மாணவர் நடத்தும் இரவு விருந்துக்கு அழைப்பு வந்தது. நானும் பழைய மாணவன்தான். ஆகவே கட்டாயம் போகவேண்டும். இந்தப் பழைய மாணவர்களில் ஒன்றிரண்டு பேர் என் வாசகர்கள். இப்படியான சந்திப்பின்போது அவர்கள் என்னுடைய எழுத்தைப் பற்றி ஏதாவது சொல்வார்கள். சிறுவயதில் என்னோடு படித்த ஒருவர் தொடர்ந்து படிப்பதும் அபிப்பிராயம் சொல்வதும் மனத்துக்கு உவகை தரும் அனுபவம். எனவே தவறவிடக் கூடாது.

ஆனால் துக்கமும் இருக்கும். வருடா வருடம் நடக்கும் இந்தச் சந்திப்பில் என் நண்பர்களின் எண்ணிக்கை குறைந்து கொண்டே வந்தது. இம்முறை யாராவது வருவார்களா அல்லது ஒருவருமே வரமாட்டார்களா என்ற மெல்லிய பதற்றம் தொற்றியது. நான் வெளியே காட்டவில்லை.

விருந்து சிறப்பாகத் தொடங்கியது. அதில் பேச்சாளர் ஒருவர் சொன்னது பழைய ஞாபகங்களை கிளப்பியது. அவர் 100 வருடங்களுக்கு முன்னர் யாழ்ப்பாணக் கல்லூரியில் கடமையாற்றிய வெள்ளைக்கார அதிபர் அருள்திரு. ஜோன் பிக்னெல் பற்றிச் சொன்னார். இவருடைய ஆட்சியில்தான் ரவீந்திரநாத் தாகூர் எங்கள் கல்லூரிக்கு வருகை தந்திருந்தார். எங்கள் கல்லூரி அதிபரை கொழும்பு அரசி மாளிகைக்கு அப்போதைய கவர்னர் ஜெனரல் இரவு விருந்துக்கு அழைத்ததும் அந்தக் காலகட்டத்தில்தான். அங்கே அவர் ஆற்றிய இரவுப் போசன விருந்து உரை (after dinner speech) புகழ் பெற்றது. பலமுறை மற்றவர்களால் திருப்பிச் சொல்லப்பட்டது. விருந்தில் அவர் சொன்ன கதை இதுதான்.

ரோமாபுரியை ஆண்ட ஒரு மன்னனுக்கு இறக்கும்வரை போராடும் அடிமை மல்லர்களின் (gladiators) வீரசாகசங்களைப் பார்ப்பதில் விருப்பம் அதிகம். அடிக்கடி காட்சியரங்கில் பொதுசன

பார்வைக்குச் சிங்கங்களையும் மல்லர்களையும் மோதவிட்டு வேடிக்கை பார்ப்பான். அடிமைகள் கடைசித் துளி உயிர் இருக்கும் வரை சண்டையிடுவதும் சிங்கங்கள் இறுதியில் வெல்வதும் ஒவ்வொரு முறையும் தவறாமல் நடக்கும். அரசன் காட்சியைக் களித்துப் பார்ப்பான்.

ஒருமுறை உடம்பு ஒட்டி மெலிந்த அடிமையைச் சிங்கத்துடன் மோத சேவகர்கள் இழுத்து வந்தார்கள். எதிர்ப்பே இல்லாமல் சிங்கம் அடிமையை ஒரே அடியில் கொன்றுவிடும் என்று சபை எதிர்பார்த்தது. ஆனால் நிலைமை வேறுவிதமாக மாறியது. சிங்கம் பாய்ந்து வர அடிமை அதனிடம் ஓடிச்சென்று அதன் காதுக்குள் ஏதோ சொன்னான். அவ்வளவுதான், சிங்கம் பயந்து ஒடுங்கிப்போய், கூண்டுக்குள் புகுந்துகொண்டது. எவ்வளவு முயன்றும் திரும்ப வெளியே வரவில்லை.

மன்னனுக்கு ஆச்சரியம் தாங்கவில்லை. சிங்கத்திடம் அடிமை என்ன சொன்னான் என்று கேட்டால் அவன் பதில் கூற மறுத்து விட்டான். அடிமையைக் கொல்லலாம் ஆனால், ரகஸ்யமும் அவனுடன் மறைந்துவிடும். அரசனுக்கு திண்டாட்டம். அரசன் அடிமையை விடுதலை செய்ததும் அவன் அந்த ரகஸ்யத்தைச் சொன்னான். ‘சிங்கமே, நீ என்னை விருந்தாக உண்பதில் எனக்கு ஆட்சேபமே இல்லை. ஆனால் விருந்துக்குப் பிறகு அரச சபை வழக்கப்படி நீ இரவுப் போசன உரை ஒன்று ஆற்றவேண்டும்.’ சிங்கம் அடித்துப்பிடித்து ஓடியதன் காரணம் அப்போது அரசனுக்குப் புரிந்தது என்பதுதான் கதை.

இரவுப் போசனம் நடக்கும்போதே என் கண்கள் நண்பர்களைத் தேடிக்கொண்டிருந்தது. ஒருவரும் கண்ணில் படவில்லை. மனம் துணுக்கென்றது. தூரத்து மேசையில் ஒருவர் என் நண்பரின் சாடையில் தெரிந்தார். ஆனால் அது அவரில்லை. அவர் நான் எழுதுவதைத் தொடர்ந்து படிப்பவர். படிக்கும் காலத்தில் நிறைய வாக்குவாதங்கள் செய்திருக்கிறோம். அவர் செய்யும் தர்க்கம் சுழல் படிக்கட்டில் இறங்குவதுபோல, நேராக ஒன்றையும் சொல்லாமல் சுழன்று சுழன்று முடிவு நிலையை வந்தடைவார். ‘உங்கள் எழுத்து இன்னும் அதே நிலைதான்; முழுமையடையவில்லை’ என்பார். ‘புத்தருக்குக்கூட ஞானம் அடைய 40 நாள் தேவைப்பட்டிருக்கிறது. முதல் 39 நாளும் வேஸ்ட் என்று சொல்லமுடியுமா?’ என்பேன். ஒவ்வொரு வருடமும் இந்த சம்பாசணை இடம்பெறும். அந்த நண்பருக்கு என்ன நடந்ததென்று தெரியவில்லை.

எதிர்பாராதவிதமாக முன்பின் தெரியாத ஒருவர் என்னை நோக்கி வந்தார். கைகளைப் பின்னால் கட்டிக்கொண்டு அவர் நடந்துவந்த தோரணையில் ஆசிரியர் போலத் தென்பட்டார். நான்

படித்த அதே கல்லூரியில் ஆசிரியராகப் பணியாற்றியவர் என்று சொன்னார். எனக்கு அவரைத் தெரியவில்லை; அவருக்கும் என்னைத் தெரியவில்லை. 'நீங்கள் அ.முத்துலிங்கமா?' என்று கேட்டார். ஒருவரும் முதல் எழுத்தையும் சேர்த்து என் பெயரைச் சொல்வதில்லை. நான் ஓர் அடி பின்னால் நகர்ந்து 'ஓம்' என்றேன். 'நீங்கள் உங்கள் ஆசிரியர்களைப் பற்றி எழுதியிருந்தீர்கள். அவ்வளவு மோசமானவர்களா? நான் உங்கள் கட்டுரையைப் படித்தேன்' என்றார். 'என்னை மாணவனாக அடையும் சங்கடத்திலிருந்து நீங்கள் தப்பிவிட்டீர்கள்' என்றேன்.

'உங்கள் வாசகி ஒருவர் உங்களைச் சந்திப்பதற்கு மிகவும் ஆர்வமாக இருக்கிறார். அவரைக் கட்டாயம் நீங்கள் பார்க்க வேண்டும்' என்றார். ஒரு பதினாறு வயதுப் பெண்ணைக் கற்பனை செய்துகொண்டேன். 17 வயதாகக்கூட இருக்கலாம். என்னை அழைத்துச் சென்று அந்தப் பெண்ணுக்கு அறிமுகப்படுத்தினார். என்னிலும் பார்க்க பத்து வயதுகூடிய பெண் அவர். வெள்ளை வெளேரென்று இருந்தார். அவர் தலைமுடியும் அதே நிறம். ஒரு காலத்தில் ஆட்களை மயக்கும் அழகான யுவதியாக இருந்திருப்பார். நீல பிளவுசும் நீலக்கரை வைத்த சேலையும் அணிந்திருந்தார். சிரத்தையெடுத்துச் செய்த உடையலங்காரம். அவர் பிளேட்டைச் சுற்றி உணவு சிந்தியிருந்தது. உணவை இன்னும் முடிக்கவில்லை. அவருடைய கை நேராக உணவுக்குப் போகவில்லை. கையினால் பிளேட்டின் விளிம்பைக் கண்டுபிடித்து பின்னர் உணவை எடுத்து வாயில் வைத்தார். சாப்பிட்டு முடிந்த பின்னும் அவர் தாடை அசைந்துகொண்டிருந்தது.

அந்தப் பெண் நான் படித்த அதே கல்லூரியில் படித்தவராம். 'நீங்கள் படித்த நாள்களில் என்னைக் கண்டிருக்கிறீர்களா?' என்று கேட்டார். 'சின்ன வயதிலும் அதற்குப் பின்னர் வந்த நாள்களிலும் இன்றுவரை நான் பெண்களை ஏறெடுத்தும் பார்த்ததில்லை' என்றேன். அவர் சிரித்தார். நான் சிரித்தேன். மறுபடியும் சிரித்தார். மறுபடியும் சிரித்தேன். 'உங்களுடைய எல்லாப் புத்தகங்களும் என்னட்டை இருக்கு. உங்கள் அபிமான வாசகி நான். நீங்கள் என்ன எழுதினாலும் படிப்பேன்.' அடுத்த வசனத்துக்காக நான் காத்திருந்தேன். 'எல்லாம் மறந்து போச்சுது.'

கனடா போன்ற ஒரு நாட்டில், ஒரு விருந்தில், ஓர் இரவில் இரண்டு வாசகர்களைச் சந்திப்பது என்பது இறைவனின் நற்கருணை. இந்தப் பேறு சாதாரணமானது அல்ல. இருவரும் என்னிலும் வயது கூடியவர்கள் என்றால் என்ன? ஒரு பிரச்னையும் இல்லை. நேற்று நான் கடைசியாகச் சந்தித்த பெண்தான் என்னுடைய ஆகச் சிறந்த வாசகி என்று நினைக்கிறேன்.

◆

அ. முத்துலிங்கம் ◆ 73

வாழ்த்துக்கள் அனுப்புவது

சமீபத்தில் என் நண்பர் ஒருவருக்குச் சட்டப்படி மணவிலக்கு கிடைத்தது. அது அவருக்கு சுலபமாகக் கிடைக்கவில்லை. இரண்டு வருடப் போராட்டத்தின் பின்னர்தான் கிடைத்தது. இவரும் மனைவியும் இரு தரப்பு வழக்கறிஞர்களுக்கும் கூட்டாகக் கொடுத்தது என் ஊகத்தில் 50,000 டொலர் இருக்கலாம். நண்பர் நிம்மதியாகப் பெருமூச்சு விட்டார். அவருக்கு வாழ்த்து அனுப்புவதா அல்லது அனுதாபம் தெரிவிப்பதா என்று எனக்குத் தெரியவில்லை. பிரிவு எப்படி மகிழ்ச்சியைக் கொடுக்கமுடியும்? நான் ஒன்றுமே செய்ய வில்லை, அப்படியே விட்டுவிட்டேன்.

இன்னொரு நண்பர் தன்னுடைய 47ஆவது ஆண்டு திருமண நாளைக் கொண்டாடினார். அவர் மனைவியுடன் பக்கத்தில் நின்ற போது சிரித்ததுபோலத்தான் பட்டது. ஆகவே வாழ்த்து அனுப்புவ தென்று முடிவு செய்தேன். வாழ்த்து அட்டைகளில் எனக்கு நம்பிக்கை இல்லை. அவை நான் சொல்ல நினைப்பதை ஒருபோதும் சொல்வ தில்லை. இதுதான் நான் நண்பருக்கு அனுப்பிய வாழ்த்துச் செய்தி.

'என் மனைவி என்னை மா வாங்கி வரும்படி சுப்பர்மார்க் கெட்டுக்கு அனுப்புவார். வழக்கம்போல என்ன மா என்பதைச் சொல்ல வில்லை. ஒரு துண்டில் 'மா' என்று ஒற்றை எழுத்து வார்த்தையை எழுதி என்னிடம் தந்திருந்தார். பேப்பரில் நிறைய இடம் இருந்தது. பேனையிலும் மை இருந்திருக்கும். கையும் உளைவெடுத்திராது. மா என்பதை நீட்டி வேறு விவரங்களும் தந்திருக்கலாம், ஆனால் அவர் அப்படிச் செய்யார். திருவள்ளுவருக்குத் தான் பெரிய போட்டி என்று மனத்திலே நினைப்பு. எத்தனை விதமான மா இருக்கிறது. நான் எதை வாங்குவது, எதை விடுவது?

முட்டை வாங்கப் போனாலும் இதே பிரச்னைதான். வெள்ளை முட்டை, சிவப்பு முட்டை, ஒமேகா 3 சிவப்பு முட்டை, ஒமேகா 3 வெள்ளை முட்டை, நாட்டுக்கோழி முட்டை, கூட்டுக்கோழி முட்டை

இன்னும் எத்தனையோ வகை. பால் வாங்கப் போனாலும் பிரச்னை ஒழியாது. முழுப் பால், 1% கொழுப்பு அகற்றிய பால், 2% கொழுப்பு அகற்றிய பால், லக்டோஸ் மட்டும் அகற்றிய பால், லக்டோசும் கொழுப்பும் அகற்றிய பால் இப்படி அதிலும் பல வகை.

சூப்பர்மார்க்கெட்டில் மா பக்கெட்டுகள் அடுக்கியிருக்கும் தட்டுக்கு முன் நின்று அண்ணாந்து பார்த்தேன். Wheat flour, self rising floor, bleached, unbleached, all purpose floor என எத்தனையோ வகை. ஒரு தட்டு நிறைந்து பக்கத்துத் தட்டிலும் தொடர்ந்தது. அப்பொழுது பார்த்து கடவுள் அனுப்பியதுபோல எனக்குப் பக்கத்தில் ஒரு நடுத்தர வயது அம்மையார். அவருடைய உடை, ஒப்பனை, காலணி, கைப்பை எல்லாம் அவர் அலங்காரத்திலும் தன் தோற்றத்திலும் அக்கறை எடுப்பவர் என்பதை உணர்த்தியது. சுப்பர்மார்க்கெட்டில் எந்த வரிசையில் என்ன ஒழுங்கில் சாமான்களை அடுக்கியிருப்பார்களோ அதே ஒழுங்கில் பட்டியலைத் தயாரித்து வந்திருந்ததால் அதைப் பார்த்து அதி விரைவாகத் தள்ளு வண்டியை நிறைத்தபடியே நகர்ந்தார். ஒரு முடி வெட்டுபவரிடம் எப்படி முடி வெட்டவேண்டும் என்று சொல்வோமோ அப்படி விவரமாக என்னுடைய பிரச்னையை அவரிடம் சொன்னேன். அவர் all purpose flour I ஐ வாங்கச் சொன்னார். ஏனென்றால் அதை எல்லா விதமான தேவைகளுக்கும் பயன்படுத்தலாம்.

ஆகவே, என்னருமை நண்பரே, தம்பதியரே, உங்களுக்கு என்னுடைய all purpose வாழ்த்துக்களை அனுப்பிவைக்கிறேன். அதாவது உங்களுக்கு என்ன விதமான தேவைகள், ஆசைகள், விருப்பங்கள் உள்ளனவோ அவை எல்லாவற்றுக்கும் பொதுவாக இந்த வாழ்த்துக்களை நீங்கள் பயன்படுத்திக் கொள்ளலாம்.

என் வாழ்த்துக்களுக்குக் காலாவதி தேதி இல்லை. ஆகவே, இந்த வாழ்த்துக்களை நீங்கள் ஆண்டாண்டு காலமாக உபயோகித்துக் கொள்ளலாம். உங்கள் ஆசைகளும் விருப்பங்களும் ஆண்டு தோறும் மாறும்போது வாழ்த்துக்களையும் புதுப்பித்துக் கொள்ளலாம். உங்கள் மனம் முழுக்க உவகை நிறைந்து நீங்கள் இணைந்து வாழும் ஒவ்வொரு நாளும் என்னை நிறைவடையச் செய்யும்.'

குழையல்

நான் சின்ன வயதாயிருந்தபோது அம்மா சமைப்பதைப் பார்த்திருக்கிறேன். தினமும் பத்துப் பேருக்கு அவர் சமைப்பார். கிணற்றடியிலிருந்து தண்ணீர் அள்ளுவதிலிருந்து சமைப்பதற்கு விறகு பொறுக்குவதுவரை எல்லாம் அவர்தான் செய்யவேண்டும். காலை ஐந்து மணிக்கு அடுப்பு மூட்டினார் என்றால் இரவு பத்து மணிக்குப் படுக்கப்போகும்வரை அது எரிந்துகொண்டே இருக்கும். அவ்வளவு நேரமும் அம்மா அடுக்களையில்தான். காலை உணவு, மதிய உணவு, மாலை பலகாரம், பின்னர் இரவு உணவு என்று மாறி மாறி ஒரு தொழிற்சாலைபோல அங்கே உணவு உற்பத்திதான்.

ஒருநாள் அம்மாவுக்குக் காலையில் எழும்போதே தலைச் சுற்றல் காய்ச்சல் எல்லாம் இருந்தது. ஆனாலும் ஏதாவது வேகமாகச் சமைத்துவிட்டுப் படுக்கவேண்டும். அவர் ஒரு காரியம் செய்தார். அங்கே கிடந்த காய்கறிகள், பருப்பு, கீரை எல்லாத்தையும் ஒன்றாக்கி அரிசியுடன் சேர்த்துச் சமைத்தார். தேவையான உப்பு, புளி, உறைப்பு சேர்க்கத் தவறவில்லை. வெந்ததை இறக்கிவைத்துவிட்டு அம்மா படுக்கப் போய்விட்டார். அன்றைய வேலை அவருக்கு ஒரு மணி நேரத்தில் முடிந்துவிட்டது.

மதியம் நாங்கள் பசியுடன் வந்து நாங்களாகவே தட்டில் போட்டுச் சாப்பிட்டபோது அது அற்புதமான ருசியுடன் இருந்தது. இதற்கு என்ன பெயர் என்று கேட்டபோது அம்மா 'குழையல்' என்று தானாகவே ஒரு பெயரைச் சூட்டினார். எத்தனையோ தடவை அதற்குப் பின்னர் அம்மாவைக் குழையல் செய்யச் சொல்லி நாங்கள் தொந்திரவு செய்தோம். ஆனால் அம்மா மறுத்துவிட்டார். அதி காலையிலிருந்து இரவு படுக்கப் போகும்வரை அடுக்களையே கதியாகக் கிடந்தார். ஒரு மணி நேரத்தில் முடிந்துவிடும் சமையல் தன்னுடைய தொழில் நேர்த்திக்கு ஏற்ற சவால் இல்லை என்று நினைத்தாரோ என்னவோ. எப்போவாவது படுக்கையில் விழுந்தால்

தான் மறுபடியும் செய்வார் போலும் என்று நாங்களும் விட்டு விட்டோம்.

ஒருமுறை எங்கள் வீட்டுக்குப் பறங்கியர் ஒருவர் விருந்துக்கு வந்தது ஞாபகமிருக்கிறது. அவர் தெற்கிலிருந்து தேயிலை விற்பதற்கு வந்தவர் எப்படியோ அப்பாவுடன் நண்பராகி வீட்டுக்கு வந்திருந்தார். அம்மா தலை வாழை இலை விரித்து அதிலே சோறும் பலவிதமான கறிவகைகளும் பரிமாறினார். நாங்கள் ஒருவர் கையை ஒருவர் பிடித்துக்கொண்டும் அம்மாவின் முந்தானையைப் பற்றிக் கொண்டும் கதவு நிலையைத் தொட்டுக்கொண்டும் விருந்தாளியைச் சுற்றி நின்று அவர் உண்பதைப் புதினம் பார்த்தோம். அவருக்கு எங்கள் உணவை எப்படி உண்பதென்றே தெரியவில்லை. ஒரு கரண்டி கேட்டார். அம்மா மருந்துக்காக வைத்திருந்த ஒரேவொரு கரண்டியை எடுத்து நன்றாகத் துடைத்துவிட்டுக் கொடுத்தார். அவர் கரண்டியை வேல்பிடிப்பது போலச் சிறிது நேரம் செங்குத்தாகப் பிடித்துக்கொண்டு ஆலோசித்தார். பின்னர் கிழக்கிலிருந்து மேற்காக ஒவ்வொரு கறியாக அள்ளி வாயில் வைத்தார். ஒரு கரண்டி சோற்றையும் அள்ளி வாயிலே நுழைத்தார். இப்படியே தொடர்ந்தது. அவருக்குச் சோற்றைக் குழைத்து உண்ணத் தெரியாதது எங்களுக்குப் பெரும் வேடிக்கையாக அன்று பட்டது.

நான் கொழும்பில் படித்த காலத்தில் எனக்கு ஒரு நண்பர் இருந்தார். அரசாங்க திணைக்களம் ஒன்றில் எழுத்தராகப் பணி புரிந்தவர். வெள்ளவத்தையில் தனி அறை எடுத்துத் தானே சமைத்து, சாப்பிட்டுவந்தார். ஒரு ஞாயிறு மதியம் இவரும் நானும் சஃபையர் தியேட்டரில் ஓடிய மாயா பஜார் படத்தைப் பார்ப்பதற்குத் திட்டமிட் டோம். படம் இரண்டு மணிக்கு ஆரம்பம். நான் இவரைத் தேடி அறைக்குப் போனபோது அலுமினியத் தட்டில் அவர் உணவைப் பரிமாறிவிட்டு அதை உண்ணாமல் அருவருப்பாகப் பார்த்துக் கொண்டே இருந்தார். அது தண்ணீரில் தளும்பி மஞ்சள் நிறமாகக் காய்கறிகள் சோறு எல்லாம் சேர்த்து அவித்த குவியலாக இருந்தது. முதல் பார்வையில் அது சாப்பிடப்போகும் உணவா அல்லது வயிற்றுக்குள் போய்த் திரும்பி வந்ததா என்பது தெரியவில்லை. என்ன விசயம் என்றேன். தனக்கு சமைக்க நேரம் கிடைக்கவில்லை என்றும் தான் எல்லாத்தையும் ஒன்றாகப் போட்டு அவித்ததாகவும், வாயில் வைக்க முடியவில்லை என்றும் மனைவிமேல் குறைபட்டுக்கொள்வது போல புலம்பினார். படத்துக்கு நேரமாகிவிட்டதால் அவர் அன்று சாப்பிடாமலேயே என்னுடன் புறப்பட்டு வந்தார். படத்தில் கடோத்கஜன் வேடத்தில் நடித்த ரங்காராவ், கண்டசாலாவின் இரவல் குரலில் 'கல்யாண சமையல் சாதம் காய்கறிகளும் பிரமாதம்' என்று பாடினார். என் நண்பர் அந்தச் சமயம் பசியில் பெரும் வேதனை அனுபவித்திருக்கக் கூடும் என்பதை நான் அப்போது நினைத்துப் பார்க்கவில்லை.

நான் வெளிநாடுகளுக்குப் பயணம் செய்தபோது பல நாட்டு உணவுப் பழக்கங்களையும் அவதானிக்க முடிந்தது. வெள்ளைக் காரர்கள் சூப்பை கரண்டியினால் குடித்தார்கள். வேகவைக்காத கீரையை அள்ளி உண்டார்கள். அரைப்பதமாக வாட்டிய மாட்டிறைச் சியை வெட்டி வெட்டிச் சாப்பிட்டார்கள். உணவைக் குழைத்து உண்பதென்ற வழக்கம் அவர்களிடம் கிடையாது. பல நாடுகளில் ரொட்டியைப் பிய்த்து பிய்த்துக் கறிக்குழம்புடன் தொட்டுச் சாப்பிடு வார்கள். குழைத்து உண்பது என்பது தொன்று தொட்டு வந்த தமிழர்களின் வழக்கமாக இருக்கலாம். புறநானூறில் ஆத்தூர் கிழார் என்ற புலவர் புறாவின் முட்டைபோன்ற வரகரிசியைப் பாலில் அவித்துச் சோறாக்கித் தேனோடு முயல் இறைச்சியையும் குழைத்து உண்பது பற்றிச் சொல்லியிருக்கிறார். ஆகவே, தமிழர்களின் இந்தப் பாரம்பரியம் 2000 வருடங்களுக்கு மேலானது என்று சொன்னாலும் பிழையாகாது.

அமெரிக்காவில் லூயி எனக்குப் பழக்கமானது அவன் காதலி வெனஸா மூலம்தான். இவள் துப்புரவுப் பணிப்பெண், பனாமா நாட்டைச் சேர்ந்தவள். இவளுடைய மார்பும் பிருட்டமும் முழு வளர்ச்சியடைந்து ஒரே அளவில் இருக்கும். ஆனால், அதைத் தொடுக்கும் இடை திடீரென்று சிறுத்துப்போய் உடுக்கை போல ஒடுங்கி இருக்கும். தென் அமெரிக்காவையும் வட அமெரிக்காவையும் இணைக்கும் பனாமா போலவே அவள் இடுப்பு இருந்தது. பெல்ட்டின் கடைசி ஓட்டையில் இழுத்து இடையைக் கட்டிவைத்திருப்பாள். அவள் கள்ளமாக அமெரிக்காவில் வசித்து வந்ததால் அவளை பொலீஸ் பிடித்து நாடு கடத்திவிட்டது. லூயி கூரையிலே பனி அகற்றும் வேலையைச் செய்தான். அவனும் பனாமாக்காரன்தான். நாலு, ஐந்து அடி ஆழமான பனிக்கட்டிகளை நடுங்கும் குளிரில் கூரையில் நின்று வெட்டி அப்புறப்படுத்தும் ஆபத்தான வேலை. ஒரு பனிக்காலத்தில் உழைப்பது வருடம் முழுவதற்கும் போதும் என்று சொல்வான். எப்படியும் பணம் சம்பாதித்துத் தன் காதலியைத் திரும்பவும் எடுப்பிப்பதுதான் அவன் நோக்கம். வேலை இல்லாத நாள்களில் காதலியை நினைத்துக் கொண்டு தெருக்களில் திரிவான். என்னை அப்படித்தான் சந்தித்தான்.

ஸ்பானிய மொழி பேசும் யாரைச் சந்தித்தாலும் நான் ஆவலு டன் ஸ்பானிய எழுத்தாளர்கள் பெயர்களை வரிசையாகக் கூறி அவரைப் படித்தீர்களா, இவரைப் படித்தீர்களா என்று விசாரிப்பது வழக்கம். இது மூடத்தனமான வேலை என்பது எனக்குத் தெரியும். தமிழ்ப் பேசும் ஒருவரைச் சந்தித்ததும் உங்களுக்கு ஜெயகாந்தனைத் தெரியுமா, சுந்தர ராமசாமியைத் தெரியுமா, ஜெயமோகனைத் தெரியுமா என்று கேட்பதற்குச் சமம். லூயி பெரிய ஸ்பானிய

இலக்கியங்கள் ஒன்றும் படித்திருக்கவில்லை. ஆனால், பள்ளிக் கூடத்தில் பாப்லோ நெருடாவை படித்திருந்தான். 'உன் வாயை அவாவுகிறேன். உன் குரலை, உன் கூந்தலை. மௌனமாக பசியோடு தெருக்களில் அலைகிறேன்' என்ற நெருடாவின் வரிகளை ஒப்பிப் பான். நான் 'பாப்லோ நெருடா இலங்கையில் சில வருடங்கள் தூதரகத்தில் வேலைபார்த்தார். ஆனால், அது நான் பிறப்பதற்கு முன்னர்' என்று சொன்னேன். நான் சொல்லாதது அவர் தூதரகத்தில் வேலை செய்தபோது நடந்த ஒரு சம்பவத்தை. தினமும் அவருடைய மலத்தை அள்ளிப்போவதற்கு வெள்ளவத்தையிலிருந்து ஒரு தமிழ்ப் பெண் வருவாள். அகன்ற இடுப்பு, மெலிந்த இடை எனக் கொடி போன்றவள். அவளை நெருடா பலாத்காரம் செய்தார். அவள் கண்களை மூடாமல் பலாத்காரம் முடியும்வரை அவரையே பார்த்துக் கொண்டிருந்தாளாம். இந்த விவகாரத்தை முழுவதுமாக நெருடாவே பதிவுசெய்திருந்தார். ஆனால், அன்று நாங்கள் இருவரும் ஒரு பொதுவான சொந்தக்காரரைக் கண்டு பிடித்தது போலப் பெரு மகிழ்ச்சியடைந்தோம்.

லூயி ஒருநாள் என்னைத் தன் வீட்டு விருந்துக்கு அழைத்தான். சாதாரணமாக யார் வீட்டு விருந்துக்குப் போவதென்றாலும் எனக்கு பயம் உண்டு. ஆனால், இவன் வீட்டுக்குப் போகத் தயங்கியதற்குப் பல காரணங்கள் இருந்தன. இரண்டு நாள் பழசான ரொட்டியை மலிவு விலையில் விற்பார்கள். அதைத்தான் வாங்குவான். காலாவதி யாக ஒருவாரம் இருக்கும் டின் உணவுகளும் அரை விலையில் கிடைக்கும். அவற்றையும் விட்டுவைக்க மாட்டான். அவன் சாப்பிடும் போது வாயை மூடுவதில்லை. தொண்டையில் உணவு இறங்கும் வரைக்கும் வாயில் பார்க்கலாம். உணவு வாயிலேயே காலாவதியாகி விடுமோ என்று பயந்ததுபோல வேக வேகமாகச் சாப்பிடுவான். இவன் விருந்துக்கு அழைத்தபோது முன்னெச்சரிக்கையாக என்ன உணவு என்று கேட்டு வைத்தேன். அப்பொழுதுதான் அவன் Paella என்ற உணவின் பெயரைச் சொன்னான்.

ராணி இஸபெல்லா என்ற பெயரை எல்லோரும் கேள்விப் பட்டிருப்பார்கள். 500 வருடங்களுக்கு முன்னர் இவர்தான் கொலம்பஸ் அமெரிக்காவைக் கண்டுபிடிப்பதற்கு மூன்று கப்பல்களைக் கொடுத்து உதவியவர். ஒருநாள் ராணிக்கு நேரமில்லாத நேரத்தில் பசியெடுத்தது. ராணியால் பசியைத் தாங்க முடியவில்லை. நேராக அரண்மனை சமையல்கூடத்துக்குத் தன் சொந்தக் கால்களில் நடந்து சென்றார். அங்கே தலைமை சமையல்காரரும் உதவியாளர்களும் மும்முரமாக இரவு உணவு தயாரிப்பதில் ஈடுபட்டிருந்தார்கள். ராணியை நேரில் கண்டதும் நடுநடுங்கி ஸ்தம்பித்துப்போய் அப்படியே நின்றனர். கைகளும் ஓடவில்லை கால்களும் ஓடவில்லை என்பது இதுதான்.

மகாராணி 'எனக்குப் பசிக்கிறது, இப்பொழுதே ஏதாவது வேண்டும்' என்றார்.

தலைமை சமையல்காரர் அங்கே ஏற்கெனவே வெட்டி வைத் திருந்த காய்கறிகள், இறைச்சி, மீன் என்று சகலத்தையும் ஒரு பாத்திரத்தில் இட்டு வேண்டிய சரக்குகளும் சேர்த்து வேகவைத்து இறக்கி அரசியின் சின்னம் பொறித்த தங்க பிளேட்டில் பரிமாறிப் பணிவுடன் கொடுத்தார். ராணி எல்லாவிதமான இறைச்சியும் உண்பார். ஆனால், முயல் இறைச்சியை மட்டும் தொடமாட்டார். அன்றைய உணவில் முயல் இறைச்சியும் சேர்க்கப்பட்டிருந்தது. வேக வைத்ததில் ஒன்றோடு ஒன்று கலந்து தனித்தனியாக எதுவென்று கண்டுபிடிக்க முடியாமல் அவியலாகி ஒரு புதிய சுவையைக் கொடுத்தது. மகாராணி சுவைத்துச் சாப்பிட்டார். மிகவும் பிடித்துக் கொண்டது. அடுத்த நாளும் அதுவே வேண்டும் என்றார். அதற்கு அடுத்த நாளும். ராணியின் அதிவிருப்பமான உணவாக அது மாறிவிட்டது. அதற்குப் பெயரே இல்லை. தலைமைச் சமையல்காரர் Paella என்று நாமம் சூட்டினார். ஸ்பானிய மொழியில் அதன் பொருள் For her, அதாவது மகாராணியாருக்கு. ராணிக்குப் பிடித்த மான அந்த உணவு ஸ்பெயின் தேசத்தில் பிரபலமாகிப் பின்னர் மற்றைய நாடுகளுக்கும் பரவியது.

லூயியின் சமையலை ருசிபார்க்கும் முன்னர் பலதடவை காலாவதியான உணவு ஒன்றும் சேர்க்கப்படவில்லை என்பதை உறுதிப்படுத்திக்கொண்டேன். என் கொலம்பிய நண்பர் அன்று படைத்த விருந்து நன்றாகவே இருந்தது. மகாராணிக்குக் கிடைத்த சுவை எனக்குக் கிடைத்ததோ தெரியாது. ஆனால், என் அம்மாவின் சமையலை சாப்பிட்டது நினைவு வந்தது. பல ஆண்டுகளுக்கு முன்னர் அம்மா சமைத்ததும் அதுவேதான். ஒருமுறைமட்டுமே அம்மா அப்படிச் சமைத்தார். இரண்டாவது முறை அதே நோய் வந்து படுத்தபோது படுக்கையால் எழும்பிக் குழையல் சமைக்கக் கூட பெலன் இல்லாமல் இறந்துபோனார். அம்மா கண்டுபிடித்த அந்த உணவு ஒரு ஸ்பெயின் நாட்டு மகாராணியின் பிடித்தமான உணவு என்பதும் அதன் பெயர் 'பாஎல்ல' என்பதும் அம்மாவுக்குத் தெரிந்திருந்தால் அவர் எவ்வளவு சந்தோசப்பட்டிருப்பார்.

◆

யானை முந்திவிட்டது

ஐந்தாம் வகுப்புக்குள் நுழைந்து மாணவர்களிடம் யார் கிரஹாம் பெல் என்று கேட்டால் உடனே பதில் சொல்வார்கள். அவர்தான் டெலிபோனைக் கண்டுபிடித்தவர் என்பது எல்லோருக்கும் தெரியும். மார்டி கூப்பர் யார் என்று கேட்டால் ஒருவருக்குமே தெரியாது. அவர்தான் செல்பேசியைக் கண்டுபிடித்தார். 1973இல் மோட்டாரோலா கம்பனி செய்த முதல் செல்பேசி நாலரை றாத்தல் எடையிருந்தது. செலவு பத்து லட்சம் டொலர்.

1983இல் ஒரு செல்பேசியின் விலை 4000 டொலராகக் குறைந்து விட்டது. அதன் எடை இரண்டரை றாத்தல். அதன் மின்கலன் 20 நிமிடத்துக்கு மேலே தாக்குப்பிடிக்காது. ஒருவர் கேட்டார். 'இது எப்படிக் காணும். இருபது நிமிடத்துக்குமேல் எப்படி பேசுவது?' அதற்கு விற்பனையாளர் பதில் சொன்னார். 'ஐயா, நீங்கள் இதைத் தோளிலே தூக்கிவைத்துப் பேசவேண்டும். இந்தப் பாரத்தை 20 நிமிடத்துக்குமேல் யார் தாங்குவார்கள். ஆகவே, 20 நிமிடம் போதும்.'

நேற்று 19 வயதுப் பையனைச் சந்தித்தேன். அவன் தான் புதிதாக வாங்கியிருந்த ஒரு செல்பேசியைக் காட்டினான். அது பேப்பர்போல மெல்லிசாக இருந்தது. என்ன வடிவம், என்ன அழகு. என்ன வழு வழுப்பு. அதனோடு வந்த கையேட்டையும் காட்டினான். அது தொக்கையாக, செல்பேசியிலும் பார்க்கப் பாரமாக இருந்தது. இந்த உலகத்திலே ஒரு பொருளிலும் பார்க்க அதனோடு வரும் கையேடு பாரமாக இருந்தால் அது இந்தச் செல்பேசியாகத்தான் இருக்கும்.

இன்று உலகத்தின் சனத்தொகையில் பாதிக்கு மேல் செல்பேசி சொந்தக்காரர்களாக இருக்கிறார்கள். இன்னும் பத்து வருடத்தில் உலக சனத்தொகையில் 90 விழுக்காடு மக்கள் செல்பேசி வைத்திருந் தாலும் ஆச்சரியப்பட முடியாது. ஆனால், இன்னும் கூடிய ஆச்சரியம் என்னவென்றால் பாவனையாளர்கள் அதை எதற்கெதற்கெல்லாம் பாவிக்கிறார்கள் என்பதுதான்.

என் வீட்டு வாசலில் மூன்று அடுக்குப் படிகள் செங்கல்லால் அமைக்கப்பட்டிருக்கும். அது திருத்தவேண்டிய நிலையில் இருந்தது. ஓர் இளம் சீனாக்காரர் அந்தத் திருத்த வேலையைச் செய்துதர ஒப்புக்கொண்டார். வீதியில் சும்மா போனவரும் பக்கத்து வீட்டுக் காரரும் அவருக்கு அந்த வேலையைக் கொடுக்கவேண்டாம் என்று சொன்னார்கள். தொழில் நுட்பம் தெரிந்த அனுபவமுள்ள ஒருத்தர்தான் அதைச் சரியாகச் செய்ய முடியும் என்பது அவர்கள் கூட்டு அபிப்பி ராயம். நான் சீனாக்காரரிடம் இந்த வேலையை அவர் முன்னர் செய்திருக்கிறாரா என்று கேட்டேன். அவர் 'இல்லை, முதல்தரம் செய்யும்போதுதான் எனக்கு அது சுவாரஸ்யமாக இருக்கும். இரண்டாவது தடவை அலுத்துவிடும். நான் மூளையைப் பாவித்து ஒரு தொழிலைச் செய்யும்போதுதான் அந்த வேலை சிறப்பாக அமையும்' என்றார்.

செங்கல்களுக்கு மேல் பென்சிலால் 1, 2, 3, 4 என எண்களை எழுதினார். செல்போனை எடுத்துப் படம் பிடித்தார். பின்னர் செங்கல்களைக் கலைத்துவிட்டுத் திருத்தவேலைகளை ஆரம்பித்தார். முடிந்ததும் செல்போன் படத்தை முன்னே வைத்துக்கொண்டு அதே மாதிரி செங்கல்களைத் திருப்பி அடுக்கி வேலையைத் துரிதமாக முடித்தார். வேலை மிக திருப்திகரமாக அமைந்தது.

இரண்டு நண்பர்கள் யெல்லோ ஸ்டோன் தேசிய பூங்காவுக்குப் போனார்கள். அவர்கள் நடப்பதற்காக ஒதுக்கப்பட்ட பாதையில் நடந்தபடி காட்சிகளைக் கண்டு களித்தார்கள். மரங்கள், செடிகள், விலங்குகள், பறவைகள் என சகலத்தையும் பார்த்தனர். ஒருவர் கறுப்புக் கண்ணாடி அணிந்திருந்தார்; மற்றவர் தன் கையிலிருந்த செல்பேசியால் அடிக்கடி புகைப்படம் எடுத்தார். 4, 5 மைல்தூரம் நடந்துவிட்டார்கள். கொதிக்கும் நீர் ஒவ்வொரு 65 நிமிடமும் சீறியடிக்கும் இடத்துக்கு வந்து சேர்ந்தார்கள். 150 அடி தூரம் அது எழும்பிச் சிறிது நேரத்தில் அடங்கிவிடும். நண்பர்கள் அதையும் படம் பிடித்துக்கொண்டு திரும்ப முடிவெடுத்தார்கள். அப்பொழுது கண்ணாடிக்காரர் அவ்வளவு நேரமும் போட்டிருந்த கண்ணாடியைக் காணவில்லை; எங்கேயோ பாதையில் விழுந்துவிட்டது. ஐந்து மைல் தூரத்தில் எங்கேயென்று தேடுவது. செல்பேசிக்காரர் தான் எடுத்த படங்களை வரிசையாகப் போட்டுப் பார்த்தார். அவருடைய நண்பர் ஓர் இடத்தில் கண்ணாடி அணிந்திருந்தார். அடுத்து வந்த இடத்தில் கண்ணாடி அணிய வில்லை. நேராக இரண்டுக்கும் இடைப்பட்ட இடத்துக்குப் போய்க் கண்ணாடியை மீட்டார்கள்.

இதைவிட விசித்திரமானது பத்திரிகையில் நான் படித்த சேதி. கென்யாவில் காட்டு யானைகள் அடிக்கடி கிராமத்துக்குள் புகுந்து

விவசாயிகளின் பயிர்களுக்குச் சேதம் விளைவிப்பதோடு சில சமயம் ஆட்களையும் கொன்றுவிடும். விஞ்ஞானிகள் காட்டு யானைகளைப் பிடித்து அவர்கள் கொலரில் செல்பேசியின் சிம்கார்டுகளை வைத்துத் தைத்துக் காட்டில் விட்டுவிடுவார்கள். சாட்டிலைட்டுகள் மூலம் ஒரு கற்பனைக்கோட்டை உண்டாக்கிக்கொண்டார்கள். யானைகள் இந்தக் கோட்டைத் தாண்டும்போது செல்போன் தானாக அடிக்கும். அதில் குறுஞ்செய்திகள் வரும். 'என் பெயர் மதுண்டே. நான் கியம்பு கிராமத்துக்குள் நுழைகிறேன்.' வனக் காவலர்கள் அந்த இடத்துக்கு விரைந்து சென்று யானைகளைக் காட்டுக்குள் விரட்டிவிடுவார்கள்.

இந்தச் செய்தியை வாசித்த எனக்குப் பெரும் அதிர்ச்சியாக இருந்தது. செல்பேசிகளை எத்தனையோ பேர் எத்தனையோ விதமாகப் பயன்படுத்துகிறார்கள். இப்பொழுது யானைகளும் செல்போன் பாவிக்கத் தொடங்கிவிட்டன. வரும் காலத்தில் சிங்கம், புலி, கரடி, குரங்கு எல்லாம் செல்பேசும். இனியும் தாமதிப்பது அவமானம். நாளைக்கே ஒரு செல்பேசி வாங்கிவிடவேண்டும்.

நிலநடுக்க நிபுணர்

பாக்யராஜின் ஒரு திரைப்படத்தில் வாத்தியார் கேட்பார். 'ஏண்டா லேட்டு?'

'அதான் லேட்டாயிடுத்து சார்.'
'அதைத்தான் கேட்கிறேன், ஏன் லேட்டு?'
'லேட்டாயிடுத்து சார்.'
'சரி, போய் உட்காரு.'

மருத்துவர் என்னைப் பார்த்து ரத்தப் பரிசோதனை செய்ய வேண்டும் என்று சொன்னார்.

'ஏன் ரத்தப் பரிசோதனை?'
'பரிசோதனை செய்யத்தான்.'
'அதான் ஏன்?'
'செய்தால்தானே சொல்லமுடியும்.'

நான் பின்னர் ஒன்றும் கேட்கவில்லை. மூன்றுதரம் ஒரே கேள்வியைக் கேட்கக்கூடாதென்று அம்மா சொல்லியிருக்கிறார்.

ரத்தப் பரிசோதனைக் கூடத்தில் எனக்கு முன் பல பேர் உட்கார்ந்திருந்தார்கள். நான் ஒரு நம்பரை எடுத்துக்கொண்டு என் முறைக்காகக் காத்திருந்தேன். மூன்று தாதிகள் வேகவேகமாக வேலை செய்தனர். எனக்கு வந்தது ஒரு கறுப்பு நிற நடுத்தர வயதுப் பெண்மணி. பச்சை அங்கியை மேலே மாட்டியிருந்தார். அகலமான கைப்பிடி வைத்த கதிரையில் என்னை உட்காரச் சொல்லி, ரப்பர் துண்டினால் முழங்கைக்குக் கீழே கட்டிவிட்டு, ஸ்பிரிட் பஞ்சினால் ஊசிகுத்தப்போகும் இடத்தைத் துடைத்தார். நான் கைவிரல்களைப் பந்துபோலச் செய்தேன். மருத்துவர் துண்டில் என்ன எழுதித்தந்தார் என்பது அங்கேதான் தெரிந்தது. ஐந்து விதமான சோதனைகள், ஆகவே ஐந்து விதமான ட்யூபுகள். ஒவ்வொரு குழாய் மூடியும் ஒவ்வொரு நிறம். பச்சை, நீலம், மஞ்சள், நீலம், மென்சிவப்பு. மூடிக்குத் தக்கமாதிரி எடுக்கவேண்டிய ரத்த அளவுகளும் மாறுபடும். ரத்த அளவுகள் குழாய்களில் குறிக்கப்பட்டிருந்தன. இந்தப் பெண் குத்தியதும் ரத்தம் எடுத்ததும் குழாய்களை அந்தந்த அளவுகளுக்கு நிரப்பியதும் துரிதமாக நடந்தன. ஓர் அசைவுகூட வீணாகவில்லை.

அவருடைய வலதுகை ஊசியைக் குத்திப் பிடித்திருந்தது, இடது கை விரல்கள் குழாய்களை ஒவ்வொன்றாக மாற்றி, குறிக்கப்பட்ட உயரத்துக்கு நிரப்பியது. அவருடைய செயல் திறன் உச்சமாக இருந்தது. அதிசயிக்கவைத்தது. தேர்ந்த கலைஞர் பியானோ இசைத்தது போல கைவிரல்கள் இசைவோடு வேலை செய்தன. ஊசியை வெளியே இழுத்துப் பஞ்சை வைத்து பிளாஸ்டரை ஒட்டினார். இவ்வளவும் செய்துமுடிக்க ஒரு நிமிடம் கூட ஆகவில்லை. ஒருநாளைக்கு 200 பேருக்கு ரத்தம் எடுப்பதாகச் சொன்னார். பெயர் எழுதி ஒட்டியிருக்கும் ட்யூபுகள் பரிசோதனைக் கூடத்துக்கு நேராகப் போகும். அங்கே கணினி மூலம் பரிசோதனை நடக்கும். தாதி அடுத்த நோயாளிக்கு தயாரானார். இன்னும் கொஞ்ச நேரம் அங்கே நிற்க அனுமதி கிடைத்தால் நான் நின்றிருப்பேன். அப்படி ஓர் அமைதியும் வேகமும் அழகும் கூடியிருந்தன.

நான் கீழே நிலவறையில் இருந்து கணினியில் தட்டச்சு செய்தால் அது மேல் அறையில் இருக்கும் மனைவிக்குக் கேட்கும். அந்தக் காலத்து உருக்கு இரும்பில் செய்த ரெமிங்டன் தட்டச்சு மெசினில் ஓங்கி ஓங்கிக் குத்திப் பழகியதால் இருக்கலாம். ஒரு பதின்பருவத்துப் பெண் கணினியில் டைப் செய்யும்போது சத்தமே கேட்காது. இறகு தடவுவதுபோல விசைப்பலகைகளில் அவள் மெல்லிய விரல்கள் தொட்டு தொட்டுப் பாயும். பார்க்கும்போதே ஒரு நல்ல கவிதையைக் கேட்பதுபோன்ற உணர்வு ஏற்படும்.

எந்த ஒரு தொழிலையும் நேர்த்தியாகச் செய்தால் அதிலே அழகு மிளிரும். நல்ல தோட்டக்காரர் செடி வெட்டும்போதுகூட அழகிருக்கும். பார்த்துக்கொண்டிருக்கலாம். ஒரு புதிய தொழிலை யாராவது ஈடுபாட்டோடு செய்தால் அதைப் பார்க்கப் பிடிக்கும். புதிய தொழில் நிபுணர்களைச் சந்தித்தால் இன்னும் பிடிக்கும்; அவர்களுடன் பேசுவதும் மனத்தை நிறைக்கும் அனுபவம். பத்துப் புத்தகங்களில் படித்துக் கிடைக்கும் ஞானம் ஒருவருடன் பேசும்போது பத்து நிமிடத்தில் கிடைத்துவிடும்.

ஒருமுறை விருந்து ஒன்றில் எனக்குப் பக்கத்தில் இருந்தவரை அறிமுகப்படுத்தினார்கள். அவர் ஒரு நிலநடுக்க நிபுணர். நான் என் வாழ்நாளில் ஒரு நிலநடுக்க நிபுணரையும் அதற்கு முன்னர் பார்த்த தில்லை; பேசியதுமில்லை. என் மனம் பரபரத்தது. 'நீங்கள் நிலநடுக்கம் இல்லாதபோது என்ன செய்வீர்கள்?' என்று கேட்டேன். இது ஒரு மிகவும் innocent ஆன கேள்வி. அவர் சட்டென்று எழும்பித் தூரமாக இருந்த ஒரு கதிரையில் போய் உட்கார்ந்து கொண்டார். ஏன் அப்படிச் செய்தார் என்று தெரியவில்லை. என் பக்கம் வந்தால் நிலநடுக்கம் உண்டாகிவிடும் என்பதுபோல, விருந்து முடிவுக்கு வரும்வரை அந்தக் கதிரையிலேயே தங்கிவிட்டார்.

◆

அ. முத்துலிங்கம் ◆ 85

படித்ததை எப்படி மறப்பது?

நான் அடிக்கடி ஆலோசனை கேட்கும் நண்பர் என்னிடம் சொல்வார், 'அந்த எழுத்தாளர் புத்தகத்தைப் படிக்க வேண்டாம். அவர் மோசடிக்காரர். ஏமாற்றும் பேர்வழி' என்று.

நான் ஏற்கெனவே புத்தகத்தைக் காசு கொடுத்து வாங்கியிருப்பேன். இவர் சொன்னதற்காகப் படிக்காமல் இருக்கவேண்டுமா? ஒரு புத்தகத்தைப் படிக்காமல் அதன் தரத்தை எப்படித் தீர்மானிப்பது. நண்பர் சொல்கிறார், 'ஆசிரியர் கெட்டவர் என்றால் அவருடைய புத்தகமும் அப்படித்தான் இருக்கும்.' நான் என்ன செய்யவேண்டும்? புத்தகத்தைப் படித்துவிட்டு அந்த எழுத்தாளரின் வாழ்க்கைக் குறிப்பை ஆராய்வதா? அல்லது எழுத்தாளரின் சுயசரிதையை முதலில் படித்து, அவருடைய தகுதியை நிர்ணயித்துவிட்டு அவருடைய புத்தகங்களைப் படிப்பதா?

சேக்ஸ்பியர் அவருடைய 19ஆவது வயதில் இன்னொருவருக்குச் சொந்தமான வேட்டைப் பூமியில் மான் திருடி, பிடிபட்டுச் சவுக்கடி வாங்கியிருக்கிறார். சிறைத்தண்டனையும் அனுபவித்தவர். அவருடைய நூல்களை நான் தள்ளிவைக்கவேண்டுமா? பாரதியார் கஞ்சா அடித்து விட்டு ஒரு தியான நிலையில்தான் உச்சமான கவிதைகளைப் படைத்தார் என்பது எல்லோருக்கும் தெரியும். அப்படியானால் நான் இவ்வளவு நாளும் அவருடைய கவிதைகளைப் படித்து இன்புற்றது தவறான காரியமா?

வில்லியம் தோமஸ் என்ற ஆங்கில எழுத்தாளர் ஒரு 13 வயதுச் சிறுமியிடம் பத்து பவுண்டைக் கொடுத்து அவளை ஒரு விபச்சார விடுதியில் வேலை செய்யச்சொன்னார். அவளுடைய அனுபவங்களை அவள் அவருக்குச் சொல்லவேண்டும். அப்பொழுதுதான் அவர் அந்தத் தகவல்களைத் தன்னுடைய நூலில் பயன்படுத்தமுடியும். நல்ல காலமாக டைடானிக் கப்பல் மூழ்கியபோது அந்த எழுத்தாளரும் மூழ்கிவிட்டார். ஆகையால் அவருடைய புத்தகத்தை வாசிப்பதா

விடுவதா என்று தீர்மானிக்கும் சங்கடத்திலிருந்து நாங்கள் தப்ப முடிந்தது.

என்னுடைய பதின் வயதில் நான் ஜேம்ஸ் ஜோய்ஸ் எழுதிய Dubliners நூலைப் படித்து அந்த எழுத்தில் மயங்கியிருந்தேன். என்னுடைய ஆங்கில வாசிப்பு ஆர்வத்துக்கு அந்த நூலே வாசலாக அமைந்தது. ஆனால், சமீபத்தில் நான் படித்த தகவல் எனக்கு அதிர்ச்சி அளித்தது. யூலிசிஸ் நாவலை ஜேம்ஸ் ஜோய்ஸ் எழுதிய கால கட்டத்தில் ஒரு மனைவி இன்னொருவனுடன் கள்ளத் தொடர்பு வைக்கும்போது அவள் கணவன் அடையும் பொறாமை உணர்ச்சியை அவர் அனுபவிக்கவேண்டும் என்று நினைத்தார். அப்பொழுதுதான் அந்த வர்ணனைகள் நாவலில் உண்மைபூர்வமாக அமையும் என்பது அவர் அபிப்பிராயம். அவர் தன் மனைவி நோராவை வேறு ஆண் களிடம் நெருங்கிப் பழகும்படி வற்புறுத்தினார். ஆனால், நோரா மறுத்து விட்டாராம். இந்தத் தகவல் நல்லகாலமாக என் நண்பருக்குத் தெரியாது. தெரிய வந்தால் அவர் நிச்சயமாக என்னை ஜேம்ஸ் ஜோய்ஸ் நூல்களைப் படிக்க அனுமதிக்க மாட்டார்.

ஒரு கவி சொல்கிறார் 'இரவு திரும்பிப் படுத்தது' என்று. 'நான் திரும்பிப் படுத்தேன்' என்று சொல்வதும் 'இரவு திரும்பிப் படுத்தது' என்று சொல்வதும் ஒன்றுதான். அது கவியின் மொழி. எஸ்ரா பவுண்ட் ஓர் இடத்தில் காற்று கோதுமையின் மேல் வீசுகிறது என்பார். காற்றை யார் காணமுடியும். அவர் கோதுமைப் பயிர் அசைவதைத்தான் அப்படிச் சொல்கிறார்.

எஸ்ரா பவுண்டின் The Tea Shop என்ற ஒரு கவிதை:

தேநீர்க் கடைச் சிறுமி
முன்புபோல் இப்பொழுது அழகாயில்லை
ஆவணி மாதம் அவளைத் தேய்த்துவிட்டது
படிகளில் ஏறும்போது பெரிய ஆர்வமில்லை
ஆம், அவளும் ஒரு நடுவயதுக்காரியாக மாறுவாள்.

இவர்தான் முதன்முதல் கவிதையில் எதுகை மோனை முக்கிய மில்லை, கருத்துதான் முக்கியம் என்று சொன்னவர்.

ஆனால் சமீபத்தில் நான் ஒரு பத்திரிகையில் சோல் பெல்லோ என்ற அமெரிக்க எழுத்தாளர் கூறியதைப் படித்தேன். சோல் பெல்லோ இலக்கியத்துக்காக நோபல் பரிசு பெற்ற யூத எழுத்தாளர். அவர் எஸ்ரா பவுண்டை வெறுத்தார். எஸ்ரா பவுண்ட் யுத்த காலத்தில் இத்தாலிய ரேடியோவில் யூத ஒழிப்புக்கு ஆதரவாகப் பேசியவர் என்ற குற்றச்சாட்டு அவரிடம் உள்ளது. இந்தக் காரணத்துக்காகத்தான் அவருக்கு நோபல் பரிசு கிடைக்கவில்லை என்றும் சொல்கிறார்கள்.

ருட்யார்ட் கிப்ளிங் இந்தியாவில் பிறந்து வளர்ந்த ஆங்கிலேய எழுத்தாளர். நேருவுக்கு அவருடைய எழுத்து நிரம்ப பிடிக்கும்.

அ. முத்துலிங்கம் ◆ 87

அவருடைய 'If' கவிதை உலகப் புகழ் பெற்றது. எத்தனையோ மொழிகளில் மொழிபெயர்க்கப்பட்ட கவிதை அது. நான் ஆப்பிரிக்காவில் இருந்தபோது மிகப் பின்தங்கிய கிராமத்தில் ஒரு பள்ளிக்கூடத்துக்குப் போயிருந்தேன். அங்கே வகுப்பறையில் If கவிதையைச் சீலையில் பெரிய எழுத்தில் எழுதித் தொங்க விட்டிருந்தார்கள். அத்தனை மாணவர்களும் அதைப் பாடமாக்கியிருந்தார்கள் என்றார் ஆசிரியர்.

அவருடைய கவிதை 'The Whiteman's Burden' ஐ ஒருவரும் படிக்கவில்லை என்றே நினைக்கிறேன். அவர் வெள்ளையராகப் பிறந்தவர்களுக்கு உலகத்தில் ஒரு கடமை உள்ளது என்று நம்பினார். அது வெள்ளையர் அல்லாதோரை ஆண்டு, அவர்களை உய்விப்பது.

'உங்கள் (வெள்ளை) மகன்களை
வெளிநாடுகளுக்கு அனுப்புங்கள்
கைப்பற்றப்பட்டவர்களின் தேவைகளை
அவர்கள் கவனிக்கவேண்டும்.'

ருட்யார்ட் கிப்ளிங் சார்ள்ஸ் டிக்கின்ஸின் வாரிசாகக் கருதப்பட்டவர். சார்ள்ஸ் டிக்கின்ஸ் எழுதிய 'The Great Expectations' அவர் காலத்திலேயே பெரும் பிரபலத்தை அடைந்தது. வாழ்ந்த காலத்தில் அதிகப் புகழுடன் வாழ்ந்தவர் சார்ள்ஸ் டிக்கின்ஸ். The Old Curiosity Shop தொடர் நாவலை அவர் எழுதியபோது அவரின் புகழ் உச்சத்தில் இருந்தது. வாராவாரம் அவர் பத்திரிகைக்காக ஆயிரக்கணக்கான வாசகர்கள் காத்திருப்பார்கள். கடைசி அத்தியாயம் வெளியானபோது கதை வெளிவந்த பத்திரிகையைக் காவிவந்த கப்பலுக்காக 6000 மக்கள் நியூயோர்க் துறைமுகத்தில் காத்துக்கொண்டிருந்தார்களாம். கப்பலின் காப்டனை மேல்தளத்தில் கண்டதும் அத்தனை சனங்களும் ஒரே குரலில் கத்தினார்கள். 'நெல் இருக்கிறாளா, இறந்துபோனாளா?'

டிக்கின்ஸ், காதரின் என்ற பெண்ணை மணமுடித்து 22 வருடங்களில் அவர்கள் 10 பிள்ளைகளைப் பெற்றுக் கொண்டார்கள். அதன் பின்னர் காதரினின் தங்கை மேரி அவர்களுடன் வந்து தங்கினாள். உடனேயே அவளுடன் அவருக்குக் காதல் பிறந்துவிட்டது. அந்தப் பெண் ஒரு வருடத்திலேயே இறந்துபோனாலும் தான் இறக்கும்போது தன்னை மேரியின் கல்லறைக்குப் பக்கத்தில் புதைக்கச் சொல்லிக் கேட்டுக்கொண்டார். இன்னொரு தங்கை வந்து சேர்ந்தாள், பெயர் ஜோர்ஜியானா. அப்படியே தங்கை தங்கையாக வந்தார்கள். இவரும் வஞ்சகம் வைக்காமல் இறக்குமட்டும் காதலித்தார்.

இதையெல்லாம் மன்னித்துவிடலாம். ஓர் ஏழைப்பெண் வீதியிலே வசை பேசினாள் என்பதற்காக அவளைக் கைதுசெய்ய வைத்தார். அடிமை விடுதலை பிரகடனம் செய்த ஆப்பிரஹாம் லிங்கனை

எதிர்த்தார். லிங்கனுக்கு எதிராகப் போராடியவர்களுக்குத் தன் ஆதரவைக் கொடுத்தார். இவருடைய நூல்கள் ரஸ்ய எழுத்தாளர் களான ரோல்ஸ்ரோய், டோஸ்ரோவ்ஸ்கி ஆகியவர்களுக்கு மிகவும் பிடிக்கும். எனக்கும் பிடிக்குமா என்பதை நான் இன்னும் தீர்மானிக்க வில்லை.

ஸ்பானிய மொழியில் படைக்கும் பாப்லோ நெருடாவின் கவிதைகளை உலகின் லட்சக்கணக்கான மக்கள் விரும்பிப் படிப்பார் கள். இருபதாம் நூற்றாண்டின் ஆகச் சிறந்த உலகக்கவி என்று அவரை வர்ணிப்பதுண்டு. இலக்கியத்துக்கான நோபல் பரிசு அவருக்கு 1971இல் கிடைத்தது. அவருடைய கவிதை வாசிப்பு ஒன்றுக்கு ஒருமுறை லட்சக்கணக்கான மக்கள் கூடினார்கள். இந்த உலகில் ஒரு கவிதை வாசிப்புக்குக் கூடிய சனங்களின் ஆகக்கூடிய எண்ணிக்கை அதுதான். ஒரு காலத்தில் அவருடைய கவிதை வரிகள் சிலதை நான் மனப்பாடம் செய்துவைத்திருக்கிறேன்.

நீ ஒவ்வொரு கதவாகத் திறக்கவேண்டும்.
நீ எனக்குக் கீழ்ப்படியவேண்டும்.
நீ உன் கண்களைத் திறக்கவேண்டும்.
அப்படியானால்தான் என்னால் அவற்றினுள்ளே தேடமுடியும்.

பாப்லோ நெருடா 1930 களில் இலங்கையில் சிலி தூதரகத்தில் வேலை பார்த்தார். அப்பொழுது ஒரு சம்பவம் நடந்தது. கொழும்பில் வெள்ளவத்தை பகுதியில்தான் தமிழர்கள் வசிப்பார்கள். அங்கேதான் அவரும் கடற்கரைக்கு அண்மையில் இருந்த ஒரு வீட்டில் வசித்தார்.

அவர் வீட்டுக்குத் தினமும் ஓர் இளம் தமிழ்ப் பெண் காலையில் அவருடைய மலத்தை அள்ளிப்போக வருவாள். அவள் நல்ல வனப்புடன் கவர்ச்சியாக இருந்தாள். என்னதான் வெறுக்கப்படும் ஒரு தொழிலை அவள் செய்தாலும் அவரால் அவளைத் தன் மனத்தி லிருந்து விரட்ட முடியவில்லை. ஒரு வெட்கப்படும் வனமிருகம்போல அவள் வேறொரு உலகத்தைச் சேர்ந்தவளாக இருந்தாள். இனி அவரே அந்த சம்பவத்தை வர்ணிக்கிறார்.

'ஒருநாள் காலை அவளை முழுமையாக அனுபவித்துவிட தீர்மானித்தேன். அவள் மணிக்கட்டை இறுக்கமாகப் பற்றி அவள் கண்களை உற்று நோக்கினேன். அவளுடன் ஒரு மொழியிலும் என்னால் பேசமுடியாது. என் வழிகாட்டலில் சிரிப்பின்றி, மறுப்பு காட்டாமல் பின்னால் வந்து படுக்கையில் நிர்வாணமாகச் சாய்ந்தாள். அகலமான இடுப்பும் மெலிந்த இடையுமாக அவள் கொடிபோலக் கிடந்தாள். அவளுடைய தளும்பும் கிண்ண முலைகள் தென்னிந்தியா வின் ஆயிரம் வருடத்துச் சிலைபோல அவளை ஆக்கின. ஓர் ஆணுக்கும் சிலைக்குமான உறவு அது. உறவு முடியும்வரை அவள்

ஒருவித உணர்ச்சியையும் காட்டாது கண்களைத் திறந்தபடி வைத்திருந் தாள். அவள் என்னை வெறுப்பது சரிதான். அந்த அனுபவம் மீண்டும் ஒருமுறை நிகழவில்லை.'

இதுதான் நான் பாப்லோ நெருடாவைப் பற்றிப் படித்தது. எனக்கு அதிர்ச்சியாக இருந்தது. கொழும்பில் பல வருடங்கள் நான் வசித்ததும் வெள்ளவத்தையில் கடற்கரைக்குக் கிட்டிய ஒரு வீட்டில் தான். இப்பொழுது நான் என்ன செய்தால் சரியாக இருக்கும். பாப்லோ நெருடாவைப் படிப்பதை நிறுத்த வேண்டுமா? அல்லது மனனம் செய்த அவருடைய கவிதை வரிகளை மறந்தால் போது மானதா? எல்லாம் தெரிந்த என் நண்பரிடம்தான் ஆலோசனை கேட்கவேண்டும்.

பொய் பேசாத மகள்

ரொறொன்ரோ தமிழ் மாணவ – மாணவிகள் தங்கள் பல்கலைக் கழகங்களை வீட்டிலிருந்து தூரமாகத் தெரிவு செய்கிறார்கள். வீட்டுக்குக் கிட்ட நல்ல பல்கலைக்கழகம் இருந்தாலும் தூரமாக இருக்கும் பல்கலைக்கழகங்கள்தான் அவர்களுக்குப் பிடிக்கும். அப்போது பெற்றோர் கண்காணிப்பும் கண்டிப்பும் இல்லாமல் சுதந்திரமாக இருக்கலாம். ஒரு சின்ன அறையை வாடகைக்கு எடுத்து அங்கேயே தங்கிப் படிப்பதற்கு விரும்புவார்கள். மாதத்தில் ஒருதடவை வந்து பெற்றோரைப் பார்த்துப் போவார்கள். உண்மையில் ஊத்தை உடுப்பைக் கழுவிக் கொண்டு போவதற்காகத்தான் அவர்கள் வருவது.

சில சமயங்களில் இரண்டு அறை உள்ள வீட்டை எடுத்து இரண்டு பெண் சிநேகிதிகளோ இரண்டு ஆண் சிநேகிதர்களோ பகிர்ந்து கொள்வார்கள். இப்படிப் பகிர்ந்து கொள்வதில் கூடிய வசதியும் குறைந்த செலவும் உண்டு. சமீப காலங்களில் ஆண், பெண் சிநேகிதர்கள் ஒரு வீட்டை வாடகைக்கு எடுத்துப் பகிர்ந்து கொள்வது அதிகமாகி வருகிறது.

ஒரு தாய் தன் மகளைப் பார்க்க 80 மைல்தூரம் பயணம் செய்து போனார். மகள் அவளோடு படிக்கும் மாணவன் ஒருவனுடன் வீட்டைப் பகிர்ந்துகொண்டிருந்தாள். தாயாருக்கு இது பிடிக்கவில்லை. மகளிடம் கேட்டபோது அவள் 'அம்மா இது கனடா, ஊரில்லை. இங்கே ஆணும் பெண்ணும் சமம். என் அறையில் நான் தங்குவேன்; அவன் அறையில் அவன் தங்குவான்.

சமையல் ஒருநாள் அவன், அடுத்த நாள் நான். படிக்கும்போது ஒருவருக்கொருவர் பாடத்தில் வரும் சந்தேகத்தை தீர்த்துக்கொள் வோம். இங்கே எல்லோரும் இப்படித்தான் படிக்கிறார்கள். ஒரு பிரச்னையும் இல்லை' என்றார். தாயார் யோசித்தபடியே வீட்டுக்குப் போய்ச் சேர்ந்தார்.

அடுத்த தடவை மகளைப் பார்க்கப் போனபோது சந்தேகம் கூடியது. சிநேகிதன் வீட்டுக்குள்ளும் மேலங்கியை கழற்றாமல் நடமாடினான். சாப்பிடும்போது பயந்த விலங்கு சாப்பிடுவதுபோல இரண்டு பக்கமும் பார்த்தபடியே சாப்பிட்டான். அவன் வீட்டில் இருக்கும்போது மகளின் நடத்தை ஒரு மாதிரியும் அவன் இல்லாத போது இன்னொரு மாதிரியும் இருந்தது. அவளுடைய பேச்சு வித்தியாசம், அசைவு வித்தியாசம், சிரிப்புக்கூட வித்தியாசம். தாய் மகளிடம் 'உண்மையைச் சொல்லு, நீ அவனுடன் படுக்கிறாயா?' என்றார்.

மகள் 'அம்மா, நாங்கள் நல்ல நண்பர்கள். உன்னிடம் நான் ஏன் பொய் சொல்லவேண்டும். நீ எத்தனைதரம் கேட்டாலும் இதுதான் மறுமொழி ' என்றாள்.

தாய் திரும்பிய மூன்றாவது நாள் மகளிடம் இருந்து ஒரு மின்னஞ்சல் வந்தது.

'அம்மா, நீ எப்ப வந்தாலும் ஒரு பிரச்னை உண்டாகிவிடும். முதல்தரம் வந்தபோது என் புத்தகம் ஒன்றைக் கைமறதியாக உன்னுடன் எடுத்துப் போய்விட்டாய். அடுத்த தடவை சோத்துப் பானையை இடம் மாற்றி வைத்து நான் தேடவேண்டி வந்தது. இந்தத் தடவை ஊறுகாய் போத்தலைக் காணவில்லை. மூன்று நாளாய் தேடுகிறேன்.'

தாய் மகளுக்கு எழுதினாள்.

'அன்பான மகளே,

மூன்று நாளாகத் தேடுகிறாயா? ஊறுகாய் போத்தல் உன் தலையணையின் கீழ்தான் இருக்கிறது.

அம்மா'

(இந்தக் கதை என் நண்பர் ஒருவர் கூறியது.)

◆

சன்மானம் எவ்வளவு?

இப்பொழுதுதான் பனிக்காலம் முடிவுக்கு வந்தது. அதற்கிடையில் கோடைக்காலம் வந்துவிட்டதுபோல வீடு சூடு பிடிக்கத் தொடங்கியது. வெப்பம் ஒருநாள் 29 டிகிரி செண்டிகிரேட் காட்டியது. சரி, ஏசியைப் போடவேண்டியதுதான் என்று நினைத்து சுவிட்சைப் போட்டேன். ஏசி வேலை செய்யவில்லை. திரும்பவும் சுவிட்சைப் போட்டேன். நான் சுவிட்ச் போட்ட விசயத்தையே அது கண்டுகொள்ளவில்லை. ஐந்து மாதமாக ஓய்வெடுத்ததோ என்னவோ அது மீண்டும் உயிர்க்கொள்ள மறுத்தது.

வேறு என்ன செயவது? இப்படியான குளிரூட்டும் யந்திரங்களைப் பராமரிக்கும் கம்பனிக்குத் தொலைபேசினேன். வழக்கமான பராமரிப்புக்காரர்கள் கிடைக்கவில்லை. ஆகவே புதுகம்பனியுடன் தொடர்புகொண்டேன். அவர்கள் அடுத்தநாள் காலை ஒரு நேரத்தைக் குறித்துத்தந்து பழுதுபார்ப்பவர்கள் வருவார்கள் என்று கூறினார்கள். மனது நிம்மதியானது.

குறித்த நேரத்துக்கு ஒரு பெரிய வாகனம் ஒன்று வந்து வீட்டு வாசலில் நின்றது. அதன் உள்ளே ஒரு சின்னத் தொழிற்சாலைபோலப் பழுதுபார்க்கத் தேவையான சகல ஆயுதங்களும் இருந்தன. இரண்டு வெள்ளைக்காரர்கள் நீலநிறச் சீருடையில் இறங்கினார்கள். கீழ்கால் சட்டையையும் மேல்சட்டையையும் சேர்த்துத் தைத்த ஒரு நீண்ட உடுப்பில் பலவித ஆயுதங்களைச் சொருகியபடி எந்தவிதமான பிரச்னைகளையும் தீர்ப்பதற்கு தயாரானவர்கள்போலக் காணப்பட்டார்கள். ஒருவர் வீட்டுக்கு வெளியே இருந்த குளிரூட்டும் யந்திரத்தின் மேல்மூடியை கழற்றத் தொடங்கினார். மற்றவர் வீட்டுக்குள் மின் இணைப்பு சரியாக இருக்கிறதா என்பதைச் சோதிப்பதற்காக உள்ளே வந்தார்.

'ஃபியூஸ் பெட்டி எங்கே இருக்கிறது?' என்று கேட்டார். நான் காட்டினேன். ஃபியூஸ் சுவிட்சைத் தன் வலது கை ஆள்காட்டி

விரலால் தட்டினார். அவ்வளவுதான் ஏசி முழு பலத்தோடு வேலை செய்யத் தொடங்கியது. வெளியே வேலை செய்தவர் மூடியை கழற்றக் கூட இல்லை. நாலு திருகு ஆணியில் ஒன்றை மட்டும் கழற்றியிருந்தார். அதைத் திரும்பவும் பூட்டிவிட்டு ஆயுதங்களைச் சேகரித்துக்கொண்டு புறப்பட்டார்கள்.

எவ்வளவு என்று கேட்டேன். வேலையாட்களில் மூத்தவர் வாய்க்கூசாமல் 125 டொலர் என்று சொன்னார். நான் 'நீங்கள் ஒன்றும் செய்யவில்லையே' என்றேன். அவருக்குப் பிடிக்கவில்லை. ஏதோ புளிமாங்காயைக் கடிச்சதுபோலக் கண்ணைக் கூசிக்கொண்டு 'இப்பொழுது குளிர்சாதனம் வேலை செய்கிறது அல்லவா?' என்றார். இரண்டாம் பேச்சுப் பேசாமல் 125 டொலருக்கு காசோலை எழுதிக் கொடுத்தேன். 'இரண்டு பேரை ஏற்றிக்கொண்டு வாகனம் ஒரு வீட்டை நோக்கிப் பழுதுபார்க்கப் புறப்பட்டால் ஆகக் குறைந்த கட்டணமாக 125 டொலர் அறவிடப்படும். அதுதான் கம்பனி விதி' என்றார். நானும் ஒரு விதியைப் பற்றித்தான் அப்பொழுது சிந்தித்துக் கொண்டு இருந்தேன்.

போனமாதம் தண்ணீர்க் குழாய் உடைந்தபோது ஒருவர் வந்து திருத்தித் தந்தார். அவருக்கு 60 டொலர் கொடுத்தேன். தலைமயிர் வெட்டப் போகும்போது முடி திருத்துபவருக்கு 20 டொலர் கொடுப்பேன். பக்கத்து வீட்டுப் பையன் உயர்நிலைப்பள்ளியில் படிப்பவன். கம்ப்யூட்டர் அவ்வப்போது என் கட்டளைகளுக்குக் கீழ்ப்படிய மறுத்துவிடும். இந்தப் பையன் வந்து சரிசெய்து தருவான். நான் 25 டொலர் கொடுக்கவேண்டும் என எதிர்பார்ப்பான்.

ஒரு பத்திரிகை ஆசிரியர் என்னைக் கடந்த ஆறு மாதகாலமாக தொந்திரவு செய்கிறார். அவருக்கு ஒரு கதையோ கட்டுரையோ வேண்டுமாம். அதற்கென்ன, எழுதிக் கொடுத்தால் போச்சுது.

'எவ்வளவு சன்மானம் தருவீர்கள்?' என்று கேட்டேன்.

இன்னும் பதில் வரவில்லை.

தள்ளிநின்றால் போதும்

சமீபத்தில் இக்வடோர் நாட்டுக்குச் சென்று திரும்பிய நண்பர் ஒரு கதை கூறினார். அந்த நாட்டு அரச கரும மொழி ஸ்பானிஷ். அவர்களுடைய மக்கள் மொழியான குவெச்சா அழிந்து வருகிறது. அதைப் பேசுவோரும் குறைந்து விட்டார்கள். தென் அமெரிக்காவின் ஆதிவாசிகளான இன்கா இனத்தவர் பேசிய மொழி அது. அதை அழிவிலிருந்து காப்பாற்றப் பெரும் முயற்சி எடுக்கப்பட்டது. இப்பொழுது மைக்ரோசொஃப்ட் நிறுவனம் குவெச்சா மொழி கம்ப்யூட்டரில் இடம் பெறும் தகுதி பெற்றுவிட்டது என அறிவித்திருக்கிறது.

ஒரு மொழியைப் பாவிக்காவிட்டால் அது அழிந்து போகும். தமிழ் நாட்டின் பிரபல கவி ஒருவர் "தமிழை ஒன்றுமே செய்யத் தேவை இல்லை, அது தானாகவே வளரும்" என்று சொல்லி யிருப்பதாகச் செய்தி வந்திருக்கிறது. அமெரிக்காவின் ஹவாய் மாநிலத்தில் ஆங்கிலம், ஹவாய் மொழியை நசுக்கி வருவதால் ஹவாய் மொழி பேசுபவர்கள் அருகிவிட்டார்கள். 1984இல் இருந்து அரசாங்கம் தலையிட்டு ஹவாய் மொழியை மறுபடியும் உயிர்ப்பித்து வருகிறது. வேல்ஸ் நாட்டில் ஆங்கிலத்துக்கும் வேல்ஸ் மொழிக்கும் சம அந்தஸ்து. அப்படியிருந்தும் வேல்ஸ் மொழி பேசுபவர்கள் 20 சதவிகிதமாகக் குறைந்துவிட்டார்கள். இங்கேயும் அரசாங்கம் விழித்துக்கொண்டு மேலும் மொழி அழிவதைத் தடுத்து வருகிறது. அவர்கள் ஒன்றுமே செய்யாமல் விட்டால் அந்த மொழிகள் கிட்டத்தட்ட ஒழிந்தே போயிருக்கும். நூறு வருடங்களுக்கு முன்னர் ஹீப்ரு மொழி, எழுத்தில் மட்டுமே வாழ்ந்தது. இன்று ஏழு மில்லியன் மக்கள் அதைப் பேசுகிறார்கள், எழுதுகிறார்கள். 1948இல் அவர்களுக்கு ஒரு நாடு கிடைத்து ஹீப்ரு மொழி புதுப்பிக்கப்பட்டது. அந்த நாடு கிடைத்திருக்காவிட்டால் அவர்கள் மொழி அழிந்து போயிருக்கும்.

சமீபத்தில் ஒரு தமிழ் நாட்டுக்காரரைச் சந்தித்தேன். அவர் ஆரம்பத்திலிருந்து தமிழ்நாட்டிலேயே படித்து பல்கலைக்கழக படிப்பை முடித்து மேல்படிப்புக்காக அமெரிக்கா வந்தவர். தமிழ் தடக்கி தடக்கித்தான் பேசுகிறார். அவருக்குத் தமிழ் எழுதவும் வாசிக்கவும் தெரியாது. அவர் சொன்னார் தமிழ்நாட்டில் தமிழ்த் தெரியாமலே முழுப்படிப்பையும் படித்து முடிக்கலாம் என்று. இது எப்படி சாத்தியமாகும்? ஸ்பெயின் நாட்டில் ஸ்பானிஷ் மொழி தெரியாமல் படிப்பை முடிக்க முடியுமா? பிரான்ஸ் நாட்டில் பிரெஞ்சு தெரியாமல் படிப்பை முடிக்கமுடியுமா? ஆனால், தமிழ்நாட்டில் இது சாத்தியம் என்று சொல்கிறார்கள். கனடாவில்கூட மாணவர்கள் பல்கலைக்கழக நுழைவுத் தேர்வுக்குத் தமிழ்ப் பாடத்தில் கிடைத்த மதிப்பெண்களை அவர்களுடைய தகைமையை தீர்மானிப்பதற்குக் கணக்கில் காட்டலாம். இது நம்புவதற்குக் கடினமானதாகத்தான் இருக்கிறது.

கனடா போன்ற நாடுகளில் புலம் பெயர்ந்தவர்களின் மொழி களை வளர்த்து ஊக்குவிப்பதற்கு கனடிய அரசு உதவி செய்கிறது. இம்முறை விஜயதசமியின்போது நூற்றுக்கணக்கான சிறுவர், சிறுமியர் ஏடு துவக்கி, தமிழ்க் கற்றுக்கொண்டார்கள். வரிசையாக நின்று சுட்டுவிரலால் அரிசியிலே எழுதினார்கள். ஆனால் ஒருவர் தன் மகளுக்குக் கணினியில் தமிழ் எழுதக் கற்றுக்கொடுத்தார். அந்தச் சிறுமி வெகுவிரைவிலேயே கணினியில் பல வார்த்தைகளைத் தமிழில் எழுதினாள். கம்ப்யூட்டரில் தமிழ்ப் படிப்பது மிக சுலபம். மூன்று மாதத்தில் 2000 வார்த்தைகளை எழுதவும் வாசிக்கவும் கற்றுக் கொள்ளலாம். வீரகேசரி, தினகரன் பத்திரிகைகள் படிக்குமளவுக்குத் தமிழ் அறிவு பெறலாம். மீதியை அவர்களாகவே கற்றுக்கொள்ளலாம். இப்படியான வசதிகள் இன்று வந்துவிட்டன.

முப்பது வருடங்களாக ஒரே கேள்வியைத் திரும்ப திரும்பக் கேட்கிறார்கள். புலம்பெயர்ந்த நாடுகளில் அடுத்த தலைமுறையில் தமிழ் வாழுமா? இவர்களுக்கு ஒரே கதையைத்தான் நான் பதிலாகச் சொல்கிறேன். ஒரு காலத்தில் மிருகண்டு முனிவர் வாழ்ந்தார். மணமுடித்து பல வருடம் ஆகியும் அவருக்குப் பிள்ளை இல்லை. கடவுளை நோக்கித் தவம் செய்யவும் அவர் தோன்றி ஒரு கேள்வி கேட்டார். 'உமக்கு 100 வயது வாழும் சாதாரண புதல்வன் வேண்டுமா அல்லது உலகுள்ளவரை பெருமை சேர்க்கக்கூடிய, 16 வயது மட்டுமே உயிர் வாழும் பிள்ளை வேண்டுமா?' மிருகண்டு முனிவர் யோசிக் காமல் 16 வயது என்று சொன்னார். பிறந்த குழந்தைக்கு மார்க் கண்டேயர் என்று பெயர் சூட்டினார். மீதி கதை எல்லோருக்கும் தெரியும். புலம்பெயர்ந்த ஈழத்துத் தமிழர்கள் இன்று பத்து லட்சத்துக் கும் மேல் உலகமெங்கும் வாழ்கின்றனர். கனடாவில் மாத்திரம் மூன்று

லட்சம் தமிழர்கள் வாழ்கிறார்கள். நூறு வார்த்தைகள் தெரிந்தால் அன்றாடத் தேவைக்குத் தமிழ்ப் பேசி இவர்கள் வாழ்க்கையை சமாளிக்கலாம். அதனால் என்ன பெருமை? நூறு வார்த்தைகள் கற்கும் தமிழர் வேண்டுமா அல்லது தமிழில் மேல்கல்வி கற்கும் புலமை பெற்றவர் வேண்டுமா?

வருடாவருடம் ரொறொன்ரோவில் தமிழியல் மாநாடு நடக்கிறது. இந்த வருடம் நடந்த ஐந்தாவது மாநாட்டில் பல நாடுகளிலிருந்து படைப்பாளிகளும் கல்வியாளர்களும் 50,60 மாணவர்களும் கலந்து கொண்டார்கள்.

நுழைவு இலவசம் அல்ல; முன்கூட்டியே பதிவுசெய்து கட்டணம் கட்டியாகவேண்டும். அப்படியிருந்தும் பல மாணவர்களுக்கு இடம் கிடைக்கவில்லை. தானாக விரும்பித் தமிழ்ப் படிக்க முனையும் மாணவர்களின் எண்ணிக்கை அதிகரித்து வருகிறது. புலம்பெயர்ந்த தமிழர்களில் எதிர்காலத்தில் குறைந்தது ஆயிரத்துக்கு ஒருவர் தமிழை உயர்ப் பாடமாக எடுத்து முனைவர் பட்டம் வரை படிக்கும் வாய்ப்பு உள்ளது. இவர்கள் தமிழ் ஆராய்ச்சியில் இறங்குவார்கள், உயர்ந்த இலக்கியங்கள் படைப்பார்கள். தமிழை உலக அரங்கில் முன்னிறுத்து வார்கள்.

பல வருடங்களுக்கு முன்னர் ஃபிரான்ஸிலே சிறுவர், சிறுமியருக் கான தமிழ்க் கல்வித்திட்டம் ஒன்று உருவாக்கப்பட்டது. அதை இன்று உலகத்து பல நாட்டுத் தமிழர்களும் பயன்படுத்துகிறார்கள். மதுரைத் திட்டம், நூலகத் திட்டம் மூலமாக ஆயிரக்கணக்கான நூல்கள் கணினி வழியாக இலவசமாக உலகம் முழுவதும் படிக்கக் கிடைக்கின்றன. தமிழ் விக்கிபீடியாவில் இன்றைய தேதியில் 22,645 கட்டுரைகள் ஏறிவிட்டன. தமிழ் விக்சனரியில் 115,000 வார்த்தைகள் இடம்பெற்றிருக்கின்றன.

இவற்றுக்காக எத்தனையோ புலம்பெயர்ந்த தமிழர்கள் தங்கள் நேரத்தையும் பணத்தையும் செலவு செய்து மௌனமாக உழைக் கிறார்கள். அவர்களைப் பற்றி வெளியுலகம் அறிவதே இல்லை.

ஈழத்து பூராடனார் என்ற பெரும் தமிழ் அறிஞர் கனடாவில் வாழ்கிறார். இதுவரை 250 தமிழ் நூல்கள் எழுதியிருக்கிறார். தமிழில் கணினியில் 1986இல் அச்சடித்து முதல் வெளியான புத்தகம் அவருடையதுதான். அதன் பெயர் 'பெத்தலேகம் கலம்பகம்'. அந்த நூலை அச்சடித்த தமிழ் எழுத்துருவைக் கணினியில் உருவாக்கிய தும் அவர்தான். ஹோமரின் ஒடிசி, இலியட் ஆகிய காவியங்களைத் தமிழில் மொழியாக்கம் செய்திருக்கிறார். 48 ஆதிகிரேக்க நாடகங் களை மொழியாக்கம் செய்து 14 புத்தகங்களாகப் பதிப்பித்திருக்கிறார். ஒரு பல்கலைக்கழகம் செய்யவேண்டிய வேலையைத் தனியொருவ

ராகச் செய்தவரைப் பலருக்குத் தெரியாது. இவருக்குச் செவ்வியல் மாநாட்டுக்கு அழைப்பு இல்லை.

கனடாவில் இயங்கிவரும் தமிழ் இலக்கியத்தோட்டம் பத்து வருடங்களைப் பூர்த்தி செய்துவிட்டது. கனடிய அரசு இதை charitable organization ஆக அங்கீகரித்திருக்கிறது. ரொறொன்ரோ பல்கலைக் கழகத்துடன் இணைந்து சிறப்பு இலக்கிய உரைகளைத் தொடர்ந்து ஏற்பாடு செய்கிறது. வருடா வருடம் இலக்கியத் தோட்டத்தின் சர்வதேச நடுவர்கள் உலகத்து சிறந்த தமிழ்ப் படைப்பாளிகளை அடையாளம் கண்டு பரிசு கொடுத்து கௌரவிக்கிறார்கள்.

புலம்பெயர்ந்த தமிழர்கள் பெரும் பாய்ச்சல்களைச் சத்த மில்லாமல் நிகழ்த்துகிறார்கள். தமிழ்க் கணிமைத்துறையில் புதிய ஆராய்ச்சிகளுக்குப் பெரும் தொகை முதலீடு செய்யப்படுகிறது. ஒலியில் இருந்து தமிழ் எழுத்துருவுக்கு மாற்றும் திட்டத்தில் தன்னார்வத் தொண்டர்கள் இரவு பகலாக உழைக்கிறார்கள். தமிழ்நாட்டுக் கவி சொன்னதில் பாதி உண்மை இருக்கத்தான் செய்கிறது. கிராமத்திலே ஒரு பழமொழி உண்டு. 'தானும் செய்ய மாட்டான், தள்ளியும் நிற்கமாட்டான்.' தமிழ்நாடு ஒன்றுமே செய்யவேண்டாம். தள்ளி நின்றால் போதும்; தமிழ் வளர்ந்துவிடும்.

◈

சொன்னதைத் திரும்பச் சொல்லு

அன்புள்ள ஆசிரியருக்கு,

எனக்கு 27 வயது. என் காதலிக்கு 24 வயது. நாங்கள் இருவரும் 13 வருடங்களாகக் காதலிக்கிறோம். மாலதி, அவள்தான் என் காதலி. தன்னுடைய 11ஆவது வயதிலேயே என்னைக் காதலிக்கத் தொடங்கி விட்டாள் என்பதைக் கணிதம் தெரிந்த நீங்கள் கண்டுபிடித்திருப் பீர்கள். அதாவது அவள் காதலித்த வருடங்கள் காதலிக்காமல் வாழ்ந்த வருடங்களிலும் பார்க்க அதிகம். மாலதி தோலங்கிகள் உற்பத்தி செய்யும் நிறுவனம் ஒன்றில் அதிகாரியாக வேலை பார்க்கிறாள். நல்ல சம்பளம். நான் மின்தூக்கிகள் சம்பந்தமான உயர்ப் படிப்புப் படிக்கிறேன். இன்னும் ஒரு வருடத்தில் முடித்துவிடுவேன்.

எங்களுக்குள் இப்போது பிரச்னை. வருடத்தில் மார்ச், ஏப்ரல் மாதங்கள் வந்தால் இப்படித்தான். நான் எப்பொழுது அழைத்தாலும் 'நான் வருமானவரிப் பத்திரம் நிரப்புகிறேன். என்னை தொந்திரவு செய்யவேண்டாம்' என்று சொல்கிறாள். இது நம்பக் கூடிய சாட்டாக இல்லை. எதற்காக என்னைத் திடீரென்று தவிர்க்கிறாள் என்ற காரணம் புரியவில்லை. என் வாழ்நாளில் பாதிக்கு மேல் இவளுக்குப் பின்னால் போய்விட்டேன். நான் எப்பவும் போலத் தான் இருக்கிறேன். இவளுக்குத் தான் உழைக்கிறேன், நான் இன்னும் படிக்கிறேன் என்று என்னில் இளக்காரம் தோன்றி விட்டதோ என்று ஐயப்படுகிறேன். என்னுடைய குரலை செல்போனில் கேட்டதுமே உருகி வழிந்தோடும் இவளுடைய குரல் இப்போது அப்படியில்லை. இறுமாப்பும் அலட்சியமும்தான் தெரிகிறது. வேண்டா வெறுப்பாகப் பேசுகிறாள். இரண்டு மாத காலமாக யாராவது எங்கேயாவது வருமானவரிப் பத்திரத்தை நிரப்புவார்களா?

இவளுடைய பாட்டி இறக்கும்போது இவளுக்குத் தன்னுடைய மூக்குக் கண்ணாடியைப் பரிசாக அளித்திருக்கிறார். இவளுக்குக் கண்பார்வையில் ஒரு குறையும் இல்லை. இருந்தாலும் பாட்டியின் மூக்குக்கண்ணாடியை அணிந்து வருவேன் என்று அடம் பிடிக்கிறாள். அவளுடைய கையைப் பிடித்து அழைத்துப்போக வேண்டியிருக்கிறது.

என்ன சொன்னாலும் கேட்காத பிடிவாதக்காரியாக மாறிவிட்டாள். இது பெரிய தலையிடிச்ச வேலை. ஒருவேளை இது காரணமாக இருக்குமோ? அல்லது பாட்டியுடைய பல்செட்டையும் அவள் ஏன் பெற்றுக்கொள்ளவில்லை என்று நான் கேட்டது காரணமாக இருக்குமோ? எனக்கு ஒன்றுமே புரியவில்லை.

ஒருநாள் சுப்பர்மார்க்கெட்டுக்கு நாங்கள் போய்ச் சாமான்கள் வாங்கினோம். ஒரு நல்ல காதலன் என்ற முறையில் நான் இப்படியான உதவிகளைச் செய்வதற்குத் தயங்குவதில்லை. மாலதி இரண்டு பைகளில் சாமான்களை நிரப்பி இரண்டு கைகளிலும் தூக்கிக் கொண்டு முன்னால் நடந்தாள். நானும் சும்மா வரவில்லை, கார் சாவியைக் காவிக்கொண்டுதான் வந்தேன். அவளுடைய அறை மூன்றாவது மாடியில் என்பதால் அவள் ஏறினாள், நானும் பின்னால் தொடர்ந் தேன். இரண்டு கைகளிலும் சாமான்களைத் தூக்கிக்கொண்டு மாடி ஏறுவதும் அதே சமயம் மூச்சு விடுவதும் கஷ்டமாக இருக்கிறது என்று சொன்னாள். நான் மூச்சு விடுவதை நிறுத்தினால் ஈசியாக இருக்கும் என்று சொன்னேன். அதுதான் காரணமோ தெரியாது.

மாலதிக்கு முத்தமிடுவது பிடிக்கும். அடிக்கடி முத்தமிடுகிறாள். நேரம், காலம், இடம் பார்ப்பதில்லை. ரோட்டிலும் வாசலிலும் சுழல்கதவுக்குள்ளும் தியேட்டரிலும் உணவகத்திலும் இதே வேலைதான். சேற்றிலே செருப்புக்காலுடன் நடக்கும்போது எழும் உறிஞ்சும் சத்தம்போல முத்தம் சத்தம் போடுகிறது. சத்தக் குறைவான முத்தம் நல்லாயிருக்கும் என்று ஒருநாள் சொல்லிவிட்டேன். அதுவாயிருக்கலாம் என்று இப்பொழுது நினைக்கிறேன்.

அவளிடம் இன்னொரு குணம் உண்டு. காரில் போகும்போது அவர்கள் நிறுவனம் தயாரிக்கும் தோலங்கியை அணிந்து முன் இருக்கையில் உட்கார்ந்து பேசிக்கொண்டே போவாள். பேசும் போதே சறுக்கிச் சறுக்கி இருக்கை உயரத்துக்கும் கீழே போய்விடுவாள். அப்பொழுதும் அவள் பேச்சில் நான் குறுக்கிடக் கூடாது. என்னுடைய கவனத்தைத் தொடர்ந்து ஓர் இடத்தில் நிற்பாட்டுவது எனக்குக் கடினம். மூளை அங்குமிங்கும் அலைந்துவிடும். திடீரென்று நிறுத்திவிட்டு 'நான் கடைசியாக என்ன சொன்னேன். திருப்பிச் சொல்லுங்கோ' என்று என்னை டெஸ்ட் பண்ணுவாள். இது பெரிய அநியாயம் என்று எனக்குப்படுகிறது. நான் என்ன ஒரு டேப்ரிக் கார்டரா?

நீங்கள் மூளைசாலி. உங்களுடைய புத்திமதி எனக்குப் பிடிக்கும். நீங்கள்தான் ஏதாவது அறிவுரை சொல்லி என்னுடைய 13 வருடக் காதலியை மீட்டுத் தரவேண்டும்.

காதலிக்காக ஏங்கும்

அதியமான் நெடுமான் அஞ்சி.

◈

வணங்குவதற்கு ஒரு மண்

புறநானூறில் ஒரு பாடல் உள்ளது. குறுங்கோழியூர் கிழார் சேரமானைப் பார்த்துப் பாடியது.

'உன்னுடைய மண்ணைக் கர்ப்பிணிப் பெண்கள் மட்டுமே உண்ணுவர். எதிரிகள் உண்ண முடியாது.' பழந்தமிழர் சொந்த மண்ணை மாற்றான் அபகரிக்காமல் பாதுகாப்பதற்காகப் போர் புரிந்தார்கள். அதுவே ஒரு வாழ்வுமுறையாக அமைந்தது. மண்ணுக்காகப் போர்புரிந்து மரித்த வீரர்களுக்கு நடுகல் எழுப்பி அவர்களை வழிபடுவது தமிழர் பண்பாடாகியது.

அமெரிக்காவின் தலைநகரமான வாசிங்டனுக்கு சமீபத்தில் போயிருந்தேன். ஆப்பிரஹாம் லிங்கன் ஜனாதிபதியாக இருந்தபோது ஆர்லிங்டனில் போரில் இறந்த வீரர்களுக்காக ஒரு பிரம்மாண்டமான மயானத்தை அமைத்தார். அதிலே உள்நாட்டுப் போரில் தொடங்கி இன்று ஆப்கானிஸ்தான், ஈராக்கு போன்ற நாடுகள்வரை மரிக்கும் அமெரிக்க வீரர்களை அடக்கம் செய்கிறார்கள். இன்றைக்கு அங்கே 300,000 நடுகல்கள் உள்ளன. வருடா வருடம் மயானத்தில் பெரும் அணிவகுப்பும் மரியாதையும் நடக்கிறது. இருபத்திநாலு மணிநேரமும் வீரர்கள் காவல் காக்கிறார்கள். தினமும் ஆயிரக்கணக்கானவர்கள் அணிவகுப்பைப் பார்வையிடுவதற்காக வருகிறார்கள்.

இம்முறை நினைவுநாள் அன்று ஒபாமா அஞ்சலி செலுத்திய போது ஒரு தகவல் சொன்னார். அமெரிக்காவில் 1865ல் உள்நாட்டுப் போர் முடிவுக்கு வந்தது. வடக்கு வென்றது, தெற்கு தோற்றது. போர் முடிந்து ஒருவருடம் கழித்து சில பெண்கள் கொலம்பஸ் என்ற இடத்தில் போரில் மரித்த வீரர்களின் சமாதிகளில் பூக்கள் வைத்து மரியாதை செய்தார்கள். அருகே இறந்து போன வடக்கு வீரர்களின் கல்லறைகள் பூக்கள் இல்லாமல் வெறுமையாகக் கிடந்தன. அதற்கும் மலர்கள் வைத்து வணங்கினார்கள். அவர்களும் அமெரிக்க வீரர்கள்

அ. முத்துலிங்கம்

தானே. அன்றிலிருந்து தான் நினைவுநாள் உண்டானது. இறப்பிலே வென்றவர், தோற்றவர் என்ற பேதம் இல்லை; எல்லோருமே சமம்.

கனடா, இங்கிலாந்து, பிரான்ஸ் போன்ற பல நாடுகளில் போரில் இறந்துபோன வீரர்களின் சமாதிகளில் வருடாவருடம் மரியாதை நடக்கிறது. ஐரோப்பாவில் பல நாடுகள் வருடத்தில் ஒருநாளை மரித்தவர்களுக்காக ஒதுக்கிவைத்து, அந்த நாளில் மயானங்களுக்குச் சென்று இறந்தவர்களின் கல்லறைகளைச் சுத்தம் செய்து, பூச்செண்டு வைத்து வழிபடுவதற்கு ஏற்பாடு செய்திருக்கின்றன. மாமன்னன் நெப்போலியன் இறந்து பல வருடங்களுக்குப் பின்னர் அவன் உடல் பிரான்சுக்குக் கொண்டு வரப்பட்டது. அவன் ஞாபகமாக ஒரு ஸ்தூபி எழுப்பப்பட்டு அதற்கு மக்கள் மரியாதை செய்கிறார்கள். ஆப்பிரிக் காவிலே இறந்துபோனவர்கள் எல்லாம் தெய்வம்தான். மூதாதை வழிபாடு அவர்களுக்கு முக்கியமானது. இறந்த போர்வீரர்களுக்கான மரியாதை இன்னும் முக்கியம் பெறுகிறது.

1919ஆம் ஆண்டு நடந்த ஜாலியன்வாலா படுகொலை எல்லோருக்கும் ஞாபகமிருக்கும். மைக்கேல் டையர் என்பவன்தான் அப்போது பஞ்சாப் கவர்னராக இருந்தவன். அந்தப் படுகொலையில் 400 நிரபராதிகள் சுட்டுக் கொல்லப்பட்டனர். மைகேல் டையர் அந்தக் கொலைகளுக்கு ஆணை கொடுத்தது மட்டுமல்லாமல் அவன் அவற்றைச் சரி என்று நியாயப்படுத்தியவன். கொலைநடந்த இடத்தில் சனங்களுக்குத் தண்ணீர் பரிமாறியவன் உத்தம் சிங். துடிதுடித்து வீழ்ந்து மடிந்த சனங்களைக் கண்களால் பார்த்தவன். அவன் அந்த இடத்து மண்ணை அள்ளி சட்டைப்பையில் வைத்துக் கொண்டு, டையரைப் பழி வாங்குவதற்காக இங்கிலாந்துக்குப் புறப்பட்டான். அங்கே 21 வருடங்களாக அவனைத் தேடிக் கடைசியில் காக்ஸ்டன் மண்டபத்தில் ஒரு கூட்டம் நடைபெற்ற போது அங்கே பேசவந்த டையரைச் சுட்டு வீழ்த்தினான். காந்தி அவன் செய்த கொலையைக் கண்டித்தார். உத்தம் சிங்கை 1940ஆம் வருடம் இங்கிலாந்தில் தூக்கில் போட்டார்கள். இந்தியா விடுதலை பெற்ற பின்னர் 1974ல் அவனுடைய எச்சங்களைக் கொண்டுவந்து இந்திய அரசின் ஆதரவோடு எரித்து கங்கையில் கரைத்தார்கள். அன்றைய பிரதமர் இந்திராகாந்தி அந்த நிகழ்ச்சியில் கலந்து மரியாதை செய்தார். இன்றும் உத்தம் சிங்கின் நினைவுச் சின்னத்தைப் பஞ்சாபில் மக்கள் வழிபடுகிறார்கள்.

கிறிஸ்து பிறப்பதற்கு முன்னரேயே இலங்கையில் அநுராத புரத்தில் தமிழ் மன்னன் எல்லாளனின் நீதியான அரசாட்சி நடந்தது. அவனுடைய ராச்சியத்தைக் கைப்பற்ற சிங்கள அரசனான துட்டகைமுனு போர் தொடுத்தான். அந்தப் போர் முன்னெப்பொழுதும் கண்டிராதமாதிரி உக்கிரமானதாகவும் கொடூரமானதாகவும் இருந்தது.

அந்த சமரை மஹாவம்சம் ‘குளத்திலிருந்த நீர் எல்லாம் ரத்தச் சிவப்பாக மாறியது’ என்று வர்ணிக்கிறது. போரில் துட்டகை முனு வென்றான்; எல்லாளன் இறந்துபோனான். எல்லாளன் மக்களால் போற்றப்பட்ட தமிழ் மன்னனாகையால் அவன் விழுந்த இடத்தில் துட்டகைமுனு அவன் நினைவாக மண்டபம் எழுப்பினான். அந்த இடத்தைத் தாண்டும்போது மரியாதை செய்யவேண்டும் என்றும் வாத்தியங்கள் மௌனிக்கப் படவேண்டும் என்றும் சட்டம் இயற்றி னான். அந்தச் சட்டம் பல நூறு ஆண்டுகள் மக்களால் மதிக்கப் பட்டது.

எந்த ஒரு போரிலும் உயிர் நீத்தவர்களுக்கு மரியாதை செய்வது தான் உயர் பண்பாளர்களின் கடமை. ஆனால், இன்று ஈழத்துப் போரில் இறந்துபோன வீரர்களின் நடுகல்கள் அழிக்கப்படுகின்றன என்று வருகின்ற செய்தி நம்ப முடியாததாக இருக்கிறது.

புறநானூறில் மாங்குடி கிழார் இப்படிச் சொல்கிறார்.

> மலர்களில் குரவம், தளவம், குருந்தம், முல்லை என்று நான்கு வகை உள்ளன. உணவில் வரகு, தினை, கொள், அவரை என்று நான்கு வகை இருக்கின்றன. குடிகளிலும் நான்கு வகை. ஆனால், தொழுவதற்கு எங்களுக்குத் தெய்வம் ஒன்றுதான்.
>
> அது இறந்துபோன வீரனின் நடுகல். இன்றோ எமக்குத் தெய்வமில்லை. நடுகல் இல்லை. ஒரு மண்ணும் இல்லை.

◈

சில்லறை விசயம்

சிலர் பணம் சேமிப்பதற்குச் சீட்டுப் போடுவார்கள். எனக்கு அது பிடிக்காது. சிலர் சேமிப்பு வங்கிக் கணக்குத் திறந்து அதில் கொஞ்சம் கொஞ்சமாகச் சேமிப்பார்கள். அது எனக்குப் பிடிக்காது. வருமானத்தில் செலவழிந்தது போக மீதிப் பணம் சேமிப்பு. இது நாலாம் வகுப்புப் படிக்கும் மாணவிக்கும் தெரியும். அறிவு தெரிந்த நாளிலிருந்து எனக்கு அதுதான் கொள்கை. அப்படித்தான் நான் சேமிப்பேன்.

ஆனால் என் மனைவி அப்படி இல்லை. சீட்டுக்கட்ட முடியாது. சேமிப்புக் கணக்கு இல்லை என்றதும் சோர்ந்து விடாமல் ஓர் உண்டியல் வாங்கி அதில் சில்லறைகளைப் போட்டு சேமித்தார். ஒரு நல்ல நாளில் அதை உடைத்து தர்மத்துக்குக் கொடுத்துவிடுவார். அன்றைய அருமையான காலை வேளையில் என்னுடைய பிரச்னை அப்படித்தான் தொடங்கியது. இரண்டு வருடமாக அவர் சேமித்த உண்டியல் நிரம்பிவிட்டது. அதை உடைத்து சில்லறைகளை ஒரு சாக்குப் பையில் போட்டு என்னிடம் தந்து, அதை வங்கியில் போய்ப் பண ஓலையாக மாற்றிவரச் சொன்னார். வருட முடிவில் வருமான வரி கட்டப்போவதுபோல என் மனம் ஆனந்தத்தில் துள்ளியது. இதைத்தானே நான் நெடுகலும் சொன்னேன். இந்தப் பணத்தை உண்டியலில் சேர்த்திராவிட்டால் இது வங்கியில்தானே இருந்திருக்கும். தூக்கிக்கொண்டு போகிற அவஸ்தை மிஞ்சியிருக்கும். நான் சொல்வதை கனடாவின் பிரதமர் ஸ்டீபன் ஹார்ப்பரில் இருந்து என் மனைவிவரை ஒருவருமே கேட்பதில்லை.

வங்கி வாசலில் நான் இரண்டு கைகளாலும் பாரத்தைக் காவிக்கொண்டு காத்து நின்றேன். ஒரு ருத்திர வீணையைக் காவுவது போல, இரண்டு ஆரோக்கியமான சத்துணவுக் குழந்தைகளைக் காவுவதுபோல, மூன்று கதிரைவேற்பிள்ளை அகராதிகளைக் காவுவதுபோலக் கைகள் கனத்தன. நான் கதவைத் திறக்க முடியாது.

யாராவது திறந்துவிடவேண்டும். உள்ளே இருந்து ஒரு வாடிக்கையாளர் வெளியே வந்ததும் நான் அவரை இடித்துக் கொண்டு கதவு மூட முன்னர் வங்கியினுள் நுழைந்துவிட்டேன்.

வங்கியில் மூன்று யன்னல்கள் இருந்தன. ஒரு யன்னல் பெண் தன் யன்னலை மூடிவிட்டுச் சற்றுத் தள்ளியிருந்த இருக்கையில் உட்கார்ந்து ஓர் அப்பிள் பழத்தைக் கையிலே வைத்து எங்கே கடிப்பது என்று யோசித்துக்கொண்டிருந்தார். அது விலை ஒட்டிய அப்பிள். விலை பேப்பரை உரித்து, கைகளால் நன்றாகத் துடைத்து விட்டு ஒரு கடி கடித்தார். வங்கிப் பெண் என்றபடியால் ஒவ்வொரு கடிக்கும் எவ்வளவு காசு மதிப்பான அப்பிள் உள்ளே போகிறது என்பதை அவரால் கணக்கு வைக்கமுடியும்.

இன்னொரு யன்னலில் ஒரு தொக்கையான மனிதர் ஒரு தொக்கையான மனுசியின் பணத்தை எண்ணிக்கொண்டிருந்தார். அந்தப் பணத்தை வங்கியில் போடுவதற்காக எண்ணுகிறாரா அல்லது மனுசியிடம் கொடுப்பதற்காக எண்ணுகிறாரா என்பது தெரியவில்லை. மூன்றாவது யன்னலில் ஓர் இளம்பெண் உயரமான சுழல் நாற்காலியில் உட்கார்ந்திருந்தார். அவருடைய முழங்கைகள் ஈட்டிபோலக் கூர்மை யாக இருந்தன. பயிற்சியில் இருப்பதாக மார்பிலே எழுதி ஒட்டியிருந்தது. எந்த மார்பு என்று சொல்லவில்லை. நான் அவர் முன் கலைந்த தலையுடனும் வியர்வை ஒழுகும் முகத்துடனும் போய் நின்றபோது அவர் என்னைப் பார்த்து அதிர்ச்சி அடைந்தது எனக்குத் தெரிந்தது. தொப்பென்று சாக்கு நாணயக் குவியலை அவர் முன் வைத்தேன். மான் சட்டென்று முகத்தைத் திருப்புவதுபோலத் திருப்பி, 'இது என்ன?' என்றார்.

'கனடிய நாணயங்கள்.'

'இதை ஏன் இங்கே கொண்டுவந்தீர்கள்?'

'நீங்கள் சோர்வாகக் காணப்பட்டீர்கள். உங்களுக்கு மகிழ்ச்சி யூட்டத்தான்.'

'இதை நான் என்ன செய்வது?'

'கூட்டு வைப்பதா, கறி ஆக்குவதா?' என்று கேட்பதுபோல என்னிடம் கேட்டார். ஒரு வங்கியில் ஆகக் குறைவான மூளையைப் பாவித்துச் செய்யக்கூடிய காரியம் சில்லறைகளை எண்ணுவது. இதுகூட அந்தப் பயிற்சியிலிருக்கும் பெண்ணுக்குத் தெரியவில்லை.

'எனக்கொரு வங்கிக் கணக்கு இந்த வங்கியில் உள்ளது. நீங்கள் பிறப்பதற்கு முன்னரே நான் அந்தக் கணக்கை ஆரம்பித்திருந்தேன். இந்தச் சில்லறைக் காசை என் கணக்கில் வரவு வைக்க வந்திருக்கிறேன்.'

'இவ்வளவு காசையுமா?'

'இல்லை, மீதியை நாளை கொண்டு வருவேன்.'

நான் பார்த்துக்கொண்டிருக்கும்போதே பெண்ணின் நாடி கீழே இறங்கி அவர் நெஞ்சிலே அணிந்திருந்த பவள மாலையைத் தொட்டது. கிலி பிடித்தவர்போலத் தன் உயரமான இருக்கையிலிருந்து சறுக்கி இறங்கினார். அந்த வேகத்தைக் குறைக்காமல் ஓடி, தன் மேற்பார்வையாளரைக் கூட்டி வந்தார். மேற்பார்வையாளருடைய முகத்தைப் பார்த்ததும் காரியம் சரியாகப் போகாது என்பது எனக்குத் தெரிந்துவிட்டது. அவர் கால்களைத் தேய்த்துப் பின்னுக்கு வளைந்தபடி நடந்துவந்தார். வணக்கம் சொன்னால் நான் வணக்கம் சொல்வதற்குத் தயாராக இருந்தேன். ஆனால் அவர் சொல்லவில்லை. எனக்கும் ஒரு சொல் மிச்சப்பட்டது. என்னுடைய முகத்திலிருந்து சரியாகப் பத்து அங்குலம் தூரத்தில் அவர் முகம் இருந்தாலும் அவர் யன்னலைப் பார்த்துத்தான் பேசினார்.

'எங்களுக்குச் சில விதிகள் இருக்கின்றன. உங்களுக்குத் தெரியும் தானே.'

'தெரியாது. நான் வங்கிக்கு வெளியே வேலை செய்கிறேன்.'

'நீங்கள் எனக்கு ஒரு உதவி செய்யவேண்டும்.'

'சொல்லுங்கள். உங்களுக்காக நான் என்னவும் செய்வேன். இடதுகைப் பழக்கக்காரனாக மாறு என்றால்கூட மாறுவேன்.'

'அதெல்லாம் வேண்டாம். சில்லறைக் காசை உறைகளில் நிரப்பி வாருங்கள். வங்கி ஊழியர்களின் நேரம் முக்கியமானது.'

'நன்றி. வாடிக்கையாளர்களின் நேரம் முக்கியமானதல்ல என்ற அறிவு இன்று கிடைத்தது.'

மேற்பார்வையாளர் அசையாமல் நின்றார். நானும் அதே இடத்தில் என் உடல் எடையைக் கூட்டிக்கொண்டு நின்றேன். ஒரு வார்த்தையும் நகரவில்லை.

இது மோசம் என்று நான் நினைத்தால் இதனிலும் மோசமான ஒன்று எனக்குக் காத்திருந்தது. வங்கி மனேஜரிடம் போனேன். அவருக்கு ஒரு நீர்ப்பிராணியின் கண்கள். அவர் உள்ளுக்குள் என்ன நினைக்கிறார் என்பதை ஒருவராலும் கண்டுபிடிக்க முடியாது. அவர் வங்கி விதிமுறைகள் பற்றி எனக்கு எடுத்துரைத்தார். ஒரு முழு நிமிட நேரத்தைக்கூட அவரால் எனக்குக் கொடுக்க முடியவில்லை. என்னுடன் பேசிக்கொண்டே இரண்டு திரைகள் உள்ள கம்ப்யூட்டரில் ஏதோவெல்லாம் செய்தார். நான் பாரதூரமான குற்றத்தைச் செய்துவிட்டது போலவும் என்னுடைய காசு நேர்மையான வழியில் சம்பாதிக்கப்படவில்லை என்பது போலவும் என்னை உணரவைத்தார். அருமையான 15 நிமிடங்களை வீணாக்கிய பின்னர் அவருக்குக் கீழே

வேலை பார்த்தவர்கள் சொன்னதையே அவரும் சொன்னார். அடுத்த பிறவியில் அவருடைய முதுகாகப் பிறக்கவேண்டும் என வேண்டிக் கொண்டேன். எந்தப் பிறவியிலும் அவருடைய கண்களால் பார்க்கப் படுவதை நான் விரும்பவில்லை.

மேன்மைதங்கிய ஐயா,

நான் உங்கள் வங்கியில் நீண்டகாலமாகக் கணக்கு வைத்திருக்கும் ஒரு சின்ன வாடிக்கையாளன். நான் நாளைக்கே என் வங்கி கணக்கை மூடினாலும் அது உங்களுக்குத் தெரியப் போவதில்லை. அவ்வளவு சின்னக் கணக்கு. தொலைக்காட்சியிலும் பத்திரிகைகளிலும் சுவர்களிலும் காட்சியளிக்கும் உங்கள் விளம்பரங்களைப் பார்க்கும் போது எனக்கு எல்லையில்லா மகிழ்ச்சி பொங்கிப் புரளும். 'உங்கள் பணத்தைப் பாதுகாக்க 29,000 அர்ப்பணிப்பான ஊழியர்கள் உழைக்கிறார்கள்.' இதுதான் அந்த விளம்பரம். இதைக் காணும் தோறும் என்னுடைய பணம் பாதுகாப்பான இடத்தில் இருக்கிற தென்பது உறுதிப்படுத்தப்படும். மனம் நிம்மதியடையும்.

என் மனைவியின் மூச்சு சேமிப்பது. அப்படிச் சேமிக்கும் பணத்தைத் தர்மத்துக்குக் கொடுத்துவிடுவார். கடந்த இரண்டு வருடங்களாக அவர் உண்டியலில் சேர்த்த பணத்தை வங்கியில் கட்டுவதற்காக எடுத்துச் சென்றேன். வங்கி யன்னல் பெண் சில்லறை யைப் பார்த்து பயந்து ஏற்க மறுத்துவிட்டார். சரி என்று மேற்பார்வை யாளரை அணுகினேன். அவர் வங்கி விதிமுறைகளின் படி சில்லறைக் காசை உறையில் போட்டுத் தரவேண்டும் அல்லது ஏற்கமுடியாது என்று சொல்லிவிட்டார். நான் 23 வருடங்களுக்கு முன்னர் வங்கிக் கணக்கு ஆரம்பித்தபோது அப்படியான விதிமுறைகள் பற்றி ஒருவரும் என் அறிவைக் கூட்டவில்லை.

மனேஜர் இருக்கிறார் என்று அவரிடம் சென்றேன். அவர் பெரும் அவசரத்தில் இருந்தார். அவர் முன் உட்கார்ந்திருந்த என்னைவிட தொலைபேசியில் ஒரு வாடிக்கையாளரிடம் நீண்டநேரம் அன்பொழு கப் பேசினார். கம்ப்யூட்டர் திரைகளில் கவனத்தைச் செலுத்தினார். நான் அப்பொழுதுதான் நிலத்திலிருந்து கிளம்பி வந்ததுபோல என்னைப் பார்த்தார். வங்கிகளைப் பற்றியும் அவற்றின் தோற்றத்தைப் பற்றியும் அவை செய்யும் சேவை பற்றியும் அவற்றின் விதிமுறைகளின் முக்கியத்துவம் பற்றியும் உரையாற்றினார். 15 நிமிடம் என்னைக் காக்க வைத்தபின்னர் அவருடைய மேற்பார்வையாளர் சொன்னதையும் யன்னல் பெண் சொன்னதையுமே அவரும் சொன்னார்.

மேன்மைதங்கிய ஐயா, இது ஒரு சின்ன வாடிக்கையாளனின் சின்ன பிரச்னை. பெரிய நிறுவனத்தில் பெரிய அதிகாரங்கள் கொண்ட தங்களிடமிருந்து எனக்கு நியாயம் கிடைக்கும் என்றோ,

என் பிரச்னையைத் தீர்த்து வைக்க தங்களுக்கு நேரம் இருக்கும் என்றோ நான் நினைக்கவில்லை. உங்கள் பதிலை எதிர்பார்க்கவும் இல்லை. 23 வருடங்களாக நான் வைத்திருக்கும் வங்கிக் கணக்கில் என்னுடைய சில்லறைக் காசைக் கட்ட முடியாவிட்டால் நான் இதை வேறு எங்குப் போய்க் கட்டுவது. புதிதாக இன்னொரு வங்கியில் கணக்குத் திறக்க வேண்டுமா?

சிலவேளைகளில் 29,000 அர்ப்பணிப்பான ஊழியர்கள் ஒரு வங்கியில் வேலைசெய்வதும் அவ்வளவு நல்லதுக்கல்ல.

தங்கள் உண்மையான, கீழ்ப்படிந்த சின்ன வாடிக்கையாளன்.

மேலே சொன்ன கடிதத்தை நான் ஓர் இரவு மின்னஞ்சல் மூலம் வங்கியின் தலைமைச் செயலகத்தில் இருக்கும் தலைவருக்கு அனுப்பி வைத்தேன். அவரிலும் பார்க்க உயர்ந்த அதிகாரம் கொண்டவர் அந்த வங்கியில் கிடையாது. கனடாவில் மூன்றாவது இடத்தில் இருக்கும் வங்கி அது; 1020 கிளைகள். சொத்து மதிப்பு 500 பில்லியன் டொலர்கள். இப்படியான பெரிய வங்கியிலிருந்து சின்ன வாடிக்கை யாளனான நான் பதிலை எதிர்பார்ப்பது மடைத்தனம்.

அடுத்த நாள் காலை 11.00 மணிக்கு ஒரு தொலைபேசி வந்தது. வங்கி தலைமையகத்திலிருந்து தலைவரின் காரியதரிசி அழைத்துப் பேசினார். 'உங்கள் கடிதம் கிடைத்தது. நாங்கள் நடந்ததற்கு வருந்து கிறோம். உங்கள் வங்கிக் கிளைக்கு உத்திரவு சென்றுவிட்டது. சில்லறைக்காசை அவர்கள் ஏற்றுக் கொள்வார்கள். தலைவர் சார்பில் நான் மன்னிப்பு கேட்கிறேன்.'

வங்கிக்கு மறுபடியும் நான் போனபோது அங்கே இரண்டு ஊழியர்கள் காத்திருந்தார்கள். ஒரு பெரிய மேசையில் சில்லறைகளைக் கொட்டி எண்ணினார்கள். எண்ண எண்ண அவை வளர்ந்து கொண்டே இருந்தன. ஒரு சதம், ஐந்து சதம், பத்துச் சதம், 25 சதம், ஒரு டொலர், இரண்டு டொலர் என்று கைகள் தேய எண்ணிக் களைத்துவிட்டார் கள். ஒரு மணி நேரம் கழித்து, நான் கேட்டுக் கொண்டபடி இலங்கையில் உள்ள அனாதை இல்லத்தின் பெயரில் ஒரு பண ஓலை தந்தார்கள். அன்றைய நாள் தொடங்கிய பிறகு முதன்முறையாக என்னைப் பேருவகை சூழ்ந்தது. வேறு யாரோவுடைய பணம் எனக்குக் கிடைத்தது போன்ற மகிழ்ச்சி. நான் பண ஓலையைப் பெற்றுக்கொண்டு திரும்பியபோது பின்னாலே பெரிய பெருமூச்சு ஒன்று கேட்டது. அது வங்கியின் பெருமூச்சுதான்.

இது நடந்து சில மாதங்கள் ஆனபோதும் என்னால் இந்த சம்பவத்தை மறக்க முடியவில்லை. சுவரில் இருந்த படத்தை அகற்றிய பின்னரும் மங்கலான சதுரம் தெரிவதுபோல அந்த ஞாபகம் தங்கி விட்டது. அதிகாரத்தில் உள்ளவர்களின் முதல் வேலை விதிகளை

உண்டாக்குவது. இதுபற்றி வாடிக்கையாளர்களுக்கு ஒன்றுமே தெரியாது. அவர்களைக் கலந்து ஆலோசிப்பதும் இல்லை. வாடிக்கை யாளர்களின் வேலை அந்த விதிகளைச் சோதிப்பது. வளைப்பது. எவ்வளவு நீட்டமுடியுமோ நீட்டுவது. உடைப்பது. விதிகளை உடைப்பது போன்ற மகிழ்ச்சி வேறு எங்கு கிடைக்கும்.

மனைவி பண ஓலையை அனாதை இல்லத்துக்கு அனுப்பி வைத்தார். அவருக்கு வங்கியில் நடந்தது ஒன்றும் தெரியாது. இனிமேல் நான் வங்கிப்பக்கம் போகமாட்டேன் என்பதும் தெரியாது. போனாலும் சில்லறைப் பணத்தை வங்கியில் மாற்ற மாட்டேன் என்பதும் தெரியாது. செங்கல் நிறத்தில் பளபளப்பான புதிய உண்டியல் ஒன்று என் வீட்டில் தன் புதிய வேலையை ஆரம்பித்து விட்டது எனக்குச் சிலநாள் கழித்துத்தான் தெரியவரும்.

ஐயம் தீரவில்லை

எனக்குத் தெரிந்த ஒரு கல்விமான் இருந்தார். தீவிரமான இடதுசாரிக் கொள்கை உடையவர். இவருடைய பையன் ஒரு பெண்ணைக் காதலித்தான். ஒரு வித மறுப்பும் தெரிவிக்காமல் அவர் பஞ்சாங்கத்தில் நல்லநாள் பார்த்து அவர்கள் திருமணத்தை நடத்தி வைத்தார். அது ஒரு கலப்புத் திருமணம். கல்விமானைப் பற்றி அவர் நண்பர்கள் மத்தியில் மதிப்பு கூடியது.

அவர் நல்ல பேச்சாளர். அடிக்கடி கூட்டங்களில் கலந்து கொண்டு தோள்மூட்டு ஒலிவாங்கிக்கு நேராக நிற்கிறமாதிரி நின்று கொண்டு நீண்ட நேரம் பேசுவார். அவருடைய பேச்சுக்குக் கூட்டத்தில் நல்ல வரவேற்பு. 'செல்வந்தர்கள் இந்த உலகத்தில் வருவார்கள், போவார்கள். ஆனால் ஏழைகள் அப்படியல்ல; அவர்கள் நிரந்தர மானவர்கள். இந்தப் பூமியில் இருந்து அவர்களை ஒழிக்கவே முடியாது' என்று பேசுவார்.

அவருடைய மகள் வயதுக்கு வந்தாள். உடனே திருமணப் பேச்சு தொடங்கியது. அவர் சொந்தத்திலே தங்கள் சாதிக்குள் ஒரு பையனைப் பார்த்துக் கட்டிவைத்தார். சிலருக்கு இது பிடிக்கவில்லை. பேச்சு கல்யாணத்தின்போதுதான் அவர் தன்னுடைய கொள்கைப் பற்றை தீவிரமாகக் காட்டியிருக்கவேண்டும். மகனுடையதில் அவருக்கு வேறு தேர்வு கிடையாது. மகளுக்கு வெளியே கல்யாணம் செய்திருந்தால்தான் அவருடைய நேர்மையும் கொள்கைப் பிடிப்பும் உறுதியாகியிருக்கும் என்றார்கள்.

திருமணத்தின்போதுதான் ஒருவருடைய சாதி நிலைப் பாட்டைக் கண்டுகொள்ளலாம். மற்ற நேரங்களில் தாராளமாக இருப்பவர்கள் திருமணம் என்று வரும்போது இறுகிவிடுவதை நான் பார்த்திருக்கிறேன். சில நண்பர்கள் சேர்ந்து சினிமாவுக்குப் போவார்கள். விருந்துக்குப் போவார்கள். ஒன்றாகச் சேர்ந்து குடிப்பார்கள். ஆனால், வீட்டில் ஒரு விசேஷம் என்றால் அழைப்பிதழ் அனுப்பமாட்டார்கள். தன்

மகளுடைய திருமணத்துக்கோ, பிறந்த நாள் விழாவுக்கோ அல்லது அவர்கள் கல்யாணநாள் விருந்துக்கோ அழைப்பு வராது.

ஆனபடியால்தான் கல்விமானுடைய கொள்கையிலும் எனக்கு ஐயம் இருந்தது.

கம்பராமாயணத்தில் விபீடணனிடத்தில் ராமன் பேசும் இடம்.

குகனொடும் ஐவரானோம்
முன்பின் குன்று சூழ்வான்
மகனொடும் அறுவரானோம்
அம்முறை அன்பின்வந்த
அகமறர் காதல் ஐய
நின்னொடும் எழுவரானோம்.

'படகோட்டும் குகனைச் சந்தித்தபோது அவன் எனக்கு சகோதர னானான். அவனோடு நாங்கள் ஐந்துபேர். சுக்கிரீவனோடு ஆறுபேர். இப்பொழுது உன்னோடு சேர்த்து நாங்கள் ஏழுபேர் ஆகிவிட்டோம்' என்கிறான் ராமன்.

இது ஒரு பேச்சுக்காகச் சொன்னதா அல்லது ராமன் உண்மையில் அவர்களைச் சகோதரர்களாக ஏற்றுக் கொண்டிருந்தானா என்ற ஐயம் எனக்கு இருந்தது.

ராமன் அயோத்தி திரும்பிவிட்டான். பட்டாபிஷேகத்துக்கான ஏற்பாடுகள் திருப்தியாக நடக்கின்றன. அழைப்புகள் அனுப்பப்படு கின்றன. விபீடணன் வந்துவிட்டான். சுக்கிரீவன் வந்துவிட்டான். பட்டாபிஷேகமும் நடக்கிறது.

அரியணை அனுமன் தாங்க, அங்கதன் உடைவாள் ஏந்த, பரதன் குடை பிடிக்க, சகோதரர்கள் கவரி வீச, வசிட்டர் ராமனுக்கு முடி சூட்டுகிறார். சகோதர்களில் விபீடணன் வந்திருக்கிறான். சுக்கிரீவன் வந்திருக்கிறான். படகோட்டி குகன் வந்தானா? அது தெரியவில்லை. இந்த சந்தேகம் எனக்குப் பல வருடங்களாக இருந்தது.

சமீபத்தில் ரொறொன்ரோவில் ஒரு தமிழ்ப் பேராசிரியரைச் சந்தித்தேன். அவரிடம் என் சந்தேகத்தைக் கேட்டேன். அவர் உடனே பதில் சொல்லவில்லை, கம்பராமாயணத்தைப் படித்துப் பார்த்துச் சொல்வதாகக் கூறினார். அதேநாள் தொலைபேசியில் அவருடைய பதில் வந்தது. பாடல் 10,341. கம்பன் ஒரு முழுப்பாட்டில் பட்டாபி ஷேகத்துக்கு வந்திருந்த குகன் ராமனிடம் விடை பெறுவதைச் சொல்கிறான்.

கம்பனில் எனக்கிருந்த ஐயம் தீர்ந்தது. ராமனில் எனக்கிருந்த ஐயம் தீர்ந்தது. கல்விமானில் இருந்த ஐயம் இன்னும் தீரவில்லை.

◈

இரண்டுதான்

அந்தப் பெண் தொலைபேசியில் அழைத்து உதவி கேட்டபோது நான் யோசித்திருக்கவேண்டும். யோசிக்கவில்லை. அடுத்த நாள் காலை வந்து தன்னைச் சந்திக்க முடியுமா என்று கேட்டார். சரி என்றேன். என்ன நேரம் என்று கேட்க எட்டு மணி என்றார். விலாசம் தரவில்லை. சிறிது நேரத்தில் தானே அழைத்து அதைத் தருவதாகச் சொன்னார். சம்மதித்தேன்.

இரவு படுக்கைக்குச் செல்லும் நேரமாகிவிட்டது, தொலைபேசி வரவில்லை. நானே அழைத்துக் கேட்டேன். அவர் சொன்ன முகவரியை குறித்து வைத்துக்கொண்டேன். காலை எழும்பி ஒரு மணி நேரம் முன்னதாகவே புறப்பட்டேன். பள்ளிக்கூட, அலுவலக நேரம் என்பதால் சாலை நெருக்கியடிக்கும். ஊர்ந்து ஊர்ந்து பாதி தூரம் வந்திருப்பேன், கார் டெலிபோன் அடித்தது. மனைவிதான், ஏனென்றால் வேறு ஒருவருக்கும் அந்த எண் தெரியாது. 'உங்களைக் கூப்பிட்ட பெண் வேறு விலாசத்துக்கு உங்களை வரச் சொன்னார்' என்றார். ஓர் இரவுக்குள் வேறு வீடு மாறிவிட்டாரா? நான் பெண்ணைத் தொலைபேசியில் அழைத்தேன். அவர் 'நேற்று அவசரத்தில் உங்களிடம் தவறான முகவரியைத் தந்துவிட்டேன். இதுதான் சரியான முகவரி' என்று வேறொன்றைச் சொன்னார். நான் குறித்துக் கொண்டேன். அது இன்னும் பல மைல் தூரத்தில் வேறு திக்கில் இருந்தது.

அவர் சொன்ன இடத்துக்கு வந்தால் அவர் குறிப்பிட்ட கட்டடத்தைக் காணவில்லை. இடது பக்கம் என்று சொல்லியிருந்தார். இடது பக்கம் காடாக வர முயற்சி செய்துகொண்டிருந்தது. மறுபடியும் அழைத்தேன். அவர் வலது பக்கம் என்றார். மன்னிப்பு என்ற ஒரு வார்த்தை அவர் வாயிலிருந்து வெளிவரவில்லை. கட்டடத்தை ஒருவழியாகக் கண்டுபிடித்து சடாரென்று திரும்பி ஒரு பாதசாரியிடம் பேச்சு வாங்கி, கார் தரிக்கும் இடத்துக்கு வந்த பிறகு அவரை அழைத்தேன். அவர் எண் 913க்கு வரச்சொன்னார். தகவலை அவர் தவணை முறையில்தான் தருவார்.

அந்தப் பழைய கட்டடத் தொகுதி ரொறொன்ரோ நகரம் உண்டாகியபோது கட்டியதாக இருக்கவேண்டும். வீட்டு வாசல் கூடத்தின் உள்கதவு பூட்டியிருந்தது. அவர் தன் மாடியிலிருந்தபடி ஒரு பட்டனை அமத்தினால்தான் நான் கதவைத் திறந்து உள்ளே போகலாம். கதவைத் திறப்பதற்கான ரகஸ்ய எண்ணை நான் அழுத்தினேன். அம்மணி கதவைத் திறப்பதாகக் காணவில்லை. ஐந்து நிமிடம் கழிந்தது. ஓர் இளம் பெண் இளம் புயல் நுழைவதுபோல நுழைந்து கடவு எண்ணைப் பதிந்து, கதவை ஒருகையால் இழுத்துத் திறந்து உள்ளே போனார். கதவு மூடமுன்னர் வேகமாக நானும் பின்னே சென்றேன். அவர் மின்தூக்கிக்குள் நுழைய நானும் நுழைந்தேன். அவர் நாலை அமத்தினார். நான் ஒன்பதை அமத்தினேன். மின்தூக்கி ஒருநிமிடம் நின்று இளைப்பாறி மெல்ல அசைந்து உயிர்ப்பெற்று பெரும் சத்தம் உண்டாக்கி உயரத் தொடங்கியது. அந்தப் பெண் அதே தொகுதியில் வசிப்பவராக இருக்கவேண்டும். என்னைப்போல பயப்படாமல் தைரியமாக நின்றார். அவர் கண்களின் ஓரத்தில் உப்புக்கல் பதித்திருப்பதுபோல மினுங்கியது. நேற்றைய ஒப்பனையின் மிச்சம் அது என்று ஊகித்துக்கொண்டேன்.

நாலாவது மாடி வந்ததும் கதவு திறக்க இளம் பெண் என்னை விட்டுவிட்டுப் போய்விட்டார். நான் தனிய நின்றேன். மின்தூக்கி ஒரு இருபதுபேர் புதிதாக ஏறிவிட்டதுபோல முக்கி முனகி கடபுடா என்று சத்தம் எழுப்பி மேலே சென்றது. ஏழாவது மாடியில் நின்று கதவைத் திறந்தது. நான் மறுபடியும் ஒன்பதை அமத்தினேன். கதவு மூடியது மறுபடியும் திறந்தது; மின்தூக்கி நகராமல் ஏழாவது மாடியிலேயே நின்றது. சரி ஏழாவது மாடியில் இறங்கி, படிக்கட்டுகள் வழியாக ஒன்பதாவது மாடிக்கு ஏறவேண்டுமாக்கும் என்று நினைத்து படிக்கட்டுகளைத் தேடிப் பார்த்தேன். இல்லை. மறுபடியும் புறப்பட்ட இடத்துக்குக் கீழே வந்து சேர்ந்தேன். அந்தப் பெரிய கட்டடத் தொகுதியில் ஒரு மனித உயிரைக் காணமுடிய வில்லை.

நான் சந்திக்கவந்த பெண்ணை மறுபடியும் அழைத்தேன். அவர் குரலில் எரிச்சல் தெரிந்தது. ஒன்பதாவது மாடிக்கு எப்படி வர வேண்டும் என்று ஒரு குழந்தைப்பிள்ளைபோலக் கேட்டேன். அவர் மின்தூக்கியில் ஏழாவது பட்டனை அமத்தவேண்டும் என்றார். ஒன்பதாவது மாடிக்குவர ஏழாவது பட்டனையா அமத்தவேண்டும். இதை எனக்கு முன்பே சொல்லியிருக்கலாமே. நான் என்ன மூக்குச் சாத்திரமா பார்ப்பது என்று பற்களைக் கடித்து மனத்துக்குள் சொல்லிக்கொண்டேன். ஒருவழியாக ஒன்பதாவது மாடியை அடைந்து 913ஆவது கதவைக் கண்டுபிடித்து அவரைச் சந்தித்தேன். இரண்டு தேயிலைப் பைகள் தொங்கும் தேநீர்க் கோப்பையைக் கையிலே வைத்து அதைப் பார்த்துக்கொண்டிருந்தார். அவர் கேட்ட

உதவி ஒரு சின்ன விசயம். தொலைபேசியிலேயே அதை முடித்திருக்கலாம். என்னை வீணாக அலைய விட்டிருக்கத் தேவையில்லை.

நான் பேசிக்கொண்டிருக்கும்போதே அவர் செல்பேசியைத் திறந்து தகவல் ஒன்றைப் பார்த்தார். முழங்கைக்குள் ஒரு கொட்டாவி விட்டார். குதிச் சப்பாத்தை மாட்டி கைப்பையையும் எடுத்து தயாராகப் பக்கத்தில் வைத்துக்கொண்டார். தான் அவசரமாக வெளியே போக வேண்டும் என்பதை எனக்கு சாடையாக உணர்த்துகிறாராம். நான் 'சரி, புறப்படுகிறேன். நான் முதலாவது மாடிக்குப் போக வேண்டும். அங்கேதான் காரை நிறுத்தியிருக்கிறேன். நான் மின் தூக்கியில் எத்தனையாவது பட்டனை அமத்தவேண்டும்?' என்றேன்.

அந்தப் பெண் இதைவிட மோட்டுத்தனமான ஒரு கேள்வியை ஒருவன் கேட்டிருக்கமுடியாது என்பதுபோல என்னைப் பார்த்து விட்டு 'இரண்டுதான்' என்றார்.

◆

காதிலே கேட்ட இசை

கடந்த ஆண்டில் ஒரு நாள் அதிகாலை நான் வழக்கம்போலக் கணினியைத் திறந்தேன். ஒரு மின்னஞ்சல் வந்திருந்தது. எழுதியவர் பெயர் சுமி. யாரென்று தெரியவில்லை. அது ஒரு சிறிய கடிதம்.

'நீங்கள் இணையத் தளங்களில் எழுதுவதைப் படித்து ரசிக்கிறேன். உங்களுக்கு என் அப்பா கைலாசபதியைத் தெரியுமா? என் அம்மா சொல்வார் அவர் உங்கள் நண்பர் என்று.' என்னுடைய பதில் இன்னும் சின்னதாக இருந்தது. 'எந்தக் கைலாசபதி?' அதற்கு வந்த பதில் என்னைத் திடுக்கிட வைத்தது. 'பேராசிரியர் கைலாசபதி.' என்னால் நம்பவே முடியவில்லை. சுமி அமெரிக்காவில் இருந்ததால் உடனேயே அவரைத் தொலைபேசியில் தொடர்பு கொண்டு பேசினேன். நல்ல காலமாக கைலாஸின் மனைவி சர்வ மங்களமும் அவருடனேயே அப்போது தங்கியிருந்தார். அவருடனும் பேசினேன். 40 வருடங்களாக துண்டிக்கப்பட்ட உறவு மீண்டும் புதுப்பிக்கப்பட்டது. இதிலே புதுமை என்னவென்றால் சுமியோ, சர்வமோ ஒருவிதத் தங்குதடையுமின்றிப் பழைய நட்பைப் பாராட்டி வெளிப்படையாகவும் உள்ளன்புடனும் தயக்கமில்லாமல் பேசியதுதான்.

கைலாஸின் பழக்கம் நான் மாணவனாகப் படித்துக்கொண்டிருந்தபோது ஏற்பட்டது. இன்றைய என்னுடைய எழுத்துக்கு அவர்தான் முழுக்காரணம். அவரே எனக்கு ஒரு புது உலகத்தைத் திறந்துவிட்டவர்.

புதுமைப்பித்தனையும் ஜேம்ஸ் ஜோய்ஸையும் அவர்தான் அறிமுகப்படுத்தினார். அவருடைய வீடு எனக்கு எப்பவும் திறந்திருக்கும். புத்தகங்களை நான் கேட்காமலே தூக்கிக் கொடுப்பார். 'இதைக் கொண்டுபோய்ப் படித்துப்பாரும்' என்பார். அதைப் படித்ததும் எனக்கு இன்னொரு கதவு திறக்கும். புத்தகத்தைத் திருப்பிக் கொடுக்கும்போது ஒரு விவாதம் நடைபெறும். அவருடன் சேர்ந்து தியேட்டருக்குப் படம் பார்க்கப் போயிருக்கிறேன். அவருடன் சேர்ந்து

பலதடவை உணவகத்தில் உணவருந்தியிருக்கிறேன். ஒரு முறையாவது என்னை உணவுக்குப் பணம்கொடுக்க அவர் அனுமதித்ததில்லை. முதன்முதல் ஆறாயிரம் ரூபாய் கொடுத்து ஒரு புதிய முபோர்ட் கார் வாங்கினார். அதன் முன் இருக்கையில் அமர்ந்து அவருடன் பிரயாணம் செய்திருக்கிறேன். அவர் மேல்படிப்புக்காக வெளிநாடு போனார். நான் வேறுநாடு போனேன். அத்துடன் எங்கள் தொடர்பு முறிந்தது. தொலைபேசி இல்லை. கடிதம் இல்லை. பிரிந்த எங்கள் பாதைகள் மீண்டும் சந்திக்கவேயில்லை.

இந்த இடைக்காலத்தில் கைலாஸ் பர்மிங்காம் பல்கலைக் கழகத்தில் Tamil Heroic Poetry என்ற தலைப்பில் ஆய்வுசெய்து முனைவர் பட்டம் பெற்றிருந்தார். இலங்கை பல்கலைக்கழக யாழ்ப்பாண வளாகத்தின் முதல் தலைவராக நியமனம் பெற்றது அவர்தான். அதைத் தொடர்ந்து மனிதப்பண்பியல் பீடத்தின் பீடாதிபதியாகவும் பணியாற்றினார். இருபதுக்கு மேற்பட்ட நூல்கள் எழுதினார். இன்று தமிழில் ஆய்வு செய்யும் எந்த ஒரு மாணவரும், அவர் எந்த நாட்டவராக இருந்தாலும் சரி, கைலாசபதியைப் புறக்கணித்து ஆய்வை முற்றுப்பெறச் செய்ய முடியாது. மரபு இலக்கியங்கள், நவீன இலக்கியங்கள் ஆகிய வற்றை மார்க்சிய கண்ணோட்டம் மூலம் விளங்கிக் கொள்வதற்கு ஒரு திசைகாட்டியாகச் செயல்பட்டவர் கைலாஸ். அவர் எனக்கு ஒரு காலத்தில் நண்பராக இருந்தார் என்பது எவ்வளவு பெருமையானது.

சர்வம் தொலைபேசியில் நீண்டநேரம் பேசினார். பல்கலைக் கழக வாழ்க்கை, அவருடைய நண்பர்கள், இலக்கியம், இசை என்று பலதையும் தொட்டார். 'அவருடைய கடைசிக் காலத்தைப் பற்றிச் சொல்லுங்கள்?' என்றேன்.

'கைலாசுக்குச் சோர்வு என்பதே கிடையாது. புத்தகம் படிப்பார். நண்பர்களுடன் இலக்கிய விவாதம் செய்வார். இரவிரவாக எழுதுவார். ஒரு மணி, இரண்டு மணிக்கு முன்னர் அவர் படுத்த தில்லை. நல்ல ஒரு மாணவரைப்போல இடைவிடாது உழைத்தார். அடுத்த நாள் காலை ஒரு பரீட்சை எழுதவேண்டும் என்பதுபோலவே நடந்துகொள்வார். அவர் இரவிரவாக எழுதியதை அது ஆங்கிலமாக இருந்தால் நான் தட்டச்சு செய்து வைப்பேன். அது தமிழ் என்றால் அதை நான் நல்ல எழுத்தில் திருப்பி எழுதவேண்டும். அத்துடன் வேலை முடியாது. திருப்பிப் படிக்கும்போது அவருக்குப் புதுப்புது எண்ணங்கள் முளைக்கும். என்னிடம் sorry sorry என்று மன்னிப்பு கேட்டபடி நட்சத்திரக் குறி போட்டு வேறு ஒற்றையில் அ, ஆ, இ என்று எழுதிவைப்பார். நான் அவற்றையெல்லாம் கட்டுரையில் சேர்த்துத் திரும்பவும் எழுத வேண்டும். ஆரம்பத்தில் ஆறு பக்கக் கட்டுரையாக இருந்தது முப்பது பக்கமாக மாறிவிடும்.

1982 நவம்பர் எனக்கு நல்ல ஞாபகம் இருக்கிறது. திடீரென்று களைத்துப்போய்க் காணப்பட்டார். ஒன்பது மணிக்குப் போய்ப் படுத்துக்கொள்ளத் துடங்கினார். அடுத்த நாள் காலை எழும்பும் போதும் அதே களைப்புடன் இருந்தார். முந்திய உற்சாகம் மறைந்து விட்டது. எங்களுடைய மருத்துவ நண்பர் ஸ்ரீஹரன் ரத்தப் பரிசோதனை செய்து பார்த்துவிடலாம் என்றார். சரி என்று செய்தோம். அன்று பின்னேரம் தொலைபேசியை அவரிடமிருந்து எதிர்பார்த்துக் காத்திருந்தோம். நீண்ட நேரம் தொலைபேசி வரவில்லை. ஆனால், அவர் நேரே வீட்டுக்கு வந்தார். அவருடன் இன்னும் சில நண்பர்களும் வந்தார்கள். 'நீங்கள் இன்றே கொழும்புக்கு வெளிக்கிடவேண்டும். உங்கள் இருவருக்கும் டிக்கெட்டும் வாங்கிவிட்டோம்' என்றார். 'இன்றா, என்ன விளையாடுகிறீர்களா? அது எப்படி முடியும்?' என்று மறுத்துவிட்டோம். 'ஒன்றும் பயமில்லை. கொழும்பில் காட்டினால் ஒரு கிழமையிலேயே திரும்பிவிடலாம். எல்லாம் ஒரு மன திருப்திக்குத்தான்' என்றார். அவசர அவசரமாக ஒரு கிழமைக்குத் தேவையான உடுப்பை பெட்டியில் அடைத்துக்கொண்டு புறப்பட் டோம்.

கொழும்பு போய் இறங்கியதும் அங்கே என்னுடைய அப்பா எங்களைச் சந்தித்தார். மருத்துவமனைக்குப் போனால் சிறப்பு மருத்துவர் எங்களுக்காகக் காத்துக்கொண்டிருந்தது மேலும் ஆச்சரியமாகவிருந்தது. எல்லா ஏற்பாடுகளையும் ஸ்ரீஹரன் யாழ்ப் பாணத்தில் இருந்தபடியே செய்துவிட்டார். நாங்கள் மருத்துவ மனையில் இருந்த முதல் ஐந்து, ஆறு நாள்களும் கைலாஸால் மறக்க முடியாத நாள்கள். அவ்வளவு மகிழ்ச்சியாக அவர் இருந்தார். மருத்துவர்களும் தாதிகளும் அந்தப் பரிசோதனை இந்தப் பரிசோதனை என்று இழுத்தடித்தாலும் அவருடைய மகிழ்ச்சிக்குக் காரணமிருந்தது. எழுத்தாள நண்பர்கள் அவரை எப்பவும் சூழ்ந்தபடி இருந்தார்கள். ஒரு பெரிய இலக்கியப் பட்டறை அங்கே தொடர்ந்து நடந்தது. விவாதங்கள் சூடுபிடிக்கும்போதே சில வேளைகளில் இவர் கண்கள் மெல்ல மூடிவிடும். ஆனாலும் உதட்டிலே மெல்லிய புன்னகை வீசும். அவர் கண்கள் தூக்கத்தில் மூடிக்கொண்டிருந்தாலும் உள்ளே பெரிய விவாதம் இன்னமும் ஓடிக்கொண்டுதான் இருந்தது. நண்பர்கள் ஓசைபடாமல் மெல்ல எழுந்துபோவார்கள்.

ஐந்தாவது நாள் என்று நினைக்கிறேன். இந்துப் பத்திரிகை என்.ராம் இந்தியாவிலிருந்து நண்பர் மூலம் ஒரு புத்தகக் கட்டு அனுப்பியிருந்தார். அவை இவர் கேட்ட புத்தகங்களாக இருக்கலாம். புத்தகத்தைத் திறந்து பார்ப்பதும் தடவிக் கொடுப்பதுமாக இருந்தார். மருத்துவருடைய சோதனைகளும் தாதிமாருடைய தொந்திரவுகளும் இல்லாவிட்டால் அன்றே புத்தகங்களை வாசிக்கத் தொடங்கியிருப்பார்.

அதே நாள் இரவு நான் பேராசிரியர் ராமசாமியுடன் தொலைபேசியில் பேசிக்கொண்டிருந்தபோது ஓர் எதிர் பாராத விசயம் நடந்தது. 'சர்வம், நீங்கள் வெளிநாட்டுக்குப் போகப் போவதாக அறிந்தேன். இந்த மாதிரி லூக்கீமியாவில் நோயாளியின் வேதனைகளைக் குறைப்பதற்குத்தான்.....' என்று ஆரம்பித்து அவர் பேசிக்கொண்டே போனபோது எனக்கு வேறு ஒன்றுமே கேட்கவில்லை. லூக்கீமியா என்ற வார்த்தையே காதுகளில் திரும்ப திரும்ப ஒலித்தது. நான் இடிந்துபோய் உட்கார்ந்து அழத்தொடங்கினேன். அதுவரைக்கும் மருத்துவர்கள் கான்சருக்குத்தான் வைத்தியம் பார்த்தார்கள் என்ற விசயம் எனக்குத் தெரியாது.

அன்று என்ன நடந்தது என்று எனக்கு ஞாபகமில்லை. எல்லா மருத்துவர்களும் என்னைச் சூழ்ந்துகொண்டார்கள். 'சர்வம், நீங்கள் தைரியமானவர் என்பது எங்களுக்குத் தெரியும். ஆனால் என்ன நோய் என்று கைலாசுக்குத் தெரியாமல் இருப்பது நல்லது. அவர் மனம் உடைந்து போய்விடும். முன்புபோலவே அவருடன் சந்தோசமாய்ப் பழகுங்கள். அவர் ஐமிச்சப்படக்கூடாது.'

நான் கைலாஸின் படுக்கைக்குப் போனபோது அவர்தான் யாழ்ப்பாணத்துக்குத் திரும்பிப் போவது, அவசரமாக எழுதி முடிக்க வேண்டிய கட்டுரைகள், புதிய வேலைத் திட்டங்கள் பற்றி எல்லாம் ஆர்வமாகப் பேசினார். தன்னுடைய நோய் குணமாகி இரண்டு கிழமைகளில் திரும்பிவிடலாம் என்றே அவர் சிறுபிள்ளைத்தனமாக நம்பினார்.

ஒவ்வொரு நாளும் அவருக்கு ரத்தம் ஏற்ற ஆரம்பித்தார்கள். வேறு யாரோவுடைய ரத்தம் உள்ளே போனதும் கொஞ்சம் உசாராக இருப்பார். ஆனால் சில மணி நேரங்களில் செலுத்திய அவ்வளவு ரத்தமும் வலுவிழந்துபோய்விடும். மறுபடியும் சோர்ந்துபோவார். காலைகளில் பதற்றமாக இருப்பார். என்ன என்பேன். ராட்சசி வரப்போகிறார் என்பார். அவர் சொன்னது ரத்தம் எடுக்கும் தாதியை. அவர் அப்படியான வார்த்தையை உபயோகிப்பதே இல்லை. பார்க்கப் பரிதாபமாகவிருந்தது. நோகிறதா என்பேன். ஒரு குழந்தைப்பிள்ளை கொட்டாவி விடுவது போல வாயைத் திறப்பார். உள்ளே முழுக்க அவிந்துபோய் ரத்தமாயிருக்கும். இன்னும் ஒன்றிரண்டு நாளைக்குத் தான், பிறகு எல்லாம் சரியாய்ப் போகும் என்பேன். அவர் அப்படியே கண்ணயர்ந்து போவார்.

அன்று பின்னேரம் பெரும் சோர்வுடன் காணப்பட்டார். என்னுடைய அப்பா அவரைப் பார்க்க வந்தார். என் அப்பாவிடம் அவருக்கு மரியாதை அதிகம். சிறுவயதிலிருந்து அப்பாதான் அவரைப் படிப்பித்து வளர்த்தெடுத்தவர். அவரைப் பார்த்ததும் கிட்ட வரச் சொன்னார். அப்பா போனார். இன்னும் கிட்ட என்றார். மேலும் இரண்டடி வந்ததும் கைலாஸ் கட்டிலில் உட்கார்ந்த நிலையில்

அப்பாவைக் கட்டிப்பிடித்தார். இது கைலாஸ் வாழ்நாளில் செய்யாத ஒன்று. உணர்ச்சிகளை லேசில் காட்ட மாட்டார். ஒரு வேளை இவருக்குத் தெரிந்துவிட்டதோ, விடை பெறுகிறாரா என்றெல்லாம் யோசித்தேன். உண்மையில் கைலாஸ் இறக்கும் வரைக்கும் தனக்கு என்ன நோய் என்பது தெரியாமலேதான் இறந்துபோனார்.

இரண்டு நாள் முன்பாக நானும் அவரும் தனிமையில் இருந்தோம். அவர் என்னுடைய கையைப் பிடித்தார். ஒலிநாடாவில் அவருக்குப் பிடித்த பாடல் ஓடிக்கொண்டிருந்தது. கடந்த சில வருடங்களாக அவருக்கு இசையில் நாட்டம் அதிகமாயிருந்தது. ஒவ்வொரு வருடமும் நண்பர்களுடன் சென்னை இசைவிழாவுக்குப் பயணமாகிவிடுவார். இசை பற்றிய நுணுக்கங்களைத் தானாகவே கற்றார். நான் பத்து வருடமாக முறையாக வீணை கற்றிருந்தேன். ஆனால் எனக்குத் தெரியாத விசயங்கள் அவருக்குத் தெரிந்திருந்தன. ஒரு ராகத்தைப் பாடகர் பாட ஆரம்பித்தவுடன் அது என்னவென்று சொல்லி விடுவார். எப்படி அந்த ஆற்றலை வளர்த்துக் கொண்டார் என்பது அவருக்குப் பக்கத்தில் எந்த நேரமும் இருந்த எனக்கே புரியவில்லை.

அவர் மனத்திலே பெரிய ஆசையிருந்தது. பாரதியாரைப் பற்றி நிறைய குறிப்புகளும் ஆராய்ச்சி முடிவுகளும் அவரிடம் இருந்தன. பாரதியாரைப் பற்றி எழுதும் எண்ணம். முன்பு ஒருவரும் எழுதியிராத வகையில் ஒரு முழு நூலை உருவாக்கவேண்டும் என்று திட்டம் போட்டு வைத்திருந்தார். நாலு தொகுதிகளாகக் கொண்டு வருவதற்கு நிறைய விசயம் சேர்ந்திருந்தது. அவருடைய பீடாதிபதி வேலை, நிர்வாகத்தில் அதிக நேரத்தை விழுங்கியது. மாணவர்களும் கல்வியாளர்களும் எழுத்தாளர்களும் அவரிடமிருந்த மீதி நேரத்தைப் பங்குபோட்டுக்கொண்டார்கள். எப்படியும் நேரம் ஒதுக்கி முழுகவனத் தையும் செலுத்தித் தொகுப்பை முடித்துவிட வேண்டும் என்ற தீர்மானத்தில் இருந்தார்.

அத்துடன் இன்னொரு ரகஸ்ய ஆசை. ஒரு நாவல் எழுதுவது. அந்தக் காலத்தில் பல யாழ்ப்பாண மக்கள் பணம் சம்பாதிக்க மலேயா போனார்கள். அவருடைய பெற்றோர் அப்படிப் போனவர்கள்தான். இரண்டாம் உலகப் போர்ச்சூழலை வைத்து, மலேயா பின்னணியில் ஒரு நாவல் எழுதும் திட்டம். மருத்துவமனையிலிருந்து திரும்பியதும் இந்தத் திட்டத்தைச் செயல்படுத்தலாம் என்று அவர் நினைத்திருக் கலாம். அடுத்த வாரம் நிச்சயம் திரும்பிவிடலாம் என்பதே அவர் நினைப்பு.

திடீரென்று ‘சர்வம், எங்கள் வாழ்க்கை எப்படி இருந்தது?’ என்றார். எனக்குத் திக்கென்றது. ‘இது என்ன கேள்வி, இந்த நேரத்தில்’ என்றேன். ‘உண்மையைச் சொல்லுங்கோ’ என்றார். அவர் கை என்னுடையதை இறுகப் பற்றிக்கொண்டிருந்தது. நான் சொன்னேன்.

'இதனிலும் பார்க்க மகிழ்ச்சியான வாழ்க்கை வேறு எங்கேயிருக்கு. எனக்கு ஒரு குறையுமில்லை.' 'எனக்கும் அப்படித்தான். உங்கட வாயாலே கேட்க வேணும்போல ஆசையாய் இருந்தது.' அவர் வாய் முணுமுணுத்தது, 'காலம் என்பது கறங்கு போல் சுழன்று, கீழது மேலாய், மேலது கீழாய்...' அப்படியே அன்று தூங்கிப் போனார்.

அடுத்த நாள்தான் அவர் கடைசி முறையாக என்னோடு பேசப்போகும் நாள்.

வழக்கம்போல அன்றிரவு நான் அவருடனேயே தங்கினேன். அடுத்த நாள் காலை நான் வீட்டுக்குப் போய் உடுப்பு மாற்றிக் குளித்துவிட்டு அவருக்கு சூப் செய்துகொண்டு வரவேண்டும். புறப்பட்டேன். 'சர்வம், கொஞ்சம் நில்லுங்கோ. இந்தப் பாட்டை கேளுங்கோ. இது வைணவ இசைபோல இருக்கு, இல்லையா?' என்றார். நான் திகைத்துப்போனேன். எனக்கு ஒன்றுமே கேட்க வில்லை. ஒலிநாடா ஓடவில்லை. அந்த இசை அவர் கற்பனையில் மட்டுமே ஓடியது. நான் 'நல்ல இசைதான். அருமையாயிருக்கு' என்றேன். அவருடைய வாயில் மெல்லிய புன்னகை. இசையை ஆழ்ந்து ரசிக்கும் பரவசம் முகத்தில் தெரிந்தது. நான் சற்றுத் தயங்கி நின்றுவிட்டுப் புறப்பட்டேன்.

வீட்டுக்கு வந்த சில நிமிடங்களில் தொலைபேசி ஒலித்தது. மருத்துவமனையிலிருந்து என்னை உடனே வரும்படி அழைத்தார்கள். எனக்கு டக்கென்றது. ஏதோ நடக்கப்போகிறது என்று மனது பதைத்தது. நான் திரும்பி வந்தபோது அவர் கோமாவில் இருந்தார். அவர் கண்கள் என்னைப் பார்க்கவில்லை. அவர் வாய் என்னுடன் பேசவில்லை. ஓர் உடம்புதான் அங்கே படுத்திருந்தது. அவர் பிறகு கண் விழிக்கவேயில்லை. அவரிடம் சற்று முன்னர் நான் பேசியதுதான் கடைசி. கேட்காத இசையை 'அருமையாயிருக்கு' என்று சொன்னது கொஞ்சம் மனசுக்கு வருத்தமாயிருந்தது. கோமாவிலிருந்து மீளாமல் அன்று மாலையே அவர் உயிர் நீத்தார்.

அவர் இருக்கும்போது நண்பர்கள் எப்போதும் வீட்டை நிறைத்திருப்பார்கள். வழக்கமாக இரண்டு மூன்று விருந்தாளிகள் வீட்டிலே சாப்பிடுவார்கள். மாதத்திலே ஒரு தடவையாவது இருபது பேருக்கு எங்கள் வீட்டில் விருந்து நடப்பது சர்வ சாதாரணம். சனி, ஞாயிறுகளில் அதிகாலையிலேயே பண்ணைச் சந்தைக்குப் போய் மீன், நண்டு என்று வாங்கிக் கொண்டுவந்து போடுவார். நான் சமைப்பேன். அவருக்கு முட்டைப் பொரியலில் அப்படி ஒரு விருப்பம். அது கட்டாயம் இருக்கவேண்டும். மலேயாவில் சிறுவயதில் சண்டைக்காலத்தில் அவர் வாழ்ந்தபோது நிறைய கஷ்டப்பட்டிருக் கிறார். பெற்றோர்கள் இருக்கும் உணவை அவருக்குக் கொடுத்துவிட்டு பட்டினி கிடப்பார்கள். அந்தக் காலத்தில் ஒரு முட்டை அகப்பட்டால்

விருந்து கிடைத்ததுபோல என்பார். அதை அவர் மறக்கவேயில்லை. நண்பர்களுடன் விவாதங்கள் சூடாக நடக்கும். நான் சமையலறையில் நெடுக நிற்பதும் பிடியாது. நானும் வந்து கலந்து கொள்ளவேண்டும். என்னுடைய அபிப்பிராயத்தை அடிக்கடி கேட்பார்.

அவர் இறந்த பிறகும் எழுத்தாள நண்பர்கள் தொடர்ந்து வந்து விசாரித்துப் போவார்கள். அதேபோல தமிழ்நாட்டில் வா.செ. குழந்தைசுவாமியும் குடும்பமும் தங்கள் அன்பினால் எங்கள் இழப்பை ஈடு செய்ய உதவினர். நீர்வை பொன்னையன் அடிக்கடி வந்து பார்ப்பார். மற்றது எழுத்தாளர் ரகுநாதன். அவர் வீட்டுக்குப் போவதற்கு என் மகள்களுக்கு நிறைய பிடிக்கும். ரகுநாதனின் மனைவி எனக்கு விருப்பம் என்று சண்டிவறை செய்துகொண்டு வந்து தருவார். ரகுநாதனை சைக்கிள் ஓட்டவேண்டாம் என்று மருத்துவர் கட்டளை யிட்ட பிறகும் இரண்டு பஸ் பிடித்து வந்து எங்களைப் பார்ப்பார்.

கைலாஸ் இறப்பதற்குச் சில மாதங்களுக்கு முன்னால்தான் நாங்கள் திருவையாற்றிலிருந்து திரும்பியிருந்தோம். அடிக்கடி விரிவுரைகளுக்காக இந்தியா போயிருந்தாலும் கடைசித் தடவை போனபோது என்னவோ அவருக்கு நடந்துவிட்டது. அடுத்த வருடமும் குடும்பத்துடன் திருவையாறு போகவேண்டும் என்றார். காவிரியும் அந்தக் காற்றும் வீதிகளில் கேட்கும் இசையும் அவருக்கு பிடித்துக் கொண்டது. அவர் விருப்பத்தை நான் நிறைவேற்றினேன். அவர் இறந்த அடுத்த வருடம் குடும்பத்தோடு திருவையாறு போய் அவருடைய சாம்பலைக் காவிரியில் கரைத்தேன். அவர் மிகவும் நேசித்த அந்தக் காற்றிலும் நீரிலும் இசையிலும் அவர் கலந்து கொண்டார் என்றுதான் நினைக்கிறேன்.

மருத்துவமனையில் படுத்திருந்தபோது அவரைச் சுற்றியிருந்த நண்பர்களுக்கும் உறவினர்களுக்கும் அவருடைய எஞ்சிய வாழ்நாள் நிமிடம் நிமிடமாகக் கரைந்துவருவது தெரிந்திருந்தது. அவருக்கு அது தெரியவில்லை. தான் திரும்பி யாழ்ப்பாணம் போய் 'பாரதி' பற்றிய புத்தகத்தைத் தொடங்கிவிடலாம் என்றே நினைத்திருந்தார். எழுத்தாளர்கள் வந்து பேசிவிட்டுப் போன பின்னரும் அவருடைய சிந்தனைகள் ஓயாது, அவர் முகம் ஒரு பரவச நிலையிலிருக்கும். இதை நான் பல தடவை பார்த்திருக்கிறேன். அன்று கடைசியாக என் காதுகள் கேட்கமுடியாத ஒரு வைணவ இசை அவருக்குக் கேட்கிறது என்று சொன்னபோது அவர் முகம் அப்படியான ஒரு பரவச நிலையையே எட்டியிருந்தது. அவர் மனத்தில் என்னென்ன சிந்தனை கள் அந்தச் சமயம் ஓடிக்கொண்டிருந்தனவோ. அவையும் எனக்குக் கேட்கவில்லை.

◆

ஒன்றைத் தொடு

மகாபாரதத்தில் நச்சுப்பொய்கை ஒன்று வரும். பஞ்சபாண்டவர்கள் தண்ணீர் குடிக்க வரும்போது அந்தப் பொய்கையைக் காக்கும் யட்சன் கேள்விகள் கேட்பான். அதற்கு தருமர் புத்திசாலித் தனமான பதில்கள் சொல்லி தண்ணீர் குடிப்பதற்கு அனுமதி பெற்றுவிடுவார். அப்படி யாரும் இப்பொழுது கேள்விகள் கேட்பது இல்லை. என்னிடம் யாராவது உலகத்தில் அழகானது என்ன என்று கேள்வி கேட்டால் சொல்வதற்குத் தயாராக ஒரு பதில் வைத்திருக்கிறேன். 'மகளும் மகளும் நடந்து வருவது.' அதனிலும் அழகான காட்சி உலகில் உண்டா?

என் மகளின் மகளுக்கு பெயர் அப்ஸரா. ஆறாவது பிறந்த நாளைக் கொண்டாடிய நாளிலிருந்து ஒரு மாற்றம் தெரிகிறது. பேன் ஓடுவதுபோலக் கால்களுக்கு கால் ஓடிக்கொண்டே இருக்கிறாள். பிடிபட்டால் கால்கள் காற்றில் ஓடுகின்றன. சமீபகாலமாக தீவிரமான பிரச்னைகளை தீர்ப்பதற்கு சுலபமான ஒரு வழியைக் கண்டுபிடித்திருக்கிறாள். இரண்டு விரல்களை நீட்டுவாள். அதில் ஒன்றைத் தொட வேண்டும். நான் தொட்டேன். 'ஆ, இன்றைக்கு பால் குடிக்கத் தேவையில்லை' என்றாள். இன்னொரு நாள் விரலை நீட்டினாள், நான் தொட்டேன். 'ஆ, என்னை முதுகில் காவிக்கொண்டு நீங்கள் மாடி ஏறவேண்டும்.' நான் தொடாமல் விட்ட மற்ற விரலில் என்ன ரகஸ்யம் ஒளிந்திருக்கிறது என்பதை என்னால் கடைசிவரை கண்டுபிடிக்கவே முடியாது. முன்பு நான் பார்த்த ஒரு தமிழ்ப் படத்திலும் கதாநாயகி அடிக்கடி இரண்டு விரல்களில் ஒன்றைத் தொடச் சொல்லிப் பெரும் பிரச்னைகளை எல்லாம் சுலபமாகக் கடந்து செல்வார். ஒருமுறை யாரை மணப்பது என்பதில் சிக்கல். அவள் கோவிலில் பூக்கட்டி தொட்டு அதைத் தீர்த்தாள். பூவைத் தொடுவதும் விரலைத் தொடுவதும் ஒன்றுதான்.

ஆனால் சமீபத்தில் என்னைப் பார்க்க வந்த தம்பதிகள் செய்ததுதான் நம்புவதற்குக் கடினமாக இருக்கிறது. அவர்கள் என்னிடம் பேசியதிலும் பார்க்க தங்களுக்குள் பேசியதுதான் அதிகம். அடிப்பதும் கிள்ளுவதுமாக விளையாடினர்.

திடீரென்று அந்த இளம் நண்பர் என் பக்கம் திரும்பி இரண்டு விரல்களை நீட்டினார். உண்மையில் விரல்கள் கூரையைப் பார்த்து நின்றன. கனடாவில் ஒரு விரலை இப்படிக் காட்டினால் வசை என்பது பொருள். இரண்டு விரல்கள் என்றபடியால் இரட்டிப்பு வசையாக இருக்குமோ என்று நினைத்தேன். அப்படியில்லை. இவரும் அப்ஸராவைப்போல ஒரு விரலைத் தொடச் சொன்னார். நான் அதில் நல்ல தேர்ச்சிப் பெற்றிருந்தேன். தொட்டேன். 'என் மனைவி கர்ப்பம்' என்றார். நான் 'மிக்க மகிழ்ச்சி, வாழ்த்துக்கள்' என்றேன். சிறிது நேரம் கழித்து அவர்கள் போனார்கள்.

அவர்கள் போனபிறகுதான் நான் யோசித்தேன். நான் மற்ற விரலைத் தொட்டிருந்தால் என்ன நடந்திருக்கும்? தன்னுடைய மனைவி கர்ப்பம் இல்லை என்று சொல்லியிருப்பாரா? அல்லது என்னுடைய மனைவி கர்ப்பம் என்று சொல்லியிருப்பாரா?

யாராவது விரல் தொட்டுப் பார்க்கும் சாத்திரத்துக்குத் தடைச் சட்டம் கொண்டு வரவேண்டும். உலகம் பெரும் புதிராக மாறிக் கொண்டு வருகிறது.

கத்தரிக்காய் கூட்டு

என்னுடைய பக்கத்து வீட்டுக்காரர் ஒரு போலந்துக்காரர். அவர் மணமுடித்தது ஒரு ஜேர்மன் பெண்ணை. இவர்கள் இரண்டாம் உலகப்போர் முடிந்த கையோடு தம்பதிகளாக கனடாவுக்குக் குடி பெயர்ந்தவர்கள். இப்பொழுது அவர்கள் வயதை ஓர் அளவுக்குக் கணக்கிட்டுக்கொள்ளலாம். ஒருவர் சொல்வது மற்றவருக்குக் கேட்காது என்றபடியால் அவர்கள் மகிழ்ச்சியாக வாழ்ந்தார்கள்.

பனிக்காலம் முடியும்வரை வீட்டுக்குள்ளே பதுங்கியிருப்பவர்கள் வசந்தம் வந்ததும் சுறுசுறுப்பாகிவிடுவார்கள். பனி முற்றிலும் அகல முன்னரே தோட்டத்தை கிண்டி ஆயத்தப்படுத்தத் தொடங்குவார்கள். சூரியனின் கிரணங்கள் முழுவதும் அவர்கள் தோல்கள்மேல்தான். ஒரு நாளைக்கு 12 மணிநேரம்கூடத் தோட்டத்தில் பாடுபடுவார்கள். கத்தரி, தக்காளி, மிளகாய், வெள்ளரிக்காய் என்று பயிரிட்டு வளர்ப்பார்கள். அவர்களைப் பார்க்க எனக்குப் பாவமாக இருக்கும். இப்படி முறிந்து பாடுபடுகிறார்களே, இதனால் பயனுண்டா என்று யோசிப்பேன். தக்காளி சுப்பர் மார்க்கெட்டில் ஒரு றாத்தல் ஆக 1.49 டொலர்தான். ஆனால், அதை அவர்களிடம் சொல்வதற்கு எனக்குத் துணிவு வராது.

ஒருநாள் எங்களுக்கும் கொஞ்சம் தக்காளி கிடைத்தது. பளிங்குத் தோலுடன் இறுக்கமாக, சிவப்பாக மினுங்கும் தக்காளி. பச்சையாகக் கடித்துச் சாப்பிடத் தூண்டும். ருசி முன்பு எப்பொழுதும் அனுபவித்தி ராத புதுவிதமான ருசி. நான் அதைச் சொன்னேன். தம்பதிகள் என்னை அழைத்துப்போய்த் தங்கள் தோட்டத்தைக் காட்டினர். தக்காளிக்குப் பக்கத்தில் பஸில் செடியை வளர்த்தார்கள். பீன் கொடிக்குப் பக்கத்தில் சேஜ் செடியை வளர்த்தார்கள். பஸில் செடி தக்காளியை ருசியுள்ளதாக மாற்றுமாம். சேஜ் செடியும் அப்படித்தான் பீன் நல்ல ஆரோக்கியமாகவும் ருசியாகவும் காய்க்கும். டில் செடியை மாத்திரம் சற்றுத் தூரத்தில் தனியாக நட்டிருந்தார்கள். ஏன் என்று கேட்டதற்கு அது சுயநலம் பிடித்தது, மற்ற செடிகளுடன் நட்பாக இராது, அவற்றைக் கொன்றுவிடும் என்றார். 'செடிகளிலும் நல்லது, கெட்டது என இருக்கிறதா?' என்று கேட்டேன். அந்த ஜேர்மன் பெண்மணி ஒரு பெங்குவின் பறவைபோலச் சற்றுக் குனிந்து

யோசித்தார். 'செடிகளும் மனிதர்கள்போலத்தான். இரண்டு நல்லவர்கள் சேரும் போது இன்னும் கூடிய நல்லவர்களாகிறார்கள். சிலர் எவரையும் காரணமின்றி எதிரியாகவே பார்ப்பார்கள். இயற்கைத் தாவரங்களையும் பறவைகளையும் விலங்குகளையும்கூடச் சில நல்லவை, சில கெட்டவை என்று பிரித்து வைத்திருக்கிறது. மனிதர்களிலும் அப்படித்தான்.'

அன்று டிவியில் சமையல் நிபுணர் ஒரு கூட்டு செய்வதை விளக்கிக் கொண்டிருந்தார். என் மனைவி கண்களை எடுக்காமல் நிபுணர் சொல்லும் குறிப்புகளை எழுதிக்கொண்டிருந்தார்.

முருங்கைக்காயும் கத்தரிக்காயும் போட்டுச் செய்த கூட்டு. வாசனை சரக்குகளை ஒவ்வொன்றாக இட்டுக் கூட்டைக் கொதிக்க வைத்துக்கொண்டிருந்தார். அப்பொழுது அவர் சொன்ன ஒரு தகவல் பக்கத்து வீட்டுக்காரர் சொன்னதோடு ஒத்துப்போனது. தனியாவையும் மிளகாயையும் கலந்துபோட்டால் அதன் சுவை ஒன்று. தனித்தனியாகப் போட்டால் சுவையில் பெரிய வித்தியாசம் தெரியுமாம். அவர் உப்பு போட்ட விதமும் என்புத்திக்கு அப்பால் பட்டதாக இருந்தது. முதலில் ஒரு கையால் அள்ளிப்போட்டார். அரை கொதியில் நாலு விரல்களாலும் கிள்ளிப் போட்டார். கூட்டு இறுகி அதை அடுப்பிலிருந்து இறக்கும் சமயத்தில் பொடிபோடுவது போல ஒரு சின்ன சிட்டிகை எடுத்துத் தூவினார். இது என்ன கணக்கோ, எப்படி அவருக்கு ஒரு சிட்டிகை குறைகிறது என்பது தெரிந்தது. அப்படி ருசியில் வித்தியாசம் தெரியுமா?

வெந்த கூட்டை இறக்கிவைத்துவிட்டு ஒரு கரண்டியால் அள்ளி ருசி பார்த்து 'ஆஹா, நல்ல ருசி' என்றார். வேறு எப்படிச் சொல்லுவார். புத்தகப் பின்னட்டைகள் எப்பொழுதும் புத்தகத்தைப் புகழ்ந்துதான் சொல்லும். இவரும் தன்னுடைய சமையலை புளுகத்தானே வேண்டும். ஒருமுறைகூடச் சமையல் வகுப்பில் இவர் 'கொஞ்சம் பிழைச்சுப் போச்சுது, ருசி அவ்வளவு நல்லாயில்லை' என்று சொன்னது கிடையாது.

கத்தரிக்காய்க் கூட்டு எனக்குப் பிடிக்கும்; முருங்கைக்காய்க் கூட்டு எனக்கு இன்னும் பிடிக்கும். இரண்டையும் சேர்த்து சமைத்தால் ருசி ஒன்றையொன்று மேம்படுத்துமா? அப்படித்தான் சொன்னார்; இது நம்பக்கூடியதாக இல்லை. நாளைக்கு எங்கள் வீட்டுச் சமையலில் என்ன கூட்டு இருக்கும் என்பது எனக்கு இன்றைக்கே தெரியும். குளிர்ப் பெட்டியில் தக்காளியும் இருந்தது; முருங்கைக்காயும் இருந்தது. இன்றிரவே தக்காளியை ஒளித்துவைக்கவேண்டும் அல்லது முருங்கைக்காயை ஒளித்து வைக்கவேண்டும். இது இரண்டும் சாத்தியப்படாவிட்டால் நாளைக்கு என்னை ஒளித்து வைக்கவேண்டும்.

கடன்

என் வாழ்க்கையில் நான் பட்ட கடன்களை வரிசைப் படுத்தும் போது பல கடன்களை நான் தீர்க்கவில்லை என்பது இப்போது தெரிகிறது. சிறுவயதில் பக்கத்து மேசை நண்பனிடம் பென்சில் கடன் வாங்கி அதைத் திருப்பிக் கொடுக்கவில்லை. கோவிலுக்கு நேர்ந்து கடவுளுக்கு இது செய்வதாக, அது செய்வதாகச் சொல்லி செய்யாமல் விட்டது. புத்தகங்கள் கடன் வாங்கிப் படித்தால் தவறாமல் திருப்பி விடுவது என் வழக்கம். ஒரு முறை என் புத்தகத் தட்டை ஆராய்ந்த போது யாரோ ஒருவரிடம் கடன் வாங்கிய புத்தகம் ஒன்று இன்னும் திருப்பிக் கொடுக்காமலே இருப்பது தெரிந்தது. ஆனால், யாரிடம் புத்தகத்தை இரவல் வாங்கினேன் என்பது மறந்துவிட்டது.

உரிய நேரத்தில் கடனை அடைக்காவிட்டால் அதைத் திருப்பிக் கொடுக்கும் வாய்ப்பே சமயத்தில் நழுவி விடக்கூடும். சில நாள்களுக்கு முன்பு ஒரு சிறுகதை படித்தேன். காதலித்து கல்யாணம் செய்து கொண்ட தம்பதிகள் மத்தியில் சிறு விரிசல் விழுகிறது. ஆற்றிலே தண்ணீர் வற்றுவதுபோல அவளுக்குக் கணவனிடத்தில் காரணமில் லாமல் அன்பு குறைந்துகொண்டே வருகிறது. திடீரென்று ஒருநாள் அவன் நெஞ்சு வலியில் அவதிப்படுகிறான். அவனை ஆஸ்பத்திரிக்கு எடுத்துச் செல்லும்போது அதுவரை பாதி படித்த நாவலையும் தன்னுடன் எடுத்துப் போகிறான். அவசரச் சிகிச்சையளித்தும் அவன் இறந்துவிடுகிறான். ஒருநாள், பல வருடங்கள் கழித்து புத்தகத்தட்டில் அவன் படித்த நாவலை மனைவி தற்செயலாகக் காண்கிறாள். அவன் கடைசியாகப் படித்த பக்கத்தை மடித்துவிட்டிருக்கிறான். தான் அவனிடம் உதாசீனமாக நடந்துகொண்டதை நினைத்து வருந்து கிறாள். அவளுக்கு அவன் மீது கனிவு மேலிட்டு அவனுக்காக ஏதாவது செய்யவேண்டும் என்று தோன்றுகிறது. அவன் முடிக்காமல் விட்ட பக்கங்களை அவனுக்காகப் படித்து முடிக்கிறாள்.

நான் யாழ்ப்பாணத்தில் 175 வருடப் பாரம்பரியம் கொண்ட அமெரிக்க மிஷன் பள்ளிக்கூடத்தில் படித்தேன். இங்கேதான் சி.வை. தாமோதரம்பிள்ளையும் ஒருகாலத்தில் படித்தவர். இது பெயர்பெற்ற பாடசாலை என்றபடியால் மலேயா, சிங்கப்பூர் போன்ற வெளிநாடு களில் இருந்தெல்லாம் மாணவர்கள் வந்து படித்தார்கள். கொழும்பில் இருந்துகூட மாணவர்கள் படிக்க வருவதுண்டு. இது ஒரு கலவன் பாடசாலையானபடியால் ஆண்களும் பெண்களும் வித்தியாசமில் லாமல் பழகினார்கள். வழக்கமாகப் பள்ளிக்கூடத்து மாணவர்கள் ஒரு வகுப்பில் உட்கார்ந்து படிப்பார்கள். ஆசிரியர்கள் மாறிமாறி வருவார்கள். இங்கே அப்படியில்லை. ஒரு வகுப்பு முடிந்ததும் நாங்கள் நடந்து இன்னொரு வகுப்புக்குச் செல்வோம். அங்கே ஆசிரியர் இருப்பார். அது முடிந்ததும் இன்னொரு வகுப்புக்குச் செல்வோம். அங்கு இன்னொரு ஆசிரியர் வருவார். இப்படி எடுக்கும் பாடத்துக்குத் தக்கமாதிரி வகுப்பர்களும் ஆசிரியர்களும் வகுப்பறைகளும் மாறிக் கொண்டே இருக்கும்.

முதலாம் தவணை முடிந்து இரண்டாவது தவணை தொடங்கிய போது ஒருமுறை கொழும்பில் இருந்து புதிய மாணவி ஒருத்தி வந்து சேர்ந்தாள். அவளுடைய பிரதானமான பாடம் உயிரியல் என்பதால் அவள் எங்களுடன் இயற்பியல், வேதியியல் போன்ற பாடங்களுக்கு மட்டுமே வந்து சேர்ந்துகொண்டாள். இந்தப் பெண்ணின் பெயர் அங்கயற்கண்ணி. சில நாள்களிலேயே அவளுடன் படித்த மாணவிகள் அவளை 'அங்கி' என்று அழைக்கத் தொடங்கிவிட்டனர். இந்தப் பெண் சேர்ந்த அன்றே முழுப்பள்ளிக் கூடமும் மாறிவிட்டதுபோல ஒரு தோற்றம் உண்டானது. நெற்றியிலே கறுப்புப் பொட்டு வைத்திருப் பாள். அது அநேகமாகக் கண்ணுக்குத் தெரியாது ஏனென்றால் அந்தப் பொட்டைப் போலவே அந்தப் பெண்ணும் கறுப்பாக இருந்தாள். கொடிபோன்ற உயரம். வசீகரமான முகம். பெரிய கண்கள். ஒரு பல்லின் நுனி கொஞ்சம் தள்ளிக்கொண்டு இருந்ததால் எப்பவும் சிரிப்பது போன்ற தோற்றம்.

அவள் வகுப்பிலே சேர்ந்த அடுத்த நாளே சிலர் பொத்து பொத்தென்று இயற்பியல், கணிதம் போன்ற பாடங்களைப் போட்டு விட்டு உயிரியல் வகுப்பில் சேர்ந்துகொண்டார்கள். இந்தப் பெண் நடக்கும்போது மற்றப் பெண்களைப்போலக் கால் பெரு விரலைப் பார்த்து நடக்கவில்லை. தடிபோல நிமிர்ந்துகொண்டு நேராகப் பார்த்து நடந்தாள். தண்ணீர்ப் பூச்சிபோல சட்சட்டென்று திரும்பி னாள். புத்தகங்களை அள்ளி மடித்த வலது கையில் அடுக்கி மார்புகளை மறைத்தபடி வகுப்புக்குள் நுழைவதில்லை. வலது தோள்மூட்டில் ஒரு துணிப்பையை மாட்டி அதற்குள் புத்தகங்களை நிரப்பி கைகளை கவர்ச்சியாக ஆட்டிக்கொண்டு வந்தாள். யாராவது மாணவன்

பார்த்துச் சிரித்தால் அவளும் திருப்பிச் சிரித்தாள். பேசினாலும் பேசுவதற்கு தயாராக இருந்தாள். ஆனால் மாணவர்கள்தான் கிலிபிடித்து தூர ஓடினார்கள்.

வகுப்பில் ஆசிரியர் கேட்கும் எந்தக் கேள்விக்கும் முதலில் கையைத் தூக்குவது அந்தப் பெண்தான். படிப்பில் மட்டும்தான் முதலிடம் என்றில்லை. நூறு யார்டு ஓட்டப்பந்தயத்திலும் அவள்தான் முதலாவதாக வந்தாள். நீளப்பாய்ச்சலிலும் அவள்தான் முதல். கூடைப் பந்து குழுவில் சேர்ந்த சில மாதங்களிலேயே அவள் காப்டனாகத் தெரிவுசெய்யப்பட்டாள். பந்து கையிலே கிடைத்ததும் நுனிச் சப்பாத்தில் நின்று சுழன்று லாகவமாகக் கூடைக்குள் பந்தை எறிந்து வெற்றியீட்டிவிடுவாள்.

ராஜகுமாரன் என்று ஒரு மாணவன் இன்னொரு வகுப்பில் படித்தான். அவனுக்குத் தான் ராஜவம்சம் என்றுதான் நினைப்பு. கொழுத்த பணக்காரன். ஒவ்வொருநாளும் காரில் வருபவன் ஒரு நாள் பார்த்தால் வெள்ளைக் குதிரை ஒன்றில் ஆரோகணித்து வந்து இறங்கினான். பள்ளிக்கூடத்தில் குதிரை கட்ட இடம் இல்லை என்பதால் பின்னாலே தலைதெறிக்க ஓடிவந்த குதிரைக்காரன் குதிரையைப் பிடித்துத் திரும்பவும் வீட்டுக்குக் கொண்டுபோனான். இதுவெல்லாம் அவன் செய்தது அங்கி என்ற அங்கயற்கண்ணிக் காகத்தான். ஒரு நண்பனிடம் எப்படி அவளுடன் பேசலாம் என்று கேட்டிருக்கிறான். அதற்கு அவன் 'கொய்யாப் பழத்தில் முதல் கடிதான் கஷ்டம். அதற்குப் பிறகு இலகுவாக உண்டுவிடலாம்' என்று கூறியிருக்கிறான். அவன் திடுக்கிட்டு 'என்னைக் கடிக்கச் சொல்கிறாயா?' என்று கேட்க, அவன் 'இல்லை இல்லை, பேசச் சொல்கிறேன்' என்றான். அடுத்த நாள் நடு மைதானத்தில் நின்று ராஜகுமாரன் அவளுடன் தனியப் பேசினான். கதை முடிந்தது என்று எல்லோரும் நினைத்தார்கள். ஆனால், மறுநாள் அங்கி அதே மைதானத்தில் புல்லு வெட்டும் அந்தோனியுடன் பத்து நிமிட நேரம் சிரித்தபடி பேசினாள். அவள் மட்டில் ஒரு வித்தியாசமும் தெரியவில்லை. அவளுக்கு இருவரும் ஒன்றுதான். பள்ளிக்கூடம் மறுபடியும் சீராக மூச்சு விடத் தொடங்கியது.

ராஜகுமாரனைத் தொடர்ந்து இன்னும் சில மாணவர்கள் அவளுடன் துணிச்சலாகப் பேசினார்கள். அவள் பதில் சொல்லும் போது பிரார்த்தனை செய்வதுபோலத் தலையைக் குனிந்து கேட்டார்கள். ஆனால் ஒன்றுமே நடக்கவில்லை. இந்தப் பெண்ணு டன் நான் இரண்டு வருடங்கள் ஒரே வகுப்பில் ஒரே ஆசிரியரிடம் படித்தேன். ஒரே புத்தகத்தைப் படித்தேன். ஒரே காற்றைச் சுவாசித்தேன். மற்ற மாணவர்களைப் போல எனக்கும் இந்தப் பெண்ணிடம் இரண்டு வார்த்தை பேசவேண்டும் என்ற ஆர்வம் இருந்தது உண்மைதான்.

ஆனால், என் இரண்டு முழங்கால்களும் அடிக்கும் சத்தம் அவளுக்குக் கேட்டுவிடுமோ என்ற பயத்தில் அது தள்ளிப்போய்க்கொண்டே இருந்தது.

பல்கலைக்கழகத்துக்கு நாங்கள் எல்லோரும் ஒன்றாகவே எடுபட்டோம். அங்கயற்கண்ணி மருத்துவக் குழுவிலும் நாங்கள் எங்கள் பாடங்களுக்குத் தக்கமாதிரி வெவ்வேறு குழுக்களிலும் இருந்தோம். அதன் பிறகு அவளைப் பார்ப்பது அரிதாகி விட்டது. ஒரு கட்டத்தில் மறந்தும் போனேன்.

இருபது வருடங்களுக்குப் பிறகு நான் கனடாவுக்கு ஒரு வேலையாக மொன்றியல் நகரத்துக்குப் போனபோது உச்சமான பனிக்காலம். ஒரு நண்பர் பகலில் பிரதானமான காட்சிகளைக் காட்டிவிட்டு இரவு வேறு ஒன்றுக்குக் கூட்டிச் சென்றார். பனிப் புயல் அடித்த இரவு என்றபடியால் குளிர் என் சருமத்தைத் தாண்டி, தசையைத் தாண்டி எலும்பைத் தொட்டது. மொன்றியலின் பழைய பகுதியிலும் எலும்பைத் தொடுகிறமாதிரி ஒரு கதை இருந்தது. 250 வருடங்களுக்கு முன்னர் மேரி ஜோசெப் என்ற கறுப்பு அடிமை இருந்தாள். காதலனிடம் போவதற்காக வீட்டுக்குத் தீ வைத்துவிட்டு அவள் தப்பி ஓடியபோது அவளை வெள்ளை எசமானர்கள் பிடித்து விட்டார்கள். சிறையில் அவளைச் சித்திரவதை செய்து தூக்கிலிட்டு எரித்து சாம்பலைத் தெரு வீதிகளில் எறிந்தார்கள். அவளுடைய ஆவி இப்பவும் அதே வீதிகளில் உலாவுவதாக நண்பன் சொன்னான். நான் பார்த்தபோது பனி தூவிய இடங்களிலெல்லாம் அந்த அடிமையின் ஆவியும் மிதந்ததுபோலவே எனக்குத் தோன்றியது.

அடுத்த நாள் காலை மொன்றியலில் விமானம் ஏறியபோது எனக்கு மெல்லிய காய்ச்சல் காய்ந்தது. மொன்றியலின் குளிரோ அடிமையின் ஆவியோ என்னைப் பிடித்துவிட்டது. ஆப்பிரிக்காவின் லைபீரியா தேசத்தில் விமானம் இறங்கியபோது எனக்கு காய்ச்சல் 103 – 104 டிகிரியைத் தாண்டியிருக்கும். அங்கே ஏற்கெனவே பதிவு செய்த ஒரு ஹொட்டல் வரவேற்பறையில் என் லைபீரிய நண்பருடைய தொலைபேசி எண்ணைக் கொடுத்தது ஞாபகம் இருக்கிறது. அறைக்கு வந்து படுத்ததும் தூங்கிப்போனேன். நடுச்சாமம் போலக் குளிர் என்னைத் தூக்கி தூக்கி அடித்தது. அங்கே இருந்த அத்தனை போர்வை களைப் போர்த்தியும் போதவில்லை. அப்போது பார்த்தால் ஏசி முழுவேகத்தில் வேலைசெய்து கொண்டிருந்தது. கட்டிலில் இருந்து இறங்கி மெல்ல மெல்லத் தவழ்ந்து நகர்ந்து ஏசி சுவிட்சை நிறுத்தியது கடைசியாக நினைவிருக்கிறது. நான் மயக்கம்போட்டு விழுந்தேன்.

காலையில் நான் கண் விழித்தபோது முற்றிலும் பரிச்சயமில் லாத ஒரு வீட்டு அறையில் படுத்திருந்தேன். சுவரில் மாட்டியிருந்த

படங்கள் யாருடையவை என்பது தெரியவில்லை. கணவர், மனைவி, குழந்தை படம் ஒன்றும் தொங்கியது. புத்தகத் தட்டில் நான் முன்பின் பார்த்திராத பெரிய பெரிய மருத்துவப் புத்தகங்கள். பிரம்பில் செய்த கூடைபோன்ற கதிரை ஒன்று கூரையிலிருந்து கயிற்றில் தொங்கியது. ஆங்கிலப் படங்களில் வருவதுபோல அந்தக் கூடையில் உட்கார்ந்து ஊஞ்சல்போல ஆடுவார்கள் போலும். மூலையில் இருந்த நிலைக் கண்ணாடியில் சற்று தாடி வளர்த்த மெல்லிய முகம் ஒன்றைக் கண்டு நான் திடுக்கிட்டேன். அது நான்தான். இன்னும் நான் எங்கேயிருக் கிறேன் என்ற கேள்விக்கு விடை தெரியாமல் குழம்பியிருந்த நிலையில் ஒரு பெண் வந்தார். சிரித்த முகம். மருந்து தந்தார், குடித்தேன். குடிப் பதற்குக் கஞ்சி தந்தார், ஒரு கதை பேசாமல் அதையும் குடித்தேன். மறுபடியும் தூங்கிவிட்டேன்.

முதல் நாள் இரவு என்னுடைய லைபீரிய நண்பர் என் நிலைமையைப் பார்த்துவிட்டு என்னை ஆஸ்பத்திரிக்கு அழைத்துச் செல்லவே நினைத்தார். ஆனால், அந்த ஆஸ்பத்திரியில் தலைமை மருத்துவராக வேலை பார்த்தவர் ஓர் இலங்கைப் பெண், பெயர் அங்கயற்கண்ணி. அவர் தான் என்னைத் தன் வீட்டுக்குக் கொண்டு வரச் சொல்லியிருக்கிறார். வீட்டிலே தன்னால் இன்னும் கவனமாகப் பார்க்கமுடியும் என்று அவர் நினைத்ததுதான் காரணம்.

அந்தப் பெண்ணைப் பார்த்தபோது அமெரிக்கக் கவி எமிலி டிக்கின்ஸன் சொன்னது ஞாபகத்துக்கு வந்தது. 'ஒவ்வொரு புது நாளும் உன் வயதைக் கூட்டுவதில்லை; மாறாக உன்னைப் புதுப்பிக் கிறது.' இருபது வருடமாகியும் அங்கயற்கண்ணி வயது முதிர்ந்து தோற்றமளிக்கவில்லை. புதிப்பிக்கப்பட்டிருந்தார். ஒரு பல் சற்று வெளியே தள்ள சிரித்தபடி என்னை கவனித்தார். காலை உணவை அவரே சமைத்து எடுத்துக் கொண்டுவந்து தந்தார். மருந்தையும் கையிலே கொடுத்து நான் அதைச் சாப்பிடும் வரைக்கும் பொறுமை யோடு காத்திருந்தார். மத்தியான வேளை ஆஸ்பத்திரியிலிருந்து இதற்காகவே வந்து என்னை கவனித்தார். மாலையிலும் அப்படியே. முதல் நாள் அவர் ஆஸ்பத்திரிக்குப் போகவில்லை என்பதைப் பின்னால் அறிந்தேன். வேலைக்குப் போவதற்காக வெளிக்கிட்டு பின்னர் என் நிலைமையை யோசித்து மனத்தை மாற்றி நின்று விட்டார் என்று சொன்னார்கள். சங்கப் பாடலில் 'செலவழுங்குதல்' என்று சொல்வார்கள். அப்படி இருந்தது அவர் செய்கை.

அந்த வீட்டில் என்னை கவனித்தது அங்கயற்கண்ணி மட்டுமே. வேலைக்காரர்கள் இருந்தார்கள். ஆனால், அவர்கள் என் அறைக்குள் வரக்கூடாது என்ற கட்டளை இருந்திருக்கலாம். பத்திரிகைகளில் 'பல் திருத்துவதற்கு முன்', 'பல் திருத்தத்துக்குப் பின்' என்று இரண்டு

படங்கள் வரும். அதில் 'பல் திருத்துவதற்கு முன்' என்ற படத்தில் வருவதுபோல முகத் தோற்றம் கொண்ட ஒரு வேலைக்காரனுக்கு நான் அங்கே தங்கியது புதிராக இருக்க வேண்டும். எப்பொழுது பார்த்தாலும் ஓடிய நாய் இளைப்பதுபோல இளைத்துக்கொண்டே இருந்தான். காலையிலும் மாலையிலும் சாப்பாட்டு மேசையில் பிளேட்டுகளை முறையாக வைப்பது அவன் பொறுப்பு. இரண்டு கைகளிலும் கோப்பைகளை அடுக்கி கிளாசை வாயிலே கவ்விப் பிடித்துக் கொண்டுவந்து வைப்பான். விளம்பர இடைவேளைபோலச் சரியாகப் பதினைந்து நிமிடத்துக்கு ஒருதடவை அறை வாசலில் வந்து தலையை மட்டும் நீட்டி என்னை எட்டிப் பார்ப்பான். நான் இன்னும் இருக்கிறேனா என்று கண்காணித்தான் என்று நினைக்கிறேன்.

பேசுவதற்குத் தெம்பு வந்ததும் ஒருநாள் மாலை அங்கயற் கண்ணி வழக்கம்போல மருந்து தந்தபோது 'நான் உங்களுடன் படித்திருக்கிறேன், ஞாபகமிருக்கிறதா?' என்றேன். அவர் 'அப்படியா?' என்றார். 'கூடைப் பந்து விளையாடும்போது சப்பாத்து நுனியில் நின்று சுழன்று பந்தை கையில் எடுத்தால் நிச்சயம் அதைக் கூடைக்குள் போட்டுவிடுவீர்கள்' என்றேன். 'அப்படியா?' 'தோளிலே துணிப்பையை மாட்டி 'புத்தகம் காவிவரும் பழக்கத்தைப் பள்ளிக்கூடத்தில் ஆரம்பித்ததே நீங்கள்தான்' என்றேன். அவர் அதற்கும் 'அப்படியா?' என்றார். முன்பல் கொஞ்சம் தெரிய அவர் தேன் வடிவதுபோல மெல்ல மெல்ல இதழ் விரித்தது அழகாக இருந்தது.

இரண்டு வருடம் இவருடன் ஒரே வகுப்பில் படித்த என்னை இவருக்கு அடையாளம் தெரியவில்லையே என்று நினைத்தபோது கொஞ்சம் அதிர்ச்சியாக இருந்தது. அந்த வகுப்பில் அப்பொழு தெல்லாம் என்னுடைய இருப்பு ஓர் இலையானுக்கும் கீழானது தான் என்று கண்டபோது சிறிது வருத்தமாகவும் இருந்தது. என்னை இவ்வளவு கரிசனையாகப் பார்த்தாரே என்பது நினைவுக்கு வந்து யோசித்தபோது நடுத்தெருவில் ஒரு வழிப்போக்கர் விழுந்து கிடந்திருந் தால் அவரையும் இப்படியே கவனித்திருப்பார் என்று தோன்றியது. அவர் இயல்பு அப்படி.

ஒருநாள் காலை நண்பரும் அங்கயற்கண்ணியும் என்னை விமான நிலையத்துக்குக் கூட்டிச் சென்றார்கள். லைபீரியாவில் சமிக்ஞை விளக்குகள் வீதியில் ஓர் அழகுக்காகத்தான். நண்பர் ஒரு சிவப்பு விளக்கிலும் நிற்காமல் காரை ஓட்டினார். விமான நிலையத்தில் அங்கயற்கண்ணியிடம் அவருடைய தொலைபேசி நம்பரைக் கேட்டேன். அவர் பரிசு விழுந்த பரிசுச் சீட்டு இலக்கத்தைச் சொல்வது போல நிதானமாக ஒவ்வொரு எண்ணாகச் சொல்ல நான் குறித்துக் கொண்டேன். அன்று நான் எப்படியோ விமானத்தைப் பிடித்து

வீடுபோய்ச் சேர்ந்தேன். வீட்டிலே மேலும் இரண்டுநாள் ஓய்வெடுத்து என்னைத் தேற்றிக்கொண்டேன். எங்கேயோ இருக்கும் ஆப்பிரிக்க கண்டத்தில் இந்தப் பெண் மருத்துவராகப் பணியாற்றியிருக்கா விட்டால் என் கதி என்னவாகியிருக்கும் என்று யோசித்தபோது துணுக்கென்றது.

முதலில் ஒரு நன்றி மடல் வாங்கி அனுப்பலாம் என்று நினைத் தேன். அனுப்பவில்லை. தொலைபேசியில் அவரை அழைத்து நன்றி கூறுவோம் என்று நினைத்தேன். ஆனால், கூறவில்லை. நீண்ட கடிதம் ஒன்று எழுதுவோம் என்று நினைத்தேன். எழுதவில்லை. புதுவருடம் வருகிறது அப்பொழுது ஒரு வாழ்த்து அட்டை வாங்கி அதில் 'நன்றி' என்று ஒரு வார்த்தையைக் கூட்டி எழுதி அனுப்புவோம் என்று திட்டமிட்டேன். அதுவும் நடக்கவில்லை. நாள்கள் வாரங்களாகி, வாரங்கள் மாதங்களாகிப் பல வருடங்கள் ஓடிவிட்டன.

சமீபத்தில் அங்கயற்கண்ணி என்ற அங்கி இறந்து போய் விட்டதாகச் செய்தி கிடைத்தது. கொடிய ஒரு வியாதியால் பீடிக்கப் பட்டு பலநாள் வேதனை அனுபவித்து இறந்தார் என்று அறிந்தேன். 'அப்படியா, அப்படியா' என்று நான் சொன்னதற்கெல்லாம் அவர் பதிலாகச் சொன்னது நினைவுக்கு வந்தது. என் மனம் நோகும் என்றோ என்னவோ நேரடியாக என்னைத் தெரியவில்லை என்று அவர் கூறவே இல்லை. இனிமேல் நான் அவருக்கு என் நன்றியைச் சொல்லமுடியாது. என்றென்றைக்குமாக.

காந்தியின் கடிதம்

'எங்கள் வீட்டுக்கு கிருஷ்ணமேனன் வந்திருக்கிறார்' என்றார் நண்பர்.

'எங்கள் வீட்டுக்கு சுபாஷ் சந்திரபோஸ் வந்திருக்கிறார்' என்றேன் நான்.

'எங்கள் வீட்டுக்கு விஜயலட்சுமிபண்டிட் வந்திருக்கிறார்' என்றார் நண்பர்.

'எங்கள் வீட்டுக்கு மவுண்ட்பேட்டன் வந்திருக்கிறார்' என்றேன் நான்.

'எங்கள் வீட்டுக்கு நேரு வந்திருக்கிறார்' என்றார் நண்பர்.

'எங்கள் வீட்டுக்கு வின்ஸ்டன் சேர்ச்சில் வந்திருக்கிறார்' என்றேன் நான்.

'எங்கள் வீட்டுக்கு காந்தி வந்திருக்கிறார்' என்றார் நண்பர்.

'எங்கள் வீட்டுக்கு ஆறாம் ஜோர்ஜ் மன்னர் வந்திருக்கிறார்' என்றேன் நான்.

நான் சொன்னது எல்லாம் பொய்; நண்பர் சொன்னது அத்தனையும் உண்மை. நேற்று நண்பர் தான் சொன்னதை நிரூபிப்பதற்காக நாலாக மடிக்கப்பட்ட பொலிதீன் பையில் 16 கறுப்பு வெள்ளை புகைப்படங்களை எடுத்துக்கொண்டு என் வீட்டுக்கு வந்திருந்தார். அந்தப் புகைப்படங்களில் காந்தி இருந்தார். நேரு இருந்தார். மற்றும் அவர் சொன்ன கிருஷ்ணமேனன், விஜயலட்சுமி பண்டிட் எல்லோரும் இருந்தனர். ஒரு படத்தில் நேரு இரண்டாக வளைந்து குனிய ஒரு சிறுவன் நேருவுக்கு மாலை அணிவிக்கிறான். அந்தச் சிறுவன் என் நண்பர்தான். இது போதாது என்பதுபோலச் சாணித்தாள் கடித உறையில் பாதுகாத்து வைக்கப்பட்ட தபால் அட்டை ஒன்றை நண்பர் வெளியே எடுத்தார். அது காந்தி அவருடைய தாத்தாவுக்கு எழுதியது. என் நண்பருடைய பெற்றோர் மணமுடித்த

போது அவர்களுக்கு அனுப்பிய வாழ்த்துதான் அந்தக் கடிதம். காந்தி தன்னுடைய கையெழுத்தில் தம்பதிகளை வாழ்த்துகிறார். தேதி 8 டிசெம்பர் 1934, சரியாக 75 வருடங்களுக்கு முன்னர் நடந்தது. அதில் ஒரு வரி இப்படி வருகிறது. 'தம்பதிகளுக்கு, நீண்ட மகிழ்ச்சியான சேவை வாழ்க்கை அமையட்டும்.' வாழ்த்து அட்டையிலும் காந்தி சேவையைப் பற்றியே பேசுகிறார்.

காந்தி அவருடைய புகழ்பெற்ற பச்சை மையினால் எழுதியிருக் கிறார். முகவரியும் அவருடைய கையெழுத்தில்தான் இருக்கிறது. பெறுநரின் பெயரை எழுதும்போது சிறீ என்ற அடைமொழியையும் சேர்த்துக்கொள்கிறார். அதன் பின்னர் வீட்டு எண்ணை எழுதி, வீதியின் பெயரையும் எழுதி, கீழே கொழும்பு என்று எழுதி முடிக்கிறார். அவ்வளவுதான். அவருடைய காரியதரிசி மகாதேவ் தேசாய் 'சிலோன்' என்று கறுப்பு மையினால் எழுதி விலாசத்தைப் பூர்த்திசெய்கிறார்.

காந்தியின் சிக்கனம் உலகறிந்தது. அவரையும் மிஞ்சுவார் மகாதேவ் தேசாய். அவர் 50 வருடங்கள் மட்டுமே வாழ்ந்து திடீரென்று தாக்கிய இருதய நோயில் இறந்துபோனவர். தேசாய் வாழ்ந்த 50 வருடங்களில் சரி பாதியை, 25 வருடங்கள், காந்திக்கு பக்கத்துப் பக்கத்தில் இருந்து காந்தியின் தேவைகளை கவனிப்பதில் செலவழித் தார். தபால் அட்டையின் பின்பக்கம் வீணாக வெறுமையாக இருக்கிறது. தேசாயும் ஒரு வாழ்த்தை அந்த வெற்று இடத்தில் எழுதி நிரப்பி அனுப்புகிறார். கறுப்பு மையில் எறும்பின் கண்களிலும் பார்க்க சிறிய எழுத்துக்களில் அட்டையின் ஓர் ஓரத்தில் இருந்து மறு ஓரம் வரைக்கும் குறுக்கி குறுக்கி நீண்ட கடிதம் எழுதி நிரப்புகிறார். அதில் டெலிப்பதி பற்றியும் வருகிறது. 'நீங்கள் கடிதம் எழுதிய அதே நாள் நானும் உங்களுக்குக் கடிதம் போட்டிருக்கிறேன். கடிதம் கிடைத்ததா? இருவரும் ஒரே சமயம் மற்றவரைப் பற்றிச் சிந்தித்திருக்கிறோம்.

நீங்கள் என்னை மறக்காதபோது நான் எப்படி உங்களை மறக்கமுடியும்.'

இரண்டு பக்கங்களிலும் இரண்டு நிற மைகளினால் எழுதப் பட்ட இரண்டு வாழ்த்துக்களைக் காவியபடி அந்த முக்கால் அணா தபால் அட்டை 1200 மைல்கள் பிரயாணம் செய்தது. இன்று வாழ்த்து அனுப்பிய இருவரும் இல்லை. யாருக்காக வாழ்த்துகள் அனுப்பப் பட்டனவோ அவர்களும் இல்லை. காந்தியின் பச்சைமையும் தேசாயின் கறுப்பு மையும் பக்கத்துப் பக்கத்தில் அவர்கள் அன்று இருந்ததுபோல இன்றைக்கும் சீவித்திருக்கின்றன.

◆

பிறப்பொக்கும் எல்லா உயிரும்

அமெரிக்க ஜனாதிபதிகளில் அதிகமும் போற்றப்படுபவர் தோமஸ் ஜெஃபர்ஸன். இவர் அமெரிக்காவின் மூன்றாவது ஜனாதிபதி. 4 ஜூலை 1776 இல் அமெரிக்கா சுதந்திரப் பிரகடனம் செய்தது. அந்தப் பிரகடனத்தை யாத்தவர் என்ற பெருமை இவருக்குத்தான் உரியது. அதிலே காணப்படும் முக்கியமான ஒரு வசனம் 'பிறப்பில் எல்லா மனித உயிரும் சமம்.' இன்றைக்கும் இந்த ஒரு வசனத்துக்காக அவர் புகழ் பேசப்படுகிறது. திருவள்ளுவர் எத்தனையோ பலநூறு வருடங்களுக்கு முன்னர் சொன்னதைத்தான் ஜெஃபர்ஸனும் சொன்னார்.

பிறப்பொக்கும் எல்லா உயிர்க்கும் சிறப்பொவ்வா

செய்தொழில் வேற்றுமையான்.

பிறப்பினால் எல்லோரும் சமம். அவரவர் செய்யும் தொழில் வேறுபாட்டினால் மட்டுமே அவர்களுக்குப் பெருமையுண்டு.

சுதந்திரப் பிரகடனத்தை யாத்தவர் என்பதனால் மட்டுமல்ல அவர் நினைக்கப்படுகிறார், அவர் பெரிய தீர்க்கதரிசியும்கூட. பிரான்சிடமிருந்து லூசியானா பிரதேசத்தை வாங்கி ஐக்கிய அமெரிக்காவுடன் இணைத்தவர். அமெரிக்காவின் கிழக்குக் கரைக்கும் மேற்குக் கரைக்கும் தரைவழிப் பாதை கண்டறிந்த ஆராய்ச்சிக்குழு பயணத்துக்கு ஏற்பாடு செய்தவர். அரசும் மதமும் பிரிந்திருக்க வேண்டுமென விரும்பியவர்.

ஜெஃபர்ஸன் மிகப்பெரிய அறிவாளி; சுயமாகச் சிந்தித்தவர். ஒருமுறை ஜனாதிபதி கென்னடி வெள்ளை மாளிகையில் 49 நோபல் பரிசாளர்களுக்கு விருந்தளித்தார். அப்போது அவர் 'ஜெஃபர்ஸன் தனியாக வெள்ளை மாளிகையில் உணவருந்திய அந்தத் தருணத்தைக் கணக்கில் எடுக்காவிட்டால், இந்த வெள்ளை மாளிகையில் இத்தனை பெரிய அறிவுப் பெருக்கம் இதற்குமுன்னர் ஒருபோதும் கூடியதில்லை' என்றார். கென்னடி அத்தனை பெரிய மதிப்பு ஜெஃபர்ஸன் மீது வைத்திருந்தார்.

ஜெஃபர்ஸன் ஜனாதிபதி பதவியிலிருந்து ஓய்வு பெற்றபின்னர் தன்னுடைய மொன்டிசெல்லோ வீட்டில் 17 வருடங்கள் வாழ்ந்து அங்கேயே இறந்துபோனார். தன் சொத்துக் கணக்குகளையும் செலவுக் கணக்குகளையும் அவரே எழுதிவைப்பார். ஆனாலும் இறக்கும்வரை கடன் தொல்லையால் அவதிப்பட்டார். இவர் தன் வாழ்நாளில் 46 வருடங்களை மொன்டிசெல்லோ வீட்டை நிர்மாணிப்பதிலும் திருத்துவதிலும் இடிப்பதிலும் புதிதாகக் கட்டுவதிலும் செலவழித்தார். அப்படியும் அவர் விரும்பிய உருவம் இறுதிவரை கிடைக்கவில்லை. சுதந்திரப் பிரகடனம் செய்து சரியாக 50 வருடங்கள் கழித்து 4 ஜூலை 1826 அன்று இறந்துபோனார்.

அவர் இறந்தபொழுது அவருடைய சொத்துக் கணக்கில் 187 அடிமைகள் இருந்தனர். சுதந்திரப் பிரகடனம் எழுதிய அதே கையினால் அந்தக் கணக்கை எழுதி வைத்திருந்தார்.

◈

பொலீஸ்காரரும் நானும்

முப்பது வருடங்களுக்கு முன்னர் புதுவருடம் பிறந்த சமயத்தில் நான் கனடாவிலுள்ள மொன்றியல் நகருக்குச் சென்றிருந்தேன். அங்கே என் நண்பர் ஒருவர் நீங்கள் என்ன பார்க்க விரும்புகிறீர்கள் என்று கேட்டார். மொன்றியலில் அரும்பொருள் காட்சியகங்கள், பழமை வாய்ந்த மாதாகோவில்கள், பூச்சிக் காப்பகங்கள் எனப் பலதும் இருந்தன. ஆனால், நான் நண்பரிடம் கேட்டதை இன்று நினைத்தாலும் வியப்பாகவே இருக்கிறது. நான் பார்க்க விரும்பியது ஒரு பொலீஸ் காரரை.

புதுவருட ஆசை நிறைவேறாமலே நான் வீடு திரும்பினேன். என்ன காரணமோ பொலீஸ்காரர்களின்மேல் எனக்கு ஒரு வசீகரம் இருந்தது. ரோட்டு சந்திகளில் நிற்கும் பொலீஸ்காரர்கள், சிவப்பு நீல ஒளிகள் சூழல கார்களில பவனிவரும் பொலீஸ்காரர்கள், குதிரைகளில் ஆரோகணித்து பக்கவாட்டில் நகரும் பொலீஸ்காரர்கள் எனப் பல தரப்பினர் இருந்தாலும் நான் ஒருவரையும் காணவில்லை. பத்து வருடங்களுக்கு முன்னர் நான் கனடாவுக்குக் குடிபெயர்ந்த பிறகு எப்பொழுதாவது ஒரு பொலீஸ்காரருடன் நேரடியான சந்திப்பு ஒன்று ஏற்படலாம் என்று என் மனம் அவாவியது.

என் வீட்டு வீதி ஓரத்தில் இரவு நடுநிசிக்குப் பின்னர் கார் நிற்பாட்டக்கூடாது என்பது விதி. இது எனக்குத் தெரியாது. நான் காரை நிறுத்திவிட்டு படுக்கச் சென்றுவிட்டேன். எதற்காக அப்படி வெளியே நிறுத்தினேன் என்பது நினைவில்லை; தற்செயலாக நடந்திருக்கலாம். அடுத்தநாள் காலை காரின் கண்ணாடித் துடைப் பானில் ஒரு தண்டனை டிக்கட் செருகியிருந்தது. அபராதத் தொகை 95 டொலர். ஆனால், நான் தூங்கும்போது வந்து அந்த டிக்கட்டை காரிலே செருகிவிட்டுப்போன பொலீஸ்காரரை நான் காணவில்லை. அபராதத் தொகையைக் கட்டினேன். அந்தத் துக்கத்திலும் பார்க்க வீதி தேடிவந்த பொலீஸ்காரரைப் பார்க்காமல் போய்விட்டோமே என்ற துக்கம் எனக்கு மேலாக இருந்தது.

ஒருநாள் நானும் என் நண்பரும் பிரபலமான ஆங்கில நாடகம் ஒன்றைப் பார்க்கச் சென்றோம். வழக்கம்போல நாடகம் தொடங்கு

வதற்கு ஐந்து நிமிடம் முன்பு சென்ற நாங்கள் அவசரமாக ஓடி டிக்கட்டைப் பெற்று உள்ளே நுழைந்தோம். நாடகம் எதிர்பார்த்தது போல நன்றாகவே இருந்தது. நண்பருக்கு சந்தோசம் வந்தால் சிறுபிள்ளைபோலப் பக்கத்திலிருப்பவரைக் கிள்ளுவார். அன்றும் அப்படியே என்னைக் கிள்ளியவாறு நாடகத்தைப் பற்றிப் பேசிக் கொண்டு நடந்து கார் தரிப்பிடத்துக்கு வந்து பார்த்தால் அங்கே காரைக் காணவில்லை. காரை நிறுத்திய இடத்தில் பனி விழாமல் நீள்சதுரமாக இருந்தது. சுற்றிவர பனி கொட்டிக் கிடந்தது. காரை நாங்கள் நிறுத்திவிட்டுப்போன பிறகு அது அப்படியே கிளம்பி அந்தரத்தில் பறந்து போனதுபோலத் தோன்றியது.

அங்கே நின்றவர்களிடம் விசாரித்ததில் ஒருவருக்கும் ஒன்றும் தெரியவில்லை. எப்படி இரண்டு மணி நேரத்துக்கிடையில் காரை யாரோ அபகரித்துப் போயிருக்கமுடியும். பொலீஸில் முறைப்பாடு செய்வோம் என்று நண்பர் சொல்ல நான் மகிழ்ச்சியோடு உடன் பட்டேன். அப்பொழுது அந்த வழியால் வந்த ஒருவர் அங்கே காணப் பட்ட அறிவிப்புப் பலகையைச் சுட்டிக்காட்டினார். அதிலே 'இங்கே வாகனம் நிறுத்தக்கூடாது. மீறுபவர்களின் வாகனம் அவர்கள் செலவில் அகற்றப்படும்.'

நானும் நண்பரும் ஒரு வாடகை கார்பிடித்து, இப்படித் தவறு செய்யும் வாகனங்களை இழுத்துவந்து சிறை வைக்கும் இடத்துக்கு விசாரித்து விசாரித்து போய்ச் சேர்ந்தோம். அந்தத் திறந்த வெளிச் சிறையில் நூற்றுக் கணக்கான வாகனங்கள் நிறுத்தப்பட்டிருந்தன. இந்தப் பெரிய நகரத்தில் எங்களைப்போல இன்னும் நூறு பேர்கள் இருக்கிறார்களே என்று கண்டபோது மனது கொஞ்சம் ஆறுதலடைந் தது. தண்டனைக் காசு எவ்வளவு என்று விசாரித்தோம். மிகப் பெரிய தொகை. வாடகைக் கார் காசையும் அதையும் சேர்த்தால் இன்னொரு பழைய கார் வாங்கிவிடமுடியும். என்ன செய்வதென்று தெரியாமல் அந்தத் தொகையைக் கட்டி காரை மீட்டுக்கொண்டு திரும்பினோம். அன்றுகூட பொலீஸ்காரரை முகத்துக்கு முகம் பார்க்கமுடியவில்லை யே என்ற விசனம் எனக்கிருந்தது.

ஒருநாள் இரவு பத்துமணியிருக்கும், கதவு மணி அடித்தது. அந்த நேரத்தில் யார் மணியை அடிக்கிறார்கள் என்று ஆச்சரியமாயிருந்தது. யாராவது வருவதென்றால் தொலைபேசியில் அழைத்துவிட்டு வருவதுதான் வழக்கம். ஆகவே, கண்ணாடி வழியால் யாரென்று பார்த்தேன். மனம் ஒருகணம் துள்ளியது. இரண்டு வாட்டசாட்ட மான பொலீஸ்காரர்கள் நின்றார்கள். என்னுடைய நெஞ்சு படக்கென்று உடைந்து மறுபடியும் ஒட்டிக்கொண்டது. அவர்கள் தவறான வீடு என்று நினைத்துத் திரும்பிப் போய்விடுவார்களோ என்ற பயத்தில் கதவைப் பிரித்துத் திறந்தேன். குளிர் காற்றுதான் முதலில் நுழைந்தது.

அவர்கள் தங்கள் தங்கள் அடையாள அட்டைகளைக் காட்டினார்கள். சினிமாப் படங்களில் வருவதுபோல அது திறந்து இரண்டாகப் பிளந்தது. 'நாங்கள் 42ஆம் டிவிசனிலிருந்து வருகிறோம். உங்களுடன் பேச வேண்டும்' என்றார்கள். உள்ளே வாருங்கள் என்று அழைத்தேன். அவர்கள் 'இல்லை, சின்னத் தகவல்தான்' என்று வாசலிலேயே நின்று விட்டார்கள்.

நான் அவர்களைப் பார்த்தேன். இரண்டுபேருமே சிவப்பு நிறம். ஆறடிக்கும் மேலான உயரம். ஒழுங்காக தேகப்பயிற்சி செய்து உருவாக்கிய கட்டான உடலமைப்பு. ஒருவருக்கு ஐம்பது வயது இருக்கும்; மற்றவருக்கு 25 – 30 மதிக்கலாம். உடம்பை இறுக்கிப் பிடித்த கறுப்புச் சீருடை. கறுப்புச் சப்பாத்து. கறுப்பு இடைப்பட்டி. கறுப்புத் தொப்பி அதைச் சுற்றிச் சிவப்பு ரிப்பன். பேசும்போது அதிகாரக்குரல் இல்லை. ஒவ்வொரு வசனமும் சேர் என்ற வார்த்தையுடன் ஆரம்பித்தது. 'உங்கள் பக்கத்து வீட்டில் இருப்பது யார் என்று தெரியுமா?' நான் தெரியும் என்று சொல்லி விவரங்களைக் கொடுத்தேன். அன்று நண்பகல்தான் தற்செயலாக அந்தப் பெண்மணியைச் சந்தித்தேன். அவருடைய பெயர் லில்லி என்றார். ஒரு விருந்துக்குப் புறப்பட்டவர்போல ஆடை அலங்காரங்களுடன் முன் தோட்டத்தில் நின்று, அளவாக வெட்டப் பட்டிருந்த புல்தரையில் குனிந்து களை பிடுங்கிக்கொண்டிருந்தார். கார் பாதையில் அவருடைய தந்த கலர் எஸ்யூவி வாகனம் பளபளவென்று நின்றது. அதன் நம்பர்கூட இலகுவாக நினைவு வைக்கத்தக்க இலக்கம். என்னுடைய கவனத்தை உடனே இழுத்த விசயம் இப்படி ஆடை ஆபரணங்களோடு ஒருவரும் தோட்ட வேலை செய்வதில்லை என்பதுதான். நான் அவரிடம் பேச்சுக் கொடுத்தேன். அவரும் கணவரும் பிரபலமான கம்பனி ஒன்றில் வேலைபார்த்தார்கள். இருவருமே கடும் உழைப்பாளிகள். அதி காலையில் வேலைக்குப் போனால் இரவுதான் திரும்புவார்கள். அவர்களுடைய இரண்டு பிள்ளைகளும் தூரத்திலிருக்கும் பாட்டியுடன் தங்கி பள்ளிக்குப் போய்வந்தார்கள். காரணம் எங்கள் வீதியிலிருந்த பள்ளிக்கூடத்தில் பிள்ளைகளுக்கு இன்னும் இடம் கிடைக்கவில்லை.

இந்த விவரங்கள் எல்லாம் அவர் சொன்னவைதான். மணல் கடிகையைத் திருப்பி வைத்ததும் மணல் நிற்காமல் கொட்டுவது போல அந்தப் பெண் முழுவிவரத்தையும் என்னிடம் மனனம் செய்ததுபோல ஒப்பித்தார். முன்கூட்டியே தயாரித்துச் சொன்னது போலவும் பட்டது. நான் என் பங்குக்கு 'உங்கள் பிள்ளைகள் விரைவில் வந்து சேர்ந்து இந்த வீதி கலகலப்பாக மாறட்டும்' என்று கூறினேன். சிறிது நேரத்தில் நாலே நாலு களை பிடுங்கியபிறகு அந்த நீண்ட வாகனத்தில் ஏறி அவர் மறைந்தார். இவ்வளவு விவரங்களையும் பொலீஸ்காரர்களுக்கு நான் வாசல்படியில் நின்றவாறே கூறினேன். அவர்களுக்கு ஆச்சரியம்,

ஆனால் முகத்தில் காட்டவில்லை. ஓர் ஆமையின் முகத்தில் காணப்படும் உணர்ச்சியே தெரிந்தது. கனடாவில் ஒருவருக்கும் பக்கத்து வீட்டுக்காரர்களுடைய விவரங்கள் தெரியாது. எனக்கு அவை தெரிந்திருந்தது தற்செயலாகத்தான். நான் சொன்னவற்றை அவர்கள் குறிப்புப் புத்தகங்களில் எழுதிக்கொண்டு நன்றி சொல்லி விடை பெற்றார்கள்.

அடுத்தநாள் காலை பத்திரிகையைத் திறந்த எனக்கு அதிர்ச்சி காத்திருந்தது. ஒரு வீட்டின் நிலவறையில் நூற்றுக்கணக்கான கஞ்சா செடிகளை வளர்த்தார்கள். அவை 12 அடி உயரம் வளர்ந்து வீட்டையே நிறைத்திருந்தது. பொலீஸ்காரர்கள் அந்த வீட்டை முற்றுகையிட்டு, கதவை உடைத்து இரவிரவாக கஞ்சா செடிகளை அகற்றி, வீட்டுக் காரர்களையும் கைது செய்திருந்தார்கள். கைப்பற்றப்பட்ட கஞ்சாவின் மதிப்பு மில்லியன் டொலர்களுக்கும் மேலே என்று பொலீஸ் மதிப் பிட்டது. மேலே சொன்ன விவரங்களைப் படித்துவிட்டு முகவரியைப் பார்த்தால் அது பக்கத்து வீடு. முதல்நாள் பார்த்தது போல அப்படியே வீடு வெளித்தோற்றத்துக்கு இருந்தது. நான் நிம்மதியாக உறங்கிக் கொண்டிருந்தபோது இரவிரவாக பொலீஸ் காரர்கள் பக்கத்து வீட்டை உடைத்து கஞ்சா செடிகளை அகற்றியிருக்கிறார்கள் என்பதை நம்பவே முடியவில்லை.

பத்திரிகையை மீண்டும் கவனமாகப் படித்தபோது ஒரு சின்னக் குறிப்பு, 'பக்கத்து வீட்டுக்காரர் கொடுத்த தகவலின்படி' என்றிருந்தது. அந்தப் பக்கத்து வீட்டுக்காரர் நான்தான். பொலீஸ்காரர்களும் பத்திரிகைக்காரர்களும் எனக்கு வரவேண்டிய புகழைத் திருடி தாங்களே வைத்துக்கொண்டார்கள். இந்த வருத்தம் எனக்கு பல வருடங்களாக இருந்தது. ஆனால், இரண்டு பொலீஸ்காரர்கள் வீடு தேடி வந்ததும் உரையாடியதும் மதிப்புக் கொடுத்து நன்றி கூறியதும் என் நீண்டகால ஆசையை நிறைவேற்றியதுடன் பெரும் மகிழ்ச்சி யையும் கொடுத்தன.

பொலீஸ்காரர்களுடனான என் சந்திப்பு முடிவுக்கு வந்து விட்டது என்று நான் நினைத்தேன். இன்னும் இருந்தது. ஒருநாள் நண்பர் ஒருவர் கொடுத்த இரவு விருந்துக்கு நானும் மனைவியும் போனோம். திரும்பும்போது இரவு இரண்டு மணி. நான் சற்றுக் கோபத்திலிருந்தேன். ஏனென்றால் ஒரு மணி நேரம் பயணம் செய்து இரவு எட்டு மணிக்கு விருந்துக்குப் போய்ச் சேர்ந்தோம். அவர்கள் உணவை ஒன்பது மணிக்குத் தந்திருந்தால் நாங்கள் 11 மணிக்கு வீட்டுக்குத் திரும்பியிருக்கலாம். ஆனால் அங்கே நடந்தது வேறு. அந்த வீட்டுப் பெண் நிறைய ஒப்பனை செய்து பிளாஸ்மா டிவியில் தோன்றும் தொகுப்பாளினிபோல, நாற்காலி ஒன்றில் காட்சிக்கு வைத்தது போல உட்கார்ந்திருந்தார். விருந்தாளிகளை வரவேற்கக் கூட

அவர் எழுந்திருக்கவில்லை. கணவர்தான் அங்குமிங்கும் நிர்வாண சங்கத்து நுளம்புபோல எல்லாத் திசைகளிலும் என்ன செய்வதென்று தெரியாமல் ஓடிக்கொண்டிருந்தார். ஆனால், வேலையொன்றும் நடக்கவில்லை.

கணவன், மனைவி இருவருமே ஒரு விசயத்தில் ஒற்றுமையாக இருந்தார்கள். பலவிதமான உணவு வாசனை எழும்பியது ஆனால் உணவு வரவில்லை. எப்படியும் உணவை 12 மணிக்கு முதல் மேசைக்கு எடுக்கக்கூடாது என்ற தீர்மானத்தில் அவர்கள் இருப்பது தெரிந்தது. இதுகூடப் பரவாயில்லை. வைன், விஸ்கி, பிராந்தி, வொட்கா என ஒன்றுமே பரிமாறப்படவில்லை. பழரசம் பழரசமாக ஊற்றித் தந்தார்கள். இதற்காகவா ஒருமணி நேரம் பயணம் செய்து போனோம் என்ற கோபம் எனக்கு ஆறவில்லை. உணவை மேசைக்கு எடுத்தபோது அது குளிர்ந்துபோய்விட்டது. வெளியே என்ன குளிரோ அதிலும் கூடிய குளிர். சோறு உருண்டைக் கட்டிகளாக வந்தது. சரி என்று கட்டிகட்டியாகச் சாப்பிட்டுவிட்டு கிளம்பியபோது இரவு ஒரு மணி. எங்கள் வீட்டை அடைவதற்கு இன்னும் ஐந்து மைல் தூரமே இருந்தது. நாங்கள் பயணித்த ரோடு இருளிலே மூழ்கி ஆளரவமற்று, அமைதியாக மெல்லிய பனி தூவலுடன் காணப்பட்டது. திடீரென்று ரோட்டை மறித்து இரண்டு பொலீஸ் கார்கள் குறுக்காக நின்றன. சிவப்பு நீல விளக்குகள் சுழன்று சுழன்று பிரகாசித்தன. பனி தூவியதால் அந்த பிரகாசம் பத்து மடங்கு கண்ணைக் கூசவைத்தது. இரண்டு கறுப்பு உருவங்கள் கைகளிலே விளக்கைவைத்து ஆட்டி ஆட்டி காரை நிறுத்தின. வழிப்பறிக் கொள்ளைக்காரர்கள் என்று முதலில் நினைத்தேன். பிறகு பார்த்தால் பொலீஸ்காரர்கள். இல்லை, பொலீஸ் காரிகள்.

எந்தப் பெண்ணுமே சீருடை அணிந்தவுடன் வித்தியாசமான அழகுடன் காணப்படுவாள். ஒருத்தி கறுப்பு, மற்றவள் சிவப்பு. கறுப்புப் பெண் அவர்கள் விதிகளின்படி பொலீஸ் காருடன் எட்டத்தில் நின்றாள். சிவப்புப் பெண் மட்டும் எங்களை அணுகி னாள். இடுப்புப் பட்டியை ஓர் அங்குலம் கூடுதலாக இறுக்கிக் கட்டியிருந்தாள். அவள் மார்பு அகலமும் பிருட்ட அகலமும் ஒன்றாக இருந்தன. எவ்வளவுதான் மிடுக்காக நடந்தாலும் அந்த நடையில் ஒரு நளினமும் காணப்பட்டது. தொப்பியிலும் கண் இமையிலும் பனித் துகள்கள். அதுவும் அழகைக் கூட்டின. கார் கண்ணாடியைத் தட்டினாள். இறக்கினேன். சுட்டு விளக்கை உள்ளே அடித்துச் சோதித்தாள். கார் பதிவு விவரத்தையும் காப்பீட்டுப் பத்திரத்தையும் கேட்டாள். நான் கார் பெட்டகத்தைத் திறந்து தேடினேன். மனைவியின் தையல் பெட்டிபோல எல்லாம் வந்தது, தேடியது கிடைக்கவில்லை. ஒருவாறாக அவற்றைக் கண்டுபிடித்துக் கொடுத்தேன். கறுப்புப் பெண்

தகவல்களை கம்ப்யூட்டரில் பதிந்து சரி பார்த்தபோது சிவப்புப் பெண் எங்களிடம் கேள்விகள் கேட்டாள். எங்கேயிருந்து வருகிறீர்கள்? சொன்னேன். விருந்திலே குடித்தீர்களா? அந்த வயிற்றெரிச்சலை இவள் வேறு கிளப்பினாள். என் துக்கமே அதுதான். 'பழச்சாறு பழச்சாறாகத் தந்தார்கள். இன்னும் இரண்டுநாள் அது வயிற்றில் இருக்கும். இரவு இரண்டு மணிக்கு யாராவது உலகத்தில் எங்காவது இந்தக் குளிரில் பழச்சாறு குடிப்பார்களா? எனக்குக் காய்ச்சல் வரும்போல இருக்கிறது என்றேன். அந்த இருளில் அவளுடைய முகம் மேலும் சிவப்பாகியதா கறுப்பாகியதா தெரியவில்லை. பக்கவாட்டில் சட்டென்று திரும்பியபோது அவளுடைய கைத்துப்பாக்கி என் கையெட்டும் தூரத்தில் நெருங்கியது. சிறிது அச்சம் உணர்ந்தேன். என்னை இறங்கிப் பத்தடி தூரம் நேராக நடக்கச் சொல்வாள் என்று நினைத்தேன். சொல்லவில்லை. சதுரமான பெட்டியைத் தந்து குழாய்க்குள் ஊதச் சொல்வாள் என்று நினைத்தேன். சொல்லவில்லை. கறுப்பு பொலீஸ்காரி கம்ப்யூட்டரில் விவரங்களைச் சோதித்துவிட்டு இரண்டு கைகளையும் பின்தலையில் கோர்த்து வைத்து சாய்ந்த நிலையில் ஓய்வெடுத்தாள். சிவப்புக்காரி பத்திரங்களைத் திருப்பித் தந்து விடை கொடுத்தாள். அவர்கள் இருவரையும் அந்த இருட்டில் தனியாக விட்டுவிட்டுப் புறப்படுவதற்கு என்னவோ போல இருந்தது. சிரித்த முகத்துடன் 'நல்லிரவாக அமையட்டும்' என்று அவள் வாழ்த்தியதை இத்தனை வருடங்களிலும் என்னால் மறக்க முடியாமல் இருக்கிறது.

ரொறொன்ரோ நகரில் வேக விதிகளை மிகச்சரியாக அனுசரிக்கும் ஒருவர் இருந்தால் அது நானாகத்தான் இருக்கும். ரோட்டிலே 40 கி.மீ வேகம் என்று எழுதியிருந்தால் நான் 39 க்கு மேலே போவது கிடையாது. 60 என்றால் 59, 100 என்றால் 99 அப்படி மிகக் கடுமை யாக உழைத்து விதிகளைக் கடைப்பிடிப்பேன். சிவப்பு விளக்குகளை நான் என்றுமே மீறியதில்லை. மஞ்சள் கோடுகளை மறந்தும் கடந்ததில்லை. ஒருநாள் 50 கி.மீ வேக வீதியில் என்னையறியாமல் கொஞ்சம் வேகமாக காரை எடுத்துவிட்டேன். அபூர்வமான ஒரு மீறல். ஆனால் அன்றைக்கென்று ஒரு பொலீஸ்காரர் குறுக்கு ரோட்டிலே தன் காரை நிறுத்திவிட்டு ஒளித்திருந்து வீதியில் போகும் கார்களின் வேகத்தை வேகம் அளக்கும் கருவியினால் கண்காணித்துக் கொண்டே இருந்தார். அப்பொழுதுதான் நான் வந்தேன். பொலீஸ்காரர் ஒளிந்திருக்கும் விசயம் எனக்குத் தெரியாது. திடீரென்று அவர் ரோட்டு நடுவே பாய்ந்து வந்து பறக்க ஆயத்தம் செய்யும் பறவை போல இரண்டு கைகளையும் விரித்து ஆட்டி காரை நிறுத்தினார். வாகன பத்திரங்களைச் சரிபார்த்தார். நான் ஏதேதோ சாக்குகள் சொல்லி நீண்ட உரை நிகழ்த்தினேன். அவர் என் வாயையே பார்த்துக்

கொண்டு ஏதோ எல்லாம் எழுதினார். எழுத எழுத அவர் சொண்டும் அசைந்தது. நான் சொன்னது ஒன்றையுமே அவர் கேட்டதாகத் தெரியவில்லை. நான் மீண்டும் என் உரையை நிகழ்த்த ஆரம்பித்தேன். மின்தூக்கி பட்டனைத் திருப்பி திருப்பி அமுக்குவதுபோல. பயனற்ற செயல். அபராத டிக்கட்டை நீட்டினார். மாட்டப் போகும் அடுத்த காருக்காக மறுபடியும் போய் மறைந்து நின்றார்.

வீதிக் குற்றங்களில் சிவப்பு விளக்கு, தரிக்குமிடம், மஞ்சள் கோடு மீறல் போன்ற குற்றங்கள் கேவலமானவை. வேகக் குற்றம் மதிப்பு வாய்ந்தது. பொலீஸ்காரரும் நீதிபதியும் உங்கள் வைப்பாட்டியும்கூட மதிப்பார்கள். ஆனால் பிரச்னை என்னவென்றால் வேகக் குற்றத்துக்கு இரண்டு கறுப்புப் புள்ளிகள் கிடைக்கும். கறுப்புப் புள்ளிகள் காப்புறுதிக் கட்டணத்தை அதிகமாக்கும். உங்கள் கார் ஓட்டும் வாழ்க்கையைச் சீரழித்துவிடும். ஒரு வழக்கறிஞரிடம் போனேன். தண்டனைக் காசிலும் பார்க்க இரண்டு மடங்கு பணத்தை அவர் பிடுங்கிக்கொண்டார். வழக்கை இரண்டு தரம் தள்ளிவைத்தார்கள். மூன்றாவது தடவை என்னைப் பிடித்த பொலீஸ்காரர் நீதிமன்றத்துக்கு வராததால் வழக்கு தள்ளுபடியாகி விட்டது.. கறுப்புப் புள்ளிகள் என் வாழ்க்கை முழுவதும் என்னைத் தொடரும் ஆபத்திலிருந்து நான் காப்பாற்றப்பட்டேன்.

ஆனால் இந்த விசயம், அதாவது வேகமாகச் சென்று பொலீஸில் பிடிபட்டது என் மனைவிக்குத் தெரியாது. நான் எழுதுவதை அவர் படிப்பதில்லை என்ற துணிவில் இதை எழுதுகிறேன். வேகக்குற்றம் செய்தது தெரிந்தால் பக்கத்தில் இருந்து 20 கி.மீட்டர் வேகத்தில் நான் கார் ஓட்டும்போது 'பொலீஸ் பிடிக்கப்போறான்' 'பொலீஸ் பிடிக்கப் போறான்' என்று அலறத் தொடங்கிவிடுவார். என்னுடைய கார் ஓட்டும் வாழ்க்கை நரகமாகி விடும்.

எனக்கு 2010 புதுவருடத்தில் ஒரு சங்கல்பம் இருக்கிறது. கனடா வின் அதிவேக நெடுஞ்சாலையில் ஓடும்போது எல்லோரும் என்னை முந்திக்கொண்டு போவது வழக்கம். ஒரு முறை எண்பது வயதுக் கிழவி அவரிலும் பார்க்க வயதான காரை ஓட்டிக்கொண்டு என்னை முந்தியது மட்டுமில்லாமல் திரும்பிப் பார்த்துக்கொண்டும் போனார். இந்த வருடத்தில் அதிவேக நெடுஞ்சாலையில் ஒரு காரையாவது நான் முந்திப்போகவேண்டும். என்னைப் படைத்த கடவுள் என்னிலும் பார்க்க மோசமான ஒரு சாரதியையும் படைத்துத்தானே இருப்பார். எப்படியாவது, என்ன பாடுபட்டாவது ஒருவரை முந்திக்கொண்டு போகும்போது பொலீஸ்காரர் என்னைப் பிடித்த நேரத்தில் அடைந்த சந்தோசத்திலும் பார்க்க இன்னும் பல மடங்கு சந்தோசத்தை நான் அடைவேன்.

◈

காக்க காக்க

இது எல்லாம் சரியாக ஒரு நிமிடத்தில் நடந்து முடியும். நான் கண்ணாடிக்கூண்டுக்கு முன் நிராயுதபாணியாக நின்றேன். அதிகாரி ஒரு நிமிடம் என்றார்.

நான் விட்ட பிழை என்னவென்றால் நியூ யோர்க் டைம் சதுக்கத்தில் நிஸான் வாகனத்தில் வெடிகுண்டு வைத்து அது கண்டு பிடிக்கப்பட்ட சில நாள்களில் கனடாவிலிருந்து அமெரிக்காவுக்குப் பயணம் புறப்பட்டதுதான். கனடாவுக்கு விமானத்தில் பறப்பவர்கள் முதலில் அமெரிக்கக் குடிவரவு அதிகாரிகளைத் தாண்டவேண்டும். அதற்குப் பின்னர்தான் பாதுகாப்புப் பரிசோதனை.

அந்த வெள்ளிக்கிழமை பின்மதியம் குடிவரவு வரிசையில் நின்றது குறைந்தது ஆயிரம் பேர் இருக்கும். அப்படி நீண்ட வரிசையை நான் எந்த நாட்டுக் குடிவரவிலும் காணவில்லை. எனக்கு முன் நின்றவர் உயரமான, பொய்த்தோள்மூட்டு வைத்த கோட் அணிந்த வெள்ளைக் காரர். எனக்குப் பின்னால் நின்ற இளம்பெண் முகத்தில் இன்னும் அழுகை மிச்சமிருந்தது. காதலனுக்குப் பிரியாவிடை சொல்லிவிட்டு வருகிறாள். ஓர் இரண்டு நிமிடம் அவள் தலை காதலனுடைய உடம்புக்கும் அவளுடைய உடம்புக்கும் நடுவில் இருந்தது. அதை விமானக்கூடத்தில் பலரும் பார்த்தார்கள்.

வரிசையில் ஆட்கள் கூடியதே ஒழிய அதிகாரிகளின் எண்ணிக்கை அதேதான். ஆனால் அவர்கள் கேட்கும் கேள்விகள் அதிகரித்திருந்தன. பயணிகள் கேள்விகளுக்கு சரியாகப் பதிலளித்த பின் அவர்கள் காவிய கடவுச் சீட்டுகளைப் பரிசோதித்தார்கள். அது அவருடைய கடவுச் சீட்டா, அதில் தெரியும் முகம் அவருடையதா என்றெல்லாம் சோதித் தார்கள். ஒரு விரலை படத்தின் கீழே விட்டுத் தடவி உறுதி செய்தார்கள். கம்ப்யூட்டரின் வாயில் கடவுச்சீட்டைத் தேய்த்தார்கள். குடிவரவைக் கடக்க எனக்கு 45 நிமிடங்கள் ஆகின.

பாதுகாப்புப் பகுதியிலும் அதே சனங்கள் வந்து குவிந்தார்கள். இங்கே அதிகாரிகள் முன்பு எப்போதையும் விட இரண்டு மடங்கு அதிகரிக்கப்பட்டிருந்தார்கள், அவர்கள் நடத்தும் சோதனைகளும் அதிகரிக்கப்பட்டிருந்தன. என்னுடைய முறை வந்ததும் மூன்று அதிகாரிகள் என்னைச் சூழ்ந்துகொண்டார்கள். வழக்கமாக ஒருவருக்கு ஓர் அதிகாரிதான். ஒருவர் என்னுடைய கடவுச் சீட்டையும் நுழைவு அட்டையையும் கைப்பற்றிக்கொண்டு மறைந்துவிட்டார். இன்னொரு சீருடை தரித்த பெண் என்னுடைய கைப் பெட்டியைத் திறந்தாள். கம்ப்யூட்டரில் இருந்து வந்த வயர் முனையை பெட்டியிலுள்ள பொருள்களில் தடவிவிட்டு வயர் முனையை திரும்பவும் எடுத்துப் போய் கம்ப்யூட்டரில் செருகினாள். இது ஒருவிதமான புதிய சோதனை. என்னுடன் பயணித்த ஒருவர் அது வெடிமருந்துச் சோதனை என்று சொன்னார். வெடிமருந்து துகள்கள் அகப்பட்டால் அதை கம்ப்யூட்டர் காட்டிக்கொடுத்து விடுமாம்.

அதே சீருடைப்பெண் என்னுடைய கைப்பெட்டியைக் கவிழ்த்துப் போட்டு ஒவ்வொரு பொருளாக வெளியே எடுத்துப் பரிசோதித்து திரும்பவும் உள்ளே அடுக்கினாள். நான் அடுக்கியதிலும் பார்க்க ஒழுங்காகவும் சமமாகவும் சாமர்த்தியமாகவும் அடுக்கினாள். அடுத்தமுறை சும்மா அள்ளிப்போட்டுக்கொண்டு வரலாம், இந்தப் பெண்ணே அடுக்கிவிடுவாள். எனக்கு முன்னால் நின்ற தோள்மூட்டுக் காரரிடம் பறிமுதல் செய்த தண்ணீர் போத்தல் அவளுக்குப் பக்கத்திலே நின்ற கறுப்புப் பீப்பாயில் எறியப் பட்டிருந்தது. இன்னும் செண்ட் போத்தல்கள், சவர நுரை குவளைகள், வில்லுக்கத்திகள் என பீப்பாய் நிறைந்து வழிந்தது. சீருடைப் பெண் இலையான் கலைப்பது போலக் கையை அசைத்து என்னைப் போகச் சொன்னாள். வசனம் இல்லாத நாடகப் பாத்திரம்போல அவள் என்னிடம் ஒரு வார்த்தை கூடப் பேசவில்லை.

என்னுடைய காலணி, செல்பேசி, மேலங்கி, இடைப்பட்டி அனைத்தையும் ஒரு சதுரக்கூடையில் வைத்து எக்ஸ்ரே சோதனைக் கூட்டுக்குள் தள்ளிவிட்டார்கள். அவை மறுபக்கம் போய்விட்டன. நான் இன்னும் கடக்கவில்லை. ஒரு பெண் ஆயுதம் வைத்துக் கொண்டு எனக்கு முன்னால் சும்மா நின்றாள். நான் தயார் என்றேன். அவள் தான் பெண்களை மட்டுமே சோதிக்க முடியும் என்றாள். நான் ஆண் பரிசோதனைக்காரருக்காகக் காத்திருந்தேன். ஆயுதத்தோடு அவர் வந்தபோது நான் கைகளை விரித்துப் பறப்பதற்கு ஆயத்தமாவது போல நின்றேன். அவர் சில கேள்விகள் கேட்டார். உங்கள் பையில் செல்பேசி இருக்கிறதா? இல்லை. பையில் சில்லறைக்காசுகள் இருக்கின்றனவா? இல்லை. உங்களிடம் பெல்ட் இருக்கிறதா? இல்லை. எனக்கு கனடாவுக்கு வந்த புதிதில் காப்புறுதி முகவர் என்னிடம்

அ. முத்துலிங்கம்

கேட்டது ஞாபகத்துக்கு வந்தது. உங்களுக்கு RRSP இருக்கிறதா? நான் இல்லை என்றேன். உங்களுக்கு RRSP இருக்கிறதா? நான் இல்லை, ஆனால் ரத்த அழுத்தம் இருக்கிறது என்றேன். முகவர் சிரித்துவிட்டு எனக்குக் காப்புறுதி விற்காமலே போய்விட்டார்.

கேள்விகள் முடிந்ததும் அதிகாரி என் உடம்பின் சகல பாகங்களையும் கருவியால் தடவிப் பரிசோதனை செய்து என் உடம்பைத் தவிர நான் வேறு ஒன்றையும் காவவில்லை என்பதை உறுதி செய்தார்.

சுவரிலே இருந்த பெரிய வட்டக் கடிகாரத்தில் முள் சுழன்று கொண்டிருந்தது. இன்னும் அரை மணிநேரத்தில் என்னுடைய விமானம் என்னை விட்டுவிட்டுத் தன்பாட்டுக்குப் புறப்பட்டுப் போய்விடும். நான் அதிகாரியிடம் என் அவசரத்தைச் சொன்னேன். அப்பொழுதுதான் அவர் இன்னும் ஒரு நிமிடத்தில் முடிந்துவிடும் என்றார்.

அவ்வளவு சோதனைக்குப் பின்னரும் திருப்தி இல்லாதவராகத் தன் கைகளினால் என் உடம்பின் சகல பாகங்களையும் தடவிப் பார்த்தார். இறுதியாக முழு உடம்பையும் மூன்று பரிமாணத்தில் படம் எடுக்கும் கண்ணாடிக்கூண்டுக்குள் நுழைந்து என்னைத் தலையிலே இரண்டு கைகளையும் வைத்துக்கொண்டு நிற்கச் சொன்னார். நான் ஏற்கெனவே கைகளைத் தலையில் வைத்துக் கொண்டுதான் நின்றேன். கண்ணாடிக் கதவுகள் தானாகவே பூட்டி மெல்லிய கிர்ர் சத்தம் எழுந்தது. சிறையில் இருந்து விடுதலை செய்வதுபோலக் கூண்டுக் கதவைத் திறந்து என்னை வெளியே விட்டார்கள். நான் சுதந்திரம் அடைந்த களிப்பில் ஒருகணம் நின்றேன்.

என்னுடைய கைப்பை, காலணி, மேலங்கி, பெல்ட், கடவுச் சீட்டு, நுழைவுச்சீட்டு, செல்பேசி எல்லாவற்றையும் சேகரித்தேன். நான் கொண்டுவந்த பொருள்களிலும் பார்க்க இன்னும் கூடிய சாமான்களை எனக்குத் தந்துவிட்டார்கள் போலத் தோன்றியது. எண்ணிச் சரிபார்த்தேன். அவை எல்லாம் எனக்குச் சொந்தமானவைதான்.

பெரிய வட்டக் கடிகாரத்தில் நிமிட முள் துடித்து நகர்ந்து ஒரு புது நிமிடத்தை ஆரம்பித்தது.

◈

கார்ச் சாரதி

விமான நிலையத்துக்குப் போவதற்கு ஒரு வாடகை கார் தேவைப்பட்டது. வழக்கம்போலத் தொலைபேசியில் அழைத்தேன். அவர்கள் ஒரு வாடகை காரை அனுப்பிவைத்தார்கள். என்னுடைய வீட்டிலிருந்து ரொறொன்ரோ விமான நிலையம் போவதற்கு முக்கால் மணிநேரம் பிடிக்கும். ஆகவே அதையும் கணக்கில் எடுத்துக்கொண்டு ஒரு குறிப்பிட்ட நேரத்துக்கு காரை அனுப்பும் படிச் சொல்லியிருந்தேன். அப்படியே அவர்கள் சொன்ன நேரத்துக்கு காரை அனுப்பியிருந்தார்கள்.

வழக்கமாக வரும் சாரதி ஒரு பஞ்சாபிக்காரராக இருப்பார். அல்லது பாகிஸ்தான்காரராக இருப்பார். சிலசமயம் ஜமாய்க்காகாரர் வருவதுமுண்டு. இந்தத் தடவை அதிசயமாக 30 வயது மதிக்கக்கூடிய ஓர் இலங்கைக்காரர் வந்திருந்தார். என்னைக் கண்டதும் நீங்கள் தமிழா என்றார். அப்படித்தான் சம்பாசணை ஆரம்பமானது. அரைக்கை சட்டை அணிந்திருந்தபடியால் புஜங்கள் அடக்க முடியாமல் உருண்டு திரண்டு வெளியே தெரிந்தன. கழுத்திலே தாலிக் கொடிக்குச் சமமான தடிப்பில் ஒரு சங்கிலி அணிந்திருந்தார். பாரமான என் பயணப்பெட்டியை ஒற்றைக்கையால் தூக்கி காரில் வைத்தார். அவர் இயக்கத்தில் இருந்திருக்க வேண்டும், அப்படியான உடல்வாகு. நான் காரில் ஏறி அமரமுன்னரே தன் வரலாற்றில் பாதியை என்னிடம் கூறிவிட்டார்.

அவர் கனடாவுக்கு வந்து ஐந்து வருடங்கள் ஆகின்றன. கனடா வந்த பின்னர் மணமுடித்த அவருக்கு இரண்டு பிள்ளைகள். இதற்கு முன்னர் ஒரு தொழிற்சாலையில் சில மாதங்கள் வேலை பார்த்தார், பிடிக்கவில்லை. அதை உதறிவிட்டு வாடகை கார் ஓட்டுகிறார். இந்த வேலை அவருக்குப் பிடித்துக்கொண்டது என்றார்.

சொந்தமான வண்டியா? என்று கேட்டேன். 'வாடகை கார் நம்பர் பிளேட் ஒன்றின் விலை தற்போது 200,000 டொலர். இவ்வளவு

தொகை காசு முதலீட்டுக்குக் கிடைக்கும் வருமானம் போதாது. நான் சம்பளத்துக்கு வேலை செய்கிறேன், சராசரி மாத வருமானம் 3000 டொலர், சில மாதங்களில் கூடிய மணித்தியாலங்கள் வேலைசெய்தால் 4000 டொலர்கூடக் கிடைக்கும். எனக்கு இது போதுமானது என்றார்.

எப்படி இந்த வேலை உங்களுக்குக் கிடைத்தது?

'என்னுடைய அண்ணர் வாடகை கார் வைத்து ஓட்டுகிறார். அவர்தான் என்னை இந்த வேலையில் சேர்த்துவிட்டவர். நான் இங்கே வருமுன்னரே அண்ணர் சொல்லி இலங்கையிலேயே கார் ஓட்டப் பழகி லைசென்சும் எடுத்துக்கொண்டுதான் வந்தேன். இங்கே வந்தபிறகு கனடா லைசென்சும் எடுத்தேன். கனடாவில் இரண்டு நாள் வாடகை கார் ஓட்டிப் பார்த்தேன், பிடிச்சுப் போட்டுது' என்றார்.

திரும்பவும் நாட்டுக்குப் போனீர்களா? 'நான் ஏன் போக வேண்டும். நான் நாட்டை என்னுடன் கொண்டு வந்திருக்கிறேன்' என்றார். விமான நிலையத்தில் என்னை ஐந்து நிமிடம் முன்னதாகவே இறக்கிவிட்டு அவர் போய்விட்டார்.

அவர் கடைசியாகச் சொன்னது என்னை யோசிக்க வைத்தது. அவருடைய தம்பி ஒருவர் இன்னும் இலங்கையில் இருக்கிறார். அவர் அடுத்த மாதம் கனடாவுக்கு வருகிறார். அவரும் கார் ஓட்டப்பழகி லைசென்ஸ் எடுத்துக்கொண்டுதான் வருகிறார். அவருக்கும் ஒரு சாரதி வேலை இங்கே அவர் ரெடியாக வைத்திருக்கிறார்.

சில வருடங்களுக்கு முன்னர் நான் படித்த நேர்காணல் ஒன்று ஞாபகத்துக்கு வந்தது. கிழக்கு ஐரோப்பாவின் ஒரு பகுதியிலிருந்து வட அமெரிக்காவுக்கு அகதியாக வந்த ஒருவர் கொடுத்த பேட்டி. ஒருநாள் இரவு அவருக்குப் படுக்க இடமில்லாமல் ஒரு நிறுவனத்தின் வாசலில் படுத்துத் தூங்கிவிடுகிறார். அடுத்தநாள் காலை கம்பனி முதலாளி வந்து அவரை காலினால் தட்டி எழுப்புகிறார். முதலாளி என்ன நடந்தது என்று கேட்கிறார். அகதி தனக்கு வேலையில்லை, தங்குவதற்கு இடமும் இல்லை என்று சொல்கிறார். என்னவேலை தந்தாலும் முகம் சுளிக்காமல் செய்வீரா என்று முதலாளி கேட்கிறார். அகதி ஆம் என்று பதிலளிக்கிறார். அது பிணம் அலங்கரிக்கும் கம்பனி.

முதலாளி அந்தக் கலையை அகதிக்குக் கற்றுத் தருகிறார். அகதி அருவருப்பில்லாமல் ஆர்வமாகக் கற்றுக்கொள்கிறார். இரவுக் கல்லூரிக்குச் சென்று பிண அலங்காரம் பற்றிப் படிக்கிறார். நாளடைவில் தானே ஒரு கம்பனி ஆரம்பித்துப் பல கிளைகளையும் திறக்கிறார். வட அமெரிக்காவில் மிகவும் வெற்றிகரமான தொழில் நிபுணராக அறியப்படுகிறார். நேர்காணலின் முடிவில் அவர் சொல்லு கிறார். 'அன்று நான் ஒரு பிண அலங்காரம் செய்யும் கம்பனியின்

வாசலில் தூங்கியதால் இன்று ஒரு பிண அலங்கார நிபுணனாக அறியப்படுகிறேன். அன்று நான் ஒரு தச்சுக் கம்பனியின் வாசலில் தூங்கியிருந்தால் இன்று ஒரு தச்சுத்தொழில் நிபுணனாகியிருப்பேன். உலர் சலவை கம்பனியின் வாசலில் தூங்கியிருந்தால் இன்று ஓர் உலர்சலவை நிபுணனாகியிருப்பேன்.'

உலகத்தில் பல தொழில் தெரிவுகள் இப்படி தற்செயலாகத்தான் நேர்கின்றன. அண்ணன் சாரதி, தம்பி சாரதி, அடுத்த தம்பியும் சாரதி. அண்ணன் விருந்து மண்டப நிர்வாகி, தம்பியும் அதுதான், அடுத்து வரும் தங்கையும் அதுதான். முன்னே வருபவர் பாதை போட பின்னே வருபவர்கள் தொடர்வார்கள்.

நாளை காலை நான் வாசல் கதவைத் திறக்கும்போது ஓர் அகதி அங்கே படுத்திருந்தால் என்ன செய்வது. அவர் கதி என்னாவது. நினைக்கும்போதே மனம் நடுங்குகிறது. இன்னொரு தமிழ் எழுத்தாளரை இந்த உலகம் தாங்குமா?

மகள்கள் வெல்வார்கள்

ஆப்பிரிக்க வாழ்க்கை பற்றி நிறைய எழுதியாகிவிட்டது என்று நினைக்கும்போது இன்னும் சில ஞாபகங்கள் வரும். இந்தச் சம்பவம் நடந்தது நாங்கள் ஆப்பிரிக்காவுக்குப் போன முதல் வருடத்தில். அவர்களுடைய பழக்க வழக்கங்கள், வாழ்க்கை முறை பற்றி ஒன்றுமே தெரியாத ஆரம்ப காலம்.

நான் வேலைசெய்தது காட்டுமரங்களை வெட்டி ஏற்றுமதி செய்யும் அரசுசார் நிறுவனம் ஒன்றில். எனக்கு அவர்கள் கொடுத்திருந்த வீடு காட்டு நிலத்தில் அமைந்திருந்தது. மரத்தினால் செய்த உறுதியான தூண்களின்மேல் வீடு நின்றது. காரணம் காட்டு விலங்குகள் வழக்கம்போல ஒரு பகுதியில் இருந்து இன்னொரு பகுதிக்குப் போக வீடு தடையாக இருக்காது. அவை வீட்டுக்குக் கீழாலே போகும். வீடு முழுக்க மரத்தினால் கட்டியது. தரை, சுவர், கதவு, ஜன்னல் எல்லாமே மரம்தான். ஆனால் ஆச்சரியம் என்ன வென்றால் கூரைகூட மரத்தினால் ஆனதுதான். மரத்தில் செய்த வளைந்த அலகுகளை அடுக்கி அடுக்கிக் கூரையைச் செம்மையாகச் செய்திருப்பார்கள். கோடைக் காலத்தில் குளிர்மையாகவும் குளிர் காலத்தில் வெப்பமாகவும் வீடு இருக்கும்.

ஆப்பிரிக்க விவசாயம்கூடப் புதுமையானதுதான். ஓர் இடத்தைத் தேர்ந்தெடுத்து மரங்களையும் செடிகளையும் புதர்களையும் எரிப்பார்கள். பின்னர் அங்கே பயிரிட்டுவிட்டு மழைக்காகக் காத்திருப்பார்கள். உடம்பை வளைத்து நிலத்துக்காக உழைப்பது என்பதில்லை. பசளை போடுவது, களை பிடுங்குவது போன்ற சங்கதிகள் கிடையாது. அவர்கள் பாட்டுக்குக் கயிற்று ஊஞ்சலில் படுத்து நிறைய ஓய்வெடுப்பார்கள். அறுவடைக்காலத்தில் சரியாக வந்து கிடைத்ததை வெட்டிக் கொண்டு போவார்கள். அடுத்த வருடம் அதே நிலத்தை அவர்கள் தெரிவு செய்வதில்லை. இன்னொரு புதிய இடத்தில் பயிர் செய்வார்கள். இப்படியே மாறி மாறிப் பயிர் செய்து மறுபடியும் முதல் இடத்துக்கு

வந்து சேருவார்கள். அங்கே நிலம் ஒருவருக்கு சொந்தம் என்று இல்லாதபடியால் யாரும் எங்கேயும் பயிர் செய்யலாம்.

ஒருநாள் சனிக்கிழமை நடுமத்தியானம். மனைவி சமையல் கட்டில். நான் அந்த மாதம் வந்திருந்த வார இதழ்களை எல்லாம் கட்டாக அடுக்கி வைத்து ஒவ்வொன்றாக வாசித்துக் கொண்டிருந் தேன். உலகச்செய்திகள் என்னிடம் வந்துசேர இரண்டு வாரம் பிடிக்கும். என் ஆறு வயது மகன் வீட்டைச்சுற்றி வளர்ந்திருந்த நீண்ட புற்களுக்கிடையில் விளையாடினான். பக்கத்துக் காட்டை விவசாயத்துக் காக எரித்துக்கொண்டிருந்தபடியால் புகை மணம் அடங்கலும் சூழ்ந்திருந்தது. ஆப்பிரிக்காவில் கிட்டத்தட்ட ஆறு மாதம் கழிந்து விட்டபடியால் அந்த மணம் பழகிவிட்டது. ஆனால் வெட்டுக்கிளிகள் யன்னல்களில் ஓயாமல் வந்து வந்து மோதுவது இன்னும் பழக்கமாக வில்லை.

தூரத்தில் ஒரு வளைந்த உருவம் நடந்து வருவது தெரிந்ததும் நெஞ்சு படக்கென்று அடித்தது. மறுபடியும் ஜொனாதன் கிழவர். அவருக்கு வயது அறுபதிருக்கும். வெள்ளைத்தலைமுடி, நீண்ட மண்புழு ஒன்று கன்னத்தில் இறங்குவதுபோல வெட்டுக்காயம். அது அவருடைய இன அடையாளம். வண்ணவேலை செய்த ஆப்பிரிக்க அங்கி, வலைப்பின்னல் தொப்பி. வரும்வழியில் எதையோ மிதிக்கக் கூடாததை மிதித்துவிட்டதுபோல முகம். ஆனால் நல்லவர். அவருக்குப் பின்னால் தலையை அவர் முதுகில் கொடுத்து அவரைச் செல்லமாகத் தள்ளியபடி அவருடைய 15 வயது மகள். சுருண்ட தலைமுடி, முகத்தோடு ஒட்டிய மூக்கு. ஒட்டகத்துக்கு இருப்பது போலத் தேவைக்குச் சற்று அதிகமான உதடுகள். பளபளவென்று மின்னும் ஓர் ஆடை அணிந்திருந்தாள். அடக்கமுடியாத குதூகலம் அவள் உடலுக்குள் புகுந்திருந்ததால் சும்மா இருக்கமுடியாமல் அசைந்தபடியே இருந்தாள். ஒவ்வொரு அசைவுக்கும் ஆடை ஒவ்வொரு நிறத்தில் மின்னியது.

அவளுடைய பெயர் அக்னஸ், அவருடைய மூன்றாவது மனைவியின் மகள். அவருடைய மூன்று மகன்களைப் பற்றியும் சொல்லியிருக்கிறார். மூத்தவன் நாய் கடித்து இறந்துபோனான். இரண்டாமவனைப் பாம்பு கடித்தது. மூன்றாமவன் நுளம்பு கடித்து இறந்தான். 'எங்கள் வீட்டில் ரகஸ்யமான வியாதி ஒன்று இருக்கிறது. அதுதான் எஞ்சியிருக்கும் அக்னஸ்' என்று கிழவர் ஒருநாள் அறிமுகப்படுத்தினார். அக்னஸ் தொடர்ந்து படிக்கவேண்டும் என்பதில் பிடிவாதமாக இருந்தாள். ஆனால், அவளுக்குக் கணிதமும் ஆங்கிலமும் வராது. ஜொனாதன் அவளைத் தன்னுடைய தங்கையின் தையல் கடையில் வேலைக்குப் போகச் சொல்லி வற்புறுத்தினார். அவள் மறுத்து விட்டாள். 'அக்னஸ் எப்படி இருக்கிறாள்?' என்று

அ. முத்துலிங்கம் ◆ 151

எப்பொழுது நான் கேட்டாலும் 'தோளிலே சவாரி செய்கிறவளுக்குத் தூரத்தைப்பற்றி என்ன தெரியும்' என்று கவலையுடன் சொல்வார்.

'அக்னஸ், உனக்கு என்னவாக வரப்பிடிக்கும்?' என்று அவளி டமே கேட்டேன். அவள் 'உயரமாக' என்றாள். நக்கலாகச் சொல்ல வில்லை, உற்றுக் கவனித்தபோது அதே சிரித்த முகத்துடன் இருந்தாள்.

'சரி, வாழ்க்கையில் என்னவாக வர விரும்புகிறாய்?'

'ஒரு போப்பாண்டவராக வந்தால்கூடப் பரவாயில்லை?'

'அது நல்லதுதான். உன் அப்பா உனக்கு ஆங்கிலமோ, கணிதமோ வராது என்று சொல்கிறாரே?'

'அப்பாவுக்கு ஒன்றுமே தெரியாது.' அவளுடைய அப்பா ஏதோ சொல்லவர இவள் எட்டி அவருடைய வாயைத் தன் கைகளால் பொத்தினாள்.

'ஆங்கிலம் அந்நிய மொழி, அதை நான் ஏன் படிக்க வேண்டும். என்னுடைய தாத்தாவுக்குப் பத்துக்குமேல் எண்ணத் தெரியாது. ஆனால் அவரிடம் 200 ஆடுகள் இருந்தன' என்றாள்.

'அப்படியா, நீ எத்தனை ஆடுகளுக்கு சொந்தக்காரியாக வர திட்டம் போட்டிருக்கிறாய்?'

அக்னஸ் அசைந்தபடியே இருந்தாள். அவள் உடம்புக்குள் ஓர் இசை ஓடிக்கொண்டிருந்தது. ஆடை அலை அலையாக எழும்பி மின்னியது. பெரிய உதட்டில் பெரிய புன்னகை உண்மையிலேயே அவளிடம் பெரிய திட்டம் இருந்தது.

'ஆடுகள் அல்ல. இன்னும் பெரிய ஒன்றுக்கு நான் சொந்தக் காரியாக வேண்டும்.'

'அது என்னவோ?' என்றேன்.

சரித்திரப் பிரசித்தி பெறக்கூடிய ஒரு பதிலைச் சொல்ல அவள் வாயைத் திறந்தாள். ஆனால், அந்தப் பதிலை நாங்கள் ஒருவருமே கேட்கவில்லை.

விளையாடிக்கொண்டிருந்த என் மகன் திடீரென்று 'வீடு எரியுது, வீடு எரியுது' என்று கத்தினான். நாங்கள் வெளியே ஓடிப்போய்க் கூரையைப் பார்த்தால் அங்கே ஓர் இடத்தில் புகை சூழ்ந்திருக்க நடுவே சிவப்பு மலர்போலக் கொழுந்து எழுந்தது. அந்தக் காட்சி பார்ப்பதற்கு அழகாக இருந்தது. ஆப்பிரிக்காவில் நான் வசித்த பகுதியில் நெருப்பணைப்பு படை வசதிகள் கிடையாது. குழாய் வழியாகத் தண்ணீரைப் பீய்ச்சியடிக்கவும் முடியாது. அக்னஸ் அரைக்கணத்துக்கும் குறைந்த நேரத்தில் சுறுசுறுப்பானாள். அவளுக் குள்ளிருந்த யந்திரத்தை யாரோ முடுக்கிவிட்டது போலப் பக்கத்தில் நின்ற மரத்தில் கிழவரின் பிருட்டத்தை தள்ளி அவரை ஏற்றிவிட்டாள்.

அவரைத் தொடர்ந்து ஒரு வேலைக் காரனையும் ஏற்றினாள். இருவருமே மரக்கிளைகளைப் பிடித்து ஏறி, கூரையின் மேல் பக்குவமாகக் குதித்தார்கள்.

அடுத்து தண்ணீரில் சாக்குகளை நனைத்து மேலே எறிந்தாள். அவர்கள் அதை நெருப்பின்மேல் அடித்து அடித்து அணைத்தார்கள். அங்கே எத்தனை சாக்குகள் இருந்தனவோ அத்தனையையும் நனைத்து மேலே எறிந்தாள். நாங்களும் அவளைத் தொடர்ந்து அப்படியே செய்தோம். அவர்கள் ஒரு நிமிடம் ஓயாமல் வேலை செய்தார்கள். ஓர் இடத்தில் நெருப்பை அணைத்தபோது இன்னொரு இடத்தில் பற்றிக்கொண்டது. பறவைகள் பறப்பது போல நெருப்புக் கங்குகள் பறந்து வந்து கூரையில் விழுந்தவண்ணம் இருந்தன. கிழவரும் வேலைக்காரனும் அந்தரத்தில் நகர்ந்து அவற்றை அணைத்தனர்.

காட்டை எரித்தவர்களுக்கு வீடு எரிவது தெரியாது. அதற்கிடையில் சனங்கள் கூடிவிட்டார்கள். எவ்வளவுதான் நெருப்பை அணைத்தாலும் காட்டிலிருந்து புதுப்புது கங்குகள் வந்து விழுந்துகொண்டேயிருந்தன. அக்னஸ் காட்டை எரிப்பவர்களிடம் போய் இடுப்பிலே இரண்டு கைகளையும் வைத்துக்கொண்டு சத்தம் போட்டாள். இப்பொழுது அக்னஸும் சனங்களும் சேர்ந்து வீடு எரிவதைத் தடுப்பதற்குப் பதிலாக காடு எரிவதைத் தடுக்க முயன்றார்கள். இரண்டு மணிநேரம் இது தொடர்ந்தது. எங்கள் மகள், கைக் குழந்தை, வீட்டினுள்ளே தொட்டிலில் தூங்கிக் கொண்டிருந்தது அப்பொழுதுதான் ஞாபகம் வந்து மனைவி உள்ளே பாய்ந்துபோய் மகளை அள்ளிக்கொண்டு வந்தார். குழந்தையின் தலை இந்தப் பக்கமும் அந்தப் பக்கமும் ஆட அதைத் தோளிலே போட்டுக் கொண்டு மனைவி நடுங்கியபடி நின்றார்.

சில மணி நேரத்தில் காட்டுத்தீயை அடக்கினார்கள். அங்கேயும் அக்னஸ்தான் முன்னுக்கு நின்றாள். ஒரு தீயணைப்புப் படையில் முந்தி வேலைசெய்தவள்போல இயங்கினாள். சூரிய வெளிச்சத்திலும் நெருப்பு வெக்கையிலும் அவளுடைய கண்ணாடி உடை அவள் அசையும்போதெல்லாம் ஒளி வீசியது. அவள் தலைமயிர் மின்சாரம் பாய்ந்ததுபோல தலைமுழுக்க நிறைந்து நின்றது. வீடு எரிவதை புதினம் பார்க்க வந்த சனங்கள் 'அன்று நாங்கள் தப்பியது அருந்தப்பு' என்று அபிப்பிராயம் சொன்னார்கள்.

வீட்டுக்கூரையில் ஏறியவர்கள் அங்கேயே தங்கிவிட்டார்கள். அவர்களை நாங்கள் மறந்துகூடவிட்டோம். அவர்களுக்கு எப்படி இறங்குவதென்று தெரியவில்லை. ஏறும்போது மரத்தின் கிளையைப் பிடித்து தாவி ஏறிக் குதித்துவிட்டார்கள், ஆனால் இறங்கும்போது கிளையைப் பிடிக்கமுடியவில்லை. அக்னஸ்தான் விரைந்துபோய் எங்கேயோ ஓர் ஏணியை சம்பாதித்துக்கொண்டு வந்து அவர்களை

அ. முத்துலிங்கம்

இறக்கினாள். அவர்களைக் கூரையில் ஏற்றும்போது அக்னஸ் என்ன நினைத்திருந்தாள்? ஒரு வீடு பற்றி எரிந்தால் அந்த இடத்தை விட்டு ஓடுவதுதான் வழக்கம். ஒருவரும் அதே கூரையில் ஏறுவதில்லை. கொஞ்சம் தவறியிருந்தால் அவர்கள் வீட்டுடன் சேர்ந்து எரிந்திருப் பார்கள் அல்லது கீழே குதித்து காலை முறித்துக் கொண்டிருப்பார்கள்.

கிழவரை நோக்கி 'பார்த்தீர்களா! அக்னஸுக்கு பொறுப்பு வந்துவிட்டது, அவள் மாறிவிட்டாள்' என்றேன். கிழவர் 'செட்டை உரித்தாலும் பாம்பு பாம்புதான்' என்றார். 'மனிதனுக்குக் கணிதமும் ஆங்கிலமும் முக்கியமல்ல. வாழ்க்கைக்குத் தேவையான பாடத்தில் அவள் முதலாவதாக இருக்கிறாள்' என்றேன். அன்று கிழவரும் மகளும் சரியாக அந்த நேரம் வராவிட்டால் என்ன ஆகியிருக்கும் என்று யோசித்தேன். அங்கு குழுமியிருந்த அத்தனை பேரிலும் அக்னஸ் ஆடை பொங்க சுழன்று சுழன்று வேலைசெய்தாள். அவள் சொன்னதை அத்தனை பேரும் கேட்டு நிறைவேற்றினார்கள். ஒரு கட்டத்தில் அவள் ஏதோ சொல்ல என் மனைவி ஒரு வேலைக் காரியைப் போல உடனே ஓடி செய்துமுடித்ததை நினைக்க ஆச்சரிய மாக இருந்தது.

புறப்பட முன்னர் அக்னஸ் கண்ணைச் சிமிட்டிக்கொண்டு, கள்ளச் சிரிப்புடன் சொன்னது ஞாபகத்துக்கு வந்தது. 'அப்பாக்கள் எப்பவும் இப்படித்தான். அவர்கள் மகளைப் புரிந்துகொள்ளவே மாட்டார்கள்.' எனக்கு ஆச்சரியமாயிருந்தது. 'இன்று ஒரு வீடு எரியப்போகுது, அதைக் காப்பாற்றுங்கள்' என்று தேவதூதன் கனவில் பிரசன்னமாகி சொன்னதுபோல அவர்கள் இருவரும் சரியான நேரத்துக்கு வந்தார்கள், அணைத்தார்கள், சென்றார்கள். அந்தக் காட்சியை என்னால் மறக்க முடியவில்லை. அவள் சிரித்த முகம் மாறாமல் ஒருவிதத் துள்ளல் நடையுடன் முன்னே சென்றாள். ஜொனாதன் சுதந்திரதின அணிவகுப்பில் ஒரு ராணுவவீரன் சல்யூட் அடிப்பதுபோல முகத்தைத் திருப்பி என்னையே பார்த்தபடி மகளைப் பின்தொடர்ந்தார்.

நான் எழுத வந்த விசயம் எப்படியோ திசை மாறிவிட்டது. என்னுடைய மகள் வளர்ந்து அமெரிக்காவில் படிப்பை முடித்து முதல் வேலையில் சேர்ந்திருந்தாள். நானும் மனைவியும் அவளைப் பார்க்கப் போனோம். மூன்று நாள் எல்லாமே சுமுகமாகப் போனது. நாலாம் நாள் அது தொடங்கியது. வழக்கமாக மூன்றாம் நாளே தொடங்கியிருக்கும். பெற்றோர்கள் பிள்ளைகளுக்கு செய்யும் அநீதியைப் பற்றிய பட்டறை.

ஆரம்பித்து வைத்தது மனைவிதான். ஆனால் குடும்பப் பூசல்கள் எங்கேயிருந்தும் தொடங்கலாம். ஏனென்றால் இரண்டு தரப்புமே ஒரு சந்தர்ப்பத்துக்காக ஏங்கிக்கொண்டிருக்கும். என் மனைவிக்கு

வீடு சுத்தமாக இருக்கவேண்டும். துரும்பு ஒன்று கிடந்தாலும் அன்று இரவு நித்திரை வராது. நாங்கள் மகளைப் பார்க்கப் போகும் சமயங்களில் மனைவி முழங்காலில் இருந்தபடி ஒரு நாள் முழுக்கத் தரையைச் சுத்தம் செய்வார். உள்கூரையைத் துடைப்பார், சுவரை மினுங்கவைப்பார். மகள் வீட்டை எவ்வளவுதான் சுத்தமாக வைத்தாலும் மனைவிக்கு சம்மதமாக இராது.

நானும் மனைவியும் டிவி பார்த்துக்கொண்டிருந்தோம். சாதாரணமான கேள்விதான். மகள் டிவியில் என்ன இருக்கிறது என்று கேட்டாள். என் மனைவி பட்டுத் துணியிலும் வழுவழுப்பான குரலில் 'தூசி' என்றார். அது சிலப்பதிகாரத்து மாதவி பகை நரம்பை மீட்டியதற்குச் சமம். சண்டை ஆரம்பமானது.

'இந்தச் சின்ன டிவியை வைத்து நான் என்ன செய்வது, கொஞ்சம் பெரிய டிவி எனக்கு வாங்கித் தந்திருக்கலாம்.' இது மகள்.

'இப்பொழுது நல்ல சம்பளம் வருகிறதுதானே, சொந்தக் காசில் வாங்கினால் என்ன?' என்றேன்.

'அப்படித்தான் செய்யப்போறேன். என்னுடைய கடன் எல்லாத் தையும் அடைத்த பிறகு.'

நான் சொன்னேன், 'மறுபடியும் கடனா? யாராவது உலகில் 19 கடன் அட்டைகள் வைத்திருப்பார்களா? ஒருமுறை நான் இதற்காகவே பயணம் வந்து கடன்களை எல்லாம் தீர்த்து கடன் அட்டைகளையும் வெட்டி எறிந்துவிட்டுப் போனேனே.'

'அட்டைகளை வெட்டினால் கடன் போய்விடுமா? அதற்காகவா என்னுடைய பட்டமளிப்பு விழாவுக்கு நீங்கள் வரவில்லை. மற்ற எல்லா பெற்றோர்களும் வந்திருந்தார்கள். நான் பட்டம் வாங்குவதைப் பார்க்க இந்த உலகத்தில் ஒருவருமே இல்லை' என்றாள் மகள். சிணுக்கம் தொடங்கியது.

'அவர்களுக்குப் பெற்றோர்கள் அமெரிக்காவில் இருக்கிறார்கள். நாங்கள் இரண்டு சமுத்திரம் கடந்து மூன்று பிளேன் பிடித்து அல்லவோ வரவேணும்.'

'உங்களுக்கு விருப்பம் இருந்தால் வந்திருப்பீர்கள்.'

'எப்படி? இறுதி சோதனைக்கு இரண்டு மாதம் இருக்கும் போது வந்திருந்தோம். இப்பொழுது மறுபடியும் ஆறு மாதம் கழித்து வந்திருக்கிறோம். இதற்குமேல் என்ன செய்யமுடியும். பணம் என்று ஒன்றிருக்கிறதல்லவா?' என்றேன்.

'எப்பவும் இந்தச் சாட்டுத்தான்.'

'கடவுச்சீட்டை தொலைத்துவிட்டேன் என்று தந்தி வந்தபோது நான் வந்திருந்தேனே. இங்கே வந்து பார்த்தால் கடவுச்சீட்டை

அ. முத்துலிங்கம் ◆ 155

கைமாறி வைத்துவிட்டதால் வந்த பிரச்னை. நான் அவ்வளவுதூரம் பயணம் செய்து வந்தது வீணாய் போச்சுது.'

'நீங்களும் கைமறதியாக எத்தனை தரம் தொலைக்கிறீர்கள். நேற்றுக்கூட வீட்டுச் சாவி தொலைந்ததே.'

'எல்லாப் பிரச்னையும் கம்ப்யூட்டர் படிக்க வந்து உயிரியல் படிப்புக்கு மாறியதால் ஏற்பட்டது.'

'அதற்கும் இதற்கும் என்ன சம்பந்தம்?'

'ஆறுமாதம் படிப்பு கூடிப்போச்சுது. அதற்கும் நான்தானே பணம் கட்டவேணும்?'

'எனக்கு வேறு யாராவது பெற்றோர் கிடைத்திருந்தால் எவ்வளவு நல்லாயிருந்திருக்கும்?'

'வண்ணத்துப்பூச்சி பிறக்கும்போது இருக்கும் அளவுதான் அதன் வாழ்நாள் முழுவதும் இருக்குமாம். அதுபோல உன் சிந்தனையும் வளராமல் அப்படியே நின்றுவிட்டது.'

'சரி, எனக்கு மூளையில்லை, அதுதானே?'

'அப்படியல்ல. நாங்கள் உனக்கு என்ன குறைவைத்தோம்?'

'நான் எட்டாவது படித்தபோது நீங்கள் என்னை பள்ளிக் கூடத்திலிருந்து எடுக்கவரவில்லை. நான் ஒரு மணிநேரம் அழுது கொண்டு தனியாகக் காத்திருந்தேன்.'

'அதற்கு நான் என்ன செய்யமுடியும். கார் பழுதாகிவிட்டது. என்றாலும் வாடகை கார் பிடித்து வந்திருந்தேனே!'

'எல்லா அப்பாக்களும் இப்படித்தான். அவர்கள் மகளைப் புரிந்து கொள்வதே இல்லை.'

இதே வார்த்தைகளை பல வருடங்களுக்கு முன்னால் ஆப்பிரிக் காவில் கேட்டது ஞாபகத்துக்கு வந்தது. எங்கள் வீட்டிலிருந்த அத்தனை வாய்களும் திறந்துகொண்டன. மகளின் கண்களில் கண்ணீர் தளும்பினாலும் அவள் கைகள் அதைத் துடைக்க முயலவில்லை. கண்ணீர் கன்னத்தில் இறங்காமல் நேராகத் தரையில் டக்கென்று விழுந்தது. இது தீராத வாக்குவாதம். இரவுச் சாப்பாட்டுக்குப் பிறகு தொடங்கியது, இப்போது மணி பதினொன்றை நெருங்கியது. யாருடைய கடைசி வார்த்தையில் சம்பாசணையை முடிப்பது, அதுதான் பிரச்னை. நான் பேசாமல் இருந்தேன். குற்றங்களைத் தேடித் தேடிப் பின்னால் போன மகள் கடைசியாகக் கேட்ட கேள்வி என்னையும் மனைவியையும் திகைக்க வைத்தது.

'உங்கள் கரிசனை எனக்குத் தெரியும். ஆப்பிரிக்காவில் வீடு எரிந்தபோது என்னை உள்ளே விட்டுவிட்டு ஓடியவர்கள்தானே நீங்கள்?'

அதற்குப் பிறகு எனக்குச் சொல்ல ஒன்றுமே இல்லை.

◈

நாளை சொல்கிறேன்

இணையம் வந்தபிறகு ஒரு வசதி உண்டு. ஒருவருக்கு வந்த மின்னஞ்சலை அவர் அப்படியே இன்னொருவருக்கு அனுப்பலாம். அவர் அதை இன்னொருவருக்கு அனுப்பலாம். இப்படி அது சங்கிலித் தொடர்போல முடிவில்லாமல் நீண்டுகொண்டே போகும். சில சமயம் நீங்கள் அனுப்பியது ஒரு சுற்றுமுடிந்து உங்களிடம் திரும்பி வருவதும் உண்டு. சமீபத்தில் அப்படி வந்த சுவாரஸ்யமான ஒன்று கீழே:

பொஸ்டன் வழக்கு மன்றத்தில் கணவனும் மனைவியும் விவாக விலக்கு கோரி வந்திருந்தார்கள். அவர்களுடைய பிரதானமான பிரச்னை குழந்தை யாருக்கு சொந்தம் என்பதுதான். நீதிபதி ஒரு விசித்திரமான மனிதர். ஒருநாள்போல இன்னொருநாள் இருக்க மாட்டார். ஒரு நீதிபதி எப்படியெல்லாம் இருக்கக்கூடாதோ அப்படியெல்லாம் இருப்பார். கறுப்பு அங்கியைத் தாறுமாறாக அணிந்து, விருப்பமில்லாத இடத்துக்கு யாரோ இழுத்துவந்தது போல முகத்தை வைத்துக்கொண்டு வழக்கைக் கையிலெடுப்பார். வினோத மான விசாரிப்புக்கும், விசித்திரமான தீர்ப்புக்கும் இவர் பேர்போனவர். அவர் கணவனையும் மனைவியையும் தீர்க்கமாகப் பார்த்துவிட்டு இப்படிக் கூறினார்:

நூறு விதமான விவாகரத்து வழக்குகள் எனக்கு முன்னே வந்திருக்கின்றன. அவை எல்லாம் ஒன்றுதான், வெவ்வேறு உடை களில் வரும். ஆகவே கோர்ட்டின் நேரத்தை நான் வீணடிக்க விரும்ப வில்லை. யார் மிகச் சுருக்கமாக தன் தரப்பு வாதத்தை எனக்கு முன் வைக்கிறாரோ அவருக்கு சாதகமாகவே நான் தீர்ப்பு வழங்குவேன்.

நீதிபதியின் வாசகத்தைக் கேட்டு மனைவி திடுக்கிட்டாள். அவள் தன் தரப்பு வாதத்தை நீண்ட பிரசங்கமாகத் தயாரித்து வந்திருந்தாள். ஆனாலும் மனம் தளராமல் சமயோசிதமாக தன்னுடைய வாதத்தை அந்தக் கணமே சுருக்கி இப்படிப் பேசினாள்:

கனம் நீதிபதியவர்களே,

நான் குழந்தையின் தாயார். என் வயிற்றில்தான் குழந்தை உயிர் கொண்டது. என் ரத்தத்தை அதற்கு உணவாகத் தந்தேன். என் உடம்பி லிருந்து குழந்தை வெளியே வந்தது. குழந்தை எனக்குத்தான் சொந்தம், இதிலென்ன சந்தேகம்.

இதைக் கேட்டு கணவன் திடுக்கிட்டான். ரத்தினச்சுருக்கமாக இருக்கிறதே, இதற்குப் பதிலாக எதிர்தரப்பில் என்ன சொல்வது? ஆகவே வழக்கைப் பற்றி ஒன்றுமே வாதிடாமல் தன் கட்சியை இப்படிச் சொன்னான்.

கனம் நீதிபதி அவர்களே,

கோர்ட் வாசலில் இயங்கும் பெப்சி மெசினில் நான் ஒரு டொலர் போட்டேன். ஒரு பெப்சி வெளியே வந்தது. இப்போது பெப்சி யாருக்கு சொந்தம். எனக்கா? மெசினுக்கா?

நீதிபதி திடுக்கிட்டார். தீர்ப்பு நாளை சொல்கிறேன் என்றார். அதன் பின்னர் அவர் கோர்ட்டுக்கு வரவே இல்லை என்று சொல் கிறார்கள்.

பெரிய இருதயம்

காதலர்கள் ஒருவருக்கொருவர் எழுதிய சில கடிதங்களைப் பார்த்தேன். முழுக்க முழுக்க வன்முறையாகத்தான் இருந்தது. யார் பெண், யார் ஆண் என்பதுகூடத் தெரியவில்லை. ஒருவருடைய பெயர் தக்காளி, மற்றவருடையது முயல்குட்டி. இருவருமே ஒருவரை ஒருவர் 'டா' போட்டு அழைத்துக்கொண்டார்கள். அவர்களுக்குத் தெரியுமே ஒழிய இன்னொருவர் அவர்கள் எழுதிய கடிதங்களிலிருந்து யார் காதலன் யார் காதலி என்பதைக் கண்டுபிடிக்கவே முடியாது. 'ஏ, தக்காளி உன்னைக் கடித்து தின்னணும்போல இருக்குடா.' 'என்னை விட்டுட்டு போவியாடா முயல்குட்டி, உன்னைக் கொலலுவேன்.' இப்படியான வசனங்கள் கடிதங்களில் காணப்பட்டன. தமிழ் படம் ஒன்றில் காதல் உச்சத்தில் காதலி 'என்னைக் கொல்லேண்டா, என்னைக் கொல்லேண்டா' என்று கத்துவார்.

வன்முறை இல்லாத காதல் இல்லையென்றுதான் நினைக்கிறேன். வின்சென்ட் வான்கோ ஒரு விதவைப் பெண்ணைக் காதலித்தார். அவளோ அவர் காதலை திருப்பித் தரவில்லை. அவளிடம் கெஞ்சிய படியே இருப்பார், அவள் உதாசீனமாக இருந்தாள். ஒருமுறை அவளுக்குக் கடிதம் எழுதினார். 'நான் நெருப்பின்மீது எவ்வளவு நேரம் என் கையை வைத்திருக்கக்கூடுமோ அவ்வளவு நேரத்துக்காவது உன் முகத்தை நீ எனக்குக் காட்டினால் அதுவே போதும்.'

குறுந்தொகையில் வரும் ஒரு பாடலில் அவ்வையார் இரவு காதல் நோயால் தூங்கமுடியாமல் தவிக்கும் ஒரு பெண்ணைப்பற்றிச் சொல்கிறார். ஊரோ நிம்மதியாக உறங்குகிறது, அவளோ நோய் தாங்கமுடியாமல் 'மூட்டுவேன்கொல், தாக்குவேன்கொல்' என்று பிதற்றுகிறாள். சேக்ஸ்பியருடைய ரோமியோ ஜூலியட்டில் வரும் ஜூலியட் சொல்வாள் :

என்னுடைய ரோமியோவை
என்னிடம் கொடுங்கள்

நான் இறக்கும்போது அவன் உடலை
சின்னச்சின்ன நட்சத்திரங்களாக வெட்டுங்கள்.

காதலும் வன்முறையும் பிரிக்கமுடியாதபடி பழைய இலக்கியங் களில் கிடக்கும். பற்குறிகளையும் நகக்குறிகளையும் தடவிக்கொண்டு காதலர்கள் நாள்களைக் கழிப்பார்கள்.

ஒரு கதை.

இரண்டு வருடமாக அந்தப் பெண்ணை அவன் காதலித்தான். இரண்டு வருடத்துக்குப் பிறகுதான் அவள் பெயரை அவனால் அறியக் கூடியதாக இருந்தது. ஆனால் அவன் காதலிப்பது அவளுக்குத் தெரியாது. தினமும் பஸ்சிலிருந்து அவள் இறங்கியவுடன் அவளை வீடுமட்டும் கொண்டுவந்து விடுவான். எப்பொழுதும் பத்தடி பின்னாலேதான் நடப்பான். ஒருநாள் அவன் அப்படித் தொடர்ந்த போது அவள் நின்று திரும்பி தன் கால் செருப்பைக் கழற்றிக் காட்டினாள். அவனுக்குப் பெரிய அவமானமாகப் போய்விட்டது. எல்லோரும் நினைத்தார்கள் அந்தச் சம்பவத்துக்குப் பிறகு அவன் அவளை மறந்துவிடுவான் என்று. அப்படியொன்றும் நடக்கவில்லை. அவன் தூரத்தை அதிகரித்துக் கொண்டான். 20 அடி தூரத்தில் அவளைப் பின்தொடர்ந்தான்.

அவனுடைய நண்பர்கள் அவளை ஒருநாள் பார்த்தார்கள். அவள் மிகச் சாதாரணமான தோற்றத்துடன் இருந்தாள். பார்த்ததும் மறந்துவிடக்கூடிய முகம். ஒரு பெண்கள் கூட்டத்தில் அவளைக் கலந்துவிட்டால் திரும்பவும் கண்டுபிடிக்க முடியாது. நண்பர்கள் தங்கள் அதிர்ச்சியைக் காட்டாமல் 'நீ எப்போது அவளைக் காதலிப் பதை நிறுத்துவாய்?' என்று கேட்டார்கள். அவன் சொன்ன பதில் பிரசித்தமானது. இன்றுவரை நினைவில் வைத்துக்கொள்ளத் தக்கது. 'அவள் உள்ளே வரும்வரைக்கும் என் இருதயத்தை பெருப்பித்துக் கொண்டே இருப்பேன்.'

அவனுடைய பிடிவாதம் கடைசியில் வெற்றிபெற்றது. ஆறு வருடங்கள் கழித்து அவனுடைய இருதயம் போதுமான அளவு விசாலமானதும் அவள் உள்ளே வந்தாள். அவர்களுக்குத் திருமணம் ஆனது.

சில மாதங்கள் சென்றபின்னர் ஒருநாள் நண்பர்கள் அவன் வீட்டுக்கு விருந்துக்கு வந்தனர். சாதாரணத் தோற்றத்தில் இருந்த பெண் இப்பொழுது கிட்டத்தட்ட ஒரு மகாராணியின் தோரணை யில் இருந்தாள். அசைந்து அசைந்து வித்தியாசமாக நடந்தாள். மூளை பாதி வேலை செய்பவள்போல தேவையில்லாத இடத்தில் சிரித்தாள். வேறு யாரோ வற்புறுத்திக்கட்டிவிட்டதுபோல பெரிய பெரிய

பூக்கள்போட்ட ஒரு சேலையை அணிந்திருந்தாள். வீட்டில் எங்கே நின்று அவளிடம் பேசினாலும் அந்தப் பூக்களிடம் பேசுவதுபோலத் தான் இருந்தது. அந்த வீட்டில் அவனுடைய இடம் என்ன என்பதைக் கண்டுபிடிக்க முடியவில்லை. ஆனால் அவன் இருதயத்தைப் பெரிதாக்கிக்கொண்டே இருந்தான்.

இருதயம் மிகப்பெரியதாக ஆகியதும் ஒருநாள் அவள் வெளியே வந்துவிட்டாள். மணவிலக்கின்போது அவள் அவளுடைய சாமான் களை எடுத்துக்கொண்டாள். அவன் அவனுடைய சாமான்களை எடுத்துக்கொண்டான். பொதுவான சாமான்களை இருவரும் சமமாகப் பிரித்துக்கொண்டார்கள். அப்படிப் பிரித்தபோது அவளுடைய செருப்பு அவனுக்கு எப்படியோ வந்துவிட்டது. அவள் கவனிக்க வில்லையோ அல்லது வேண்டுமென்றே அந்தத் தவறைச் செய்தாளோ தெரியாது. அவன் அதைத் தன்னுடன் பத்திரப்படுத்தி வைத்திருக் கிறான்.

அந்தச் செருப்பு அவனுடைய காதலை நினைவூட்டலாம்; அல்லது வன்முறையையும் நினைவூட்டலாம். இருதயத்தை பெருப்பிப் பதை மட்டும் அவன் நிறுத்தவில்லை.

எங்கள் வீட்டு நீதிவான்

ஐயாவுக்கு பெரும் எதிர்பார்ப்பு இருந்தது. அதனால் பிள்ளைகள் பிறந்ததும் அவர்கள் சாதகத்தை எங்களூரில் பிரபலமான சாத்திரியாரைக் கொண்டு எழுதுவித்தார். நாங்கள் ஏழு பிள்ளைகள். எங்கள் ஒவ்வொருவருக்கும் ஒவ்வொரு கொப்பியில் முழுச் சாதகமும் எழுதப்பட்டிருந்தது. அந்தச் சாதகங்களை ஐயா ஒரு கட்டாகக் கட்டி பெட்டகத்துக்குள் வைத்துப் பூட்டிவிடுவார். அவற்றைப் பார்ப்பதற்கோ ஆராய்வதற்கோ எங்களுக்கு அனுமதியில்லை.

அம்மா எங்கள் எல்லோரையும் வீட்டிலே பெற்றார். சொல்லி வைத்தாற்போல நாங்கள் இரவிலேயே பிறந்தோம். அனைத்துப் பிரசவத்தையும் மருத்துவச்சிதான் பார்த்தாள். பின்னேரம் ஆனதும் அம்மா சாடையாக வயிற்றுக்குள் குத்துகிறது என்பார். ஐயா உடனே மூன்று காரியங்கள் செய்வார். எங்கள் கிராமத்தில் ஒரேயொரு வீட்டில் சாவிகொடுத்தால் ஓடும் கடிகாரம் இருந்தது. பிள்ளை பிறக்கும் சரியான நேரம் தெரியவேண்டும் என்பதால் ஐயா அந்த மணிக்கூட்டை இரவல் வாங்கி வருவார். மாட்டுக் கொட்டிலில் ஓர் இரும்புக் கட்டில் மடித்து வைக்கப்பட்டிருக்கும். ஐயா அதை எடுத்து விரித்து அதற்குமேல் தும்பு மெத்தை ஒன்றைப் போட்டு அதன் மேல் அம்மாவைப் படுக்க வைப்பார். குறுக்காக ஓடும் சங்கிலிகளின் மேல் மெத்தையை விரித்தால் அது நடுவிலே தொய்ந்துபோய் இருக்கும். அம்மாவால் தானாக பள்ளத்தில் படுக்க இயலும். எழும்ப வேண்டும் என்றால் இரண்டுபேர் அவரைப் பிடித்து இழுத்தால்தான் முடியும். ஐயா வீட்டு பரம்பரைச் சொத்து அந்தக் கட்டில். அவர் அந்தக் கட்டிலில்தான் பிறந்தார். ஆகவே அது அதிர்ஷ்டமானது என்று நம்பினார்கள். நாங்கள் உயிர் பிழைத்தது எங்களின் கெட்டித்தனமோ, அம்மாவின் கெட்டித்தனமோ, மருத்துவச்சியின் கெட்டித்தனமோ அல்ல. கட்டிலின் கெட்டித்தனம்.

மூன்றாவதாக ஐயா செய்யும் வேலை மருத்துவச்சிக்கு ஆள் அனுப்புவது. அந்த மருத்துவச்சி பார்க்கும் பிரசவம் பழுதாகாது. ஆண்பிள்ளை என்றால் ஐம்பது காசு. பெண் பிள்ளை என்றால் அதற்கும் குறைவு. ஒரு தட்டியால் மறைப்பு செய்து உருவாக்கிய அறைக்குள்தான் பிரசவம் நடக்கும். அங்கே எரியும் விளக்கு வேப் பெண்ணையில் வெளிச்சம் கொடுப்பதால் ஒருவிதமான நெடி அறையில் சூழ்ந்திருக்கும். மருத்துவச்சி உள்ளே இருக்கும்போது ஐயா வெளியே இருப்பார். நடு இரவிலோ அதைத் தாண்டியோ பிள்ளை பிறந்ததும் அது அழும் சத்தம் கேட்கும். அந்த நேரத்தை மணிக் கூட்டில் பார்த்து, ஒரு பென்சிலால் நாக்கைத் தொட்டு ஐயா கொப்பியில் எழுதி வைப்பார். சாதகம் கணிப்பதற்கு அந்த நேரத்தைத் தான் சாத்திரக்காரர் பயன்படுத்துவார்.

இதுவெல்லாம் எனக்கு பிறர் சொல்லித்தான் தெரிந்தது. அப்பொழுது நான் மிகச் சின்னன். ஒரு வாழைப்பழத்தை முழுதாகக் கடிக்கத் தெரியாது. பக்கவாட்டில் கடித்து உண்ணத்தான் தெரியும். நான் கண்ணால் பார்த்த பிரசவம் என் தங்கச்சி பிறந்த போதுதான் நடந்தது. அவள்தான் ஏழாவது, கடைசி. அதற்குப் பிறகு எங்கள் வீட்டில் ஒரு குழந்தையுமே பிறக்கவில்லை. இது எங்கள் ஊர்க்காரர் களுக்கு ஆச்சரியம். பத்து பன்னிரண்டு பிள்ளைகள் குடும்பத்தில் பிறப்பதுதான் வழக்கம். அடுத்தடுத்து ஆண் பிள்ளைகள் பிறந்து கடைசியில் ஒரு பெண்பிள்ளை பிறந்ததும் போதும் என்று முடிவு செய்துவிட்டார்கள் என்றே பலரும் நினைத்தார்கள். அப்படியான எண்ணம் ஐயாவுக்கோ அம்மாவுக்கோ கிடையாது. ஒரு சாத்திரக் காரரின் கூற்றுத்தான் அப்படியான முடிவுக்குக் காரணம் என்பது பின்னாலே தெரிய வரும்.

அப்பொழுதெல்லாம் வழக்கம் பிரசவம் ஆனதும் தேசிக் காயை உருட்டிவிடுவதுதான். மருத்துவம் பார்க்கும் மருத்துவச்சி ஒரு தேசிக்காயை கையிலே வைத்திருப்பாள். சிசு பிரசவமானதும் தேசிக்காயை வெளியே உருட்டி விடுவாள். அறையைத் தாண்டி தேசிக்காய் உருண்டு வரும்போது அந்த நேரத்தைக் குறித்து அதன்படி சாதகத்தைக் கணிப்பார்கள். ஐயாவுக்கு தேசிக்காய் உருட்டுவதில் நம்பிக்கை இல்லை. குழந்தை பிறந்ததும் அழ வேண்டும், அந்தச் சத்தம் நேரத்தைக் குறிப்பதற்குப் போதுமானது என்று வாதாடுவார். அம்மாவோ தேசிக்காய் கட்சி. நான் பிறந்த போது ஏற்பட்ட விபத்தினால் ஐயா தன் பிடிவாதத்தைப் பின்னர் மாற்றவேண்டி நேர்ந்தது.

பிற்பகல் நாலு மணிக்கு அம்மா வயிற்றுக்குள் குத்துகிறதென்று உள்ளே போய் இரும்புக்கட்டிலில் படுத்துக்கொண்டார். ஐயா வெளியிலே கொப்பியுடனும் பென்சிலுடனும் நாக்குடனும் காத்திருந்

தார். எங்கள் வீட்டு நாய் வீமன் தாடையை தரையில் வைத்து கண்களால் மேலே பார்த்துக்கொண்டு ஐயாவுக்குப் பக்கத்தில் கிடந்தது. மருத்துவச்சி அம்மாவுக்குப் பக்கத்தில் நின்றார். அம்மா துடிதுடியென்று துடித்துக் கத்தி குளறினார். ஆனால் பிள்ளை பிறந்த பாடில்லை. மருத்துவச்சி தனக்குத் தெரிந்த வித்தையெல்லாம் செய்து பார்த்தார். இருள் வடிய ஆரம்பித்திருந்தது. திடீரென்று ஒரு சிவந்த கால் வெளியே தள்ளியது. மற்றக்கால் வெளியே வர இன்னும் சில நிமிடங்கள் பிடித்தன. பகலை ஆரம்பிக்கச்சொல்லி பறவைகள் சத்தமிடத் தொடங்கிவிட்டன. மருத்துவச்சி வந்தால் வரட்டும் என்று காலைப் பிடித்து இழுத்து வெளியே போட்டு நான் பிறந்தேன். வழக்கமாகக் குழந்தைகள் பிறக்கும்போது நீந்துவதுபோல முகம் பூமியைப் பார்த்துப் பிறக்கும். நான் வானத்தைப் பார்த்துப் பிறந்தேன். ஏதாவது புதுவிதமாகச் செய்யவேண்டும் என்ற ஆர்வம் எனக்கு அப்போதே இருந்தது. என்னுடைய முகம் சவ்வினால் சுற்றிக்கிடந்தது. மூச்சு விடுவதில்லை என்ற முடிவோடு நான் இருந்ததால் மருத்துவச்சி என்னைப் பிடித்துத் தலைகீழாகக் குலுக்கினார். முதுகிலே தட்டினார். வழக்கமான தந்திரங்கள் ஒன்றும் வேலை செய்யவில்லை. பழுக்கக் காய்ச்சிய ஊசியை நெற்றியிலும் மார்பிலும் கீறினபோதுதான் நான் சத்தம் போட்டு அழுதேன். இதுவொன்றும் தெரியாமல் வெளியே குந்தியிருந்த ஐயா அப்போதுதான் நான் பிறந்ததாக நினைத்து நேரத்தைக் குறித்துக்கொண்டார்.

எனக்குப் பத்து பன்னிரெண்டு வயது வரும்வரை நான் என் நெற்றிக் கீறலையும் மார்புக் கீறலையும் என்னுடன் படிக்கும் மாணவர்களுக்கு பெருமையாகக் காட்டியதுண்டு. அதற்குப் பின்னர் அந்தக் கீறல் மெல்ல மெல்ல மறைந்துபோனது. ஐயா குறித்த நேரத்தை வைத்து சாத்திரக்காரன் சாதகம் எழுதினான். நான் வானத்தைப் பார்த்துக்கொண்டு பிறந்ததால் என் பிறப்பு அபூர்வமானது, எனக்கு வான்புகழ் கிட்டும் என்று அவன் சொன்னான். ஒரு கணம் வீட்டிலே அதை நம்பி என் மதிப்பும் உயர்ந்தது. ஆனால் சீக்கிரத்தில் என் சாதகம் பிழையானது என்பதைக் கண்டுபிடித்துவிட்டார்கள். மருத்துவச்சி மூடத்தனமாக நான் பிறந்த சரியான நேரத்தைச் சொல்லாமல் எனக்கு உயிர் கொடுப்பதில் நேரத்தை வீணடித்ததால் என்னுடைய சாதகத்தை முறையாகக் கணிக்க முடியாமல் போனது. நானும் பிற்காலத்தில் நான் என்னவாய் வருவேன் என்ற அறிவு பெறாமல் உத்வேகம் குறைந்த வாழ்க்கையை ஓட்டினேன்.

எனக்குப் பின்னர் தம்பியும் தங்கச்சியும் பிறந்தபோது தேசிக்காய் முறைதான் பின்பற்றப்பட்டது. மருத்துவச்சியிடம் தேசிக்காயைக் கொடுத்து அதை உருட்டிவிடச் சொன்னார்கள். ஆனால் இந்த

முறையிலும் சில பிரச்னைகள் இருந்தன. அவள் உருட்டுவதற்கு மறந்துபோகலாம். கண்களுக்குப் படாமல் வேகமாக உருட்டிவிடலாம். ஆனால் எப்படியோ ஒரு விபத்தும் இல்லாமல் ஐயா சரியான நேரத்தைக் குறித்து அவர்களுக்கு முறையான சாதகங்கள் எழுதப் பட்டன. அந்தச் சாதகங்களை எல்லாம் ஐயா ஒன்றுக்கு மேல் ஒன்றாக அடுக்கி வைத்து ஒரு கயிற்றினால் கட்டி பெட்டகத்தில் பூட்டிப் பாதுகாத்தார்.

அம்மாவும் ஐயாவும் அடிக்கடி மகிமைப்படுத்துவதும், தங்களுக் குள் பேசிப் பெருமைப்படுத்துவதும் பெரிய அண்ணருடைய சாதகத்தைப் பற்றித்தான். சாத்திரக்காரர் அண்ணர் பெரிய நீதிவானாக வருவார் என்று சொல்லியிருந்தது அவர்களுக்கு அளவில்லாத மகிழ்ச்சியைக் கொடுத்தது. அயலவர்களிடமும் நண்பர்களிடமும் உறவினர்களிடமும் அண்ணரின் சாதகத்தை மெச்சி அவர்கள் பேசுவதை நான் கேட்டிருக்கிறேன். அவர்கள் மட்டில் அண்ணர் ஒரு நீதிவானாக ஏற்கெனவே பதவியேற்றிருந்தார். அப்போது அவர் எட்டாம் வகுப்பில் இரண்டாவது தடவை படித்துக்கொண்டிருந்தார்.

என் ஐயாவுக்கும் அம்மாவுக்கும் கல்யாணம் நடந்தது நல்ல சாதகப் பொருத்தம் இருந்தபடியால் என்று நினைப்பவர்கள் இருந்தார்கள். ஆனால் அந்த உண்மை எனக்கு மட்டும்தான் தெரியும். நான் ஒருநாள் இரவு வெளிவிறாந்தையில் பாய் விரித்துப் படுத்திருந் தேன். அம்மா அப்படிப் படுக்க என்னை விடுவதில்லை ஆனால் அன்று எப்படியோ சம்மதம் பெற்றிருந்தேன். காலையில் எழும்பும் போது உடம்பில் ஒட்டியபடி செத்த நுளம்பும் ரத்தமும் இருக்கும். அந்த ரத்தம் என்னுடைய ரத்தமா நுளம்பின் ரத்தமா என்பதைக் கண்டுபிடிக்கவே முடியாது. தூரத்திலிருந்து வந்திருந்த சொந்தக்காரர் ஒருவருடன் ஐயா பேசும்போது நான் தூங்குவது போலக் கிடந்தேன். என்னுடைய ஐயா அம்மாவை முடித்ததற்குக் காரணம் ஒரு பல்லி என்பது எனக்கு அன்றைக்குத்தான் புலப்பட்டது. ஐயா இரண்டாம் தாரமாக அம்மாவை முடிப்பதா விடுவதா என்று முடிவெடுக்க முடியாமல் அவதிப்பட்டார். அதிகாலையில் ஒரு கோயில் சுவரில் ஏறிக் குந்திக்கொண்டு சாமி சம்மதம் கொடுத்தால்தான் கீழே இறங்குவேன் என்று அவர் பிடிவாதமாகச் சூளுரைத்து விட்டார். காலை மத்தியானமாகி, மத்தியானம் மாலையாகிய போது ஒரு பல்லி கத்தியது. அதையே கடவுள் கொடுத்த சமிக்ஞையாக எடுத்துக்கொண்டு ஐயா சுவரிலிருந்து குதித்து விவாகத்துக்கு சம்மதம் சொன்னார். அன்று அந்தப் பல்லி பசியெடுத்து கத்தியிராவிட்டால் அம்மாவுக்குக் கல்யாணம் நடந்திராது. நாங்களும் பிறந்திருக்க மாட்டோம். ஐயாவுக்கும் ஒரு கட்டு சாதகம் எழுதி பெட்டகத்தில் வைத்துப் பூட்டும் அதிர்ஷ்டம் கிட்டியிருக்காது.

மணிக்கூடு வருவதற்கு முன்னர் ஐயாவின் காலத்தில் எப்படி சாதகம் கணித்தார்கள் என்று அவரிடம் நான் ஒரு சமயம் கேட்டிருக்கிறேன். இப்படிக் கேள்விகள் கேட்க ஐயாவை அணுகு வதற்கு நாங்கள் யோசிக்கவேண்டும். ஆனால் சில வேளைகளில் அவர் தொடையில் தட்டி பாட ஆரம்பிக்கும்போது அவரிடம் கேள்விகள் கேட்கலாம். அவர் சந்தோசத்தில் இருக்கிறார். பகலில் பிள்ளை பிறந்தால் ஒருவர் தன் நிழலை காலால் அளந்து சரியாக நேரம் கூறமுடியும். நான் சிறுவனாக இருந்தபோது அப்படி ஒருவர் தன் நிழலை அளந்து சரியாக மணி சொன்னதைக் கண்டிருக்கிறேன். இரவு நேரமாக இருந்தால் நட்சத்திரங்களின் நிலையை வைத்து நேரம் சொல்பவர்கள் கிராமங்களில் இருந்திருக்கிறார்கள். அவர்கள் கணித்துக் கொடுத்த நேரத்தை வைத்து சாதகம் எழுதிவிடுவார்கள்.

இதுதவிர இன்னொரு முறையும் இருந்தது. பகலோ இரவோ குழந்தை பிறந்ததும் ஒரு வாழை மரத்தைக் குறுக்காக வெட்டி விடுவார்கள். அந்தக் காலத்தில் எல்லா வீடுகளிலும் வாழைமரம் இருந்தது. அடுத்த நாளோ அதற்கு அடுத்த நாளோ சாத்திரக்காரர் வந்து குருத்து எவ்வளவு நீளம் வளர்ந்திருக்கிறது என்பதை அளந்து குழந்தை பிறந்த நேரத்தை சரியாகக் கணித்து அப்படியே அந்த நேரத்துக்கு சாதகத்தை எழுதுவார்.

எங்கள் வீட்டில் பிள்ளை பிறந்த அடுத்த நாள் மணிக்கூடு போய்விடும். மூன்றாவது நாள் இரும்புக் கட்டிலை மடித்து மாட்டுக் கொட்டிலுக்குள் ஐயா வைப்பார். அம்மா எழும்பி மெள்ள மெள்ள வீட்டு வேலைகளைச் செய்ய ஆரம்பிப்பார். புதிதாக ஓர் ஏணை தொங்கும். வீட்டிலே இரண்டு ஏணைகள் ஒரே சமயத்தில் தொங்கு வது சர்வசாதாரணம். பிள்ளைகள் எல்லோரும் அடுத்தடுத்துப் பிறந்தார்கள். ஒரு வருடம் அல்லது ஒன்றரை வருட இடைவெளி தான். வேப்பெண்ணெய் விளக்கின் நெடி வீட்டை நிறைக்கும். 31ம் நாள் துடக்கு கழிப்பார்கள். அதன் பிறகு அடுத்த குழந்தைக்கான ஆயத்தங்கள் தொடங்கிவிடும்.

எந்தச் சாத்திரகாரன் எங்கள் ஊரைத் தாண்டிப்போனாலும் எங்கள் வீட்டுக்கு வரத் தவறமாட்டான். பெட்டகத்துக்குள் கட்டி வைத்திருக்கும் சாதகக் கட்டை கொண்டுவந்து ஐயா அவனிடம் கொடுப்பார். அவன் சாதகங்களை அலசி கேட்பவர்களுக்குத் திருப்தியீனம் வராமல் பலன் கூறுவான். எல்லாம் சொல்லி முடிந்த பிறகு அம்மா ஐயாவின் முகத்தைப் பார்ப்பார். ஐயா சொல்வார் 'மூத்தவனின் சாதகத்தை வடிவாய் பாருங்கோ. அவன் நீதிவானாக வருவானோ?' என்று நேரடியாகவே கேட்பார். சாத்திரக்காரன் மறுபடியும் சாதகத்தைப் புரட்டி கொப்பியின் பின் ஒற்றையில் சில கணக்குகள் போடுவான். 'என்ரை கண்ணிலே இது முதலில்

தட்டுப்படாமல் போட்டுது. நான் பார்த்த சாதகங்களில் இப்படி புதன் உச்சமடைந்த சாதகத்தைக் காணவில்லை. புதன் கல்விக்கு அதிபதி. நிச்சயம் உங்கள் மகன் நீதிவான் ஆவான்' என்பான். அன்று சாத்திரக் காரனுக்கு ஆசார உபசாரங்களுடன் பெரிய விருந்து கிடைக்கும்.

இப்படிப் பல சாத்திரக்காரர்கள் வந்துபோனார்கள். எல்லோ ருக்கும் வாக்கு வல்லபம் இருந்தது. ஒருவராவது முந்தி சொன்ன சாத்திரக்காரரின் பலனை வெட்டிச் சொல்லாமல் ஒட்டியே சொன்னார்கள். இது அவர்களுக்குள் ஓர் ஒப்பந்தம் என்றே இன்று நினைக்கிறேன். ஒருமுறை பாதி ராத்திரியில் நான் கண் விழித்தபோது கண்ட காட்சி என்னைத் திடுக்கிடவைத்தது. பெரிய குங்குமப் பொட்டு வைத்து, சடைவிரித்த இளம் சாத்திரக்காரன் ஒருத்தன் குத்துவிளக்குக்கு முன்னால் உட்கார்ந்து சாதகக் கட்டுகளை ஆராய்ந்து கொண்டிருந்தான். ஐயாவின் வழுக்கை விழுந்த முன்னந்தலை கரப்பான் பூச்சி முதுகுபோல மினுங்கியது. அம்மா பாக்குத்தூளை முன் பல்லால் மென்றுகொண்டிருந்தார். வாடிய பூப்போல அவருடைய தலை குனிந்திருந்தது. கை விரல்கள் வளைந்துபோய் அவர் கன்னத்தைத் தொட்டுக்கொண்டு இருந்தன. இருவரும் கிட்டத்தில் இருந்தாலும் பெரும் யோசனையில் தூரத்தில் இருந்தார்கள்.

'ராட்சதர்கள் பலம் பெறுவது இரவில். இரவு பிறக்கும் பிள்ளை களில் ராட்சத குணம் கொஞ்சம் கூடுதலாக இருக்கும். கண்ணன் பிறந்தது இரவில். கண்ணனிடம் ராட்சத அம்சம் இருந்தபடியால்தான் அவனால் கம்சனைக் கொல்ல முடிந்தது. அது ஒன்றும் பெரிய குற்றம் இல்லை. ஆனால் உங்கள் வீட்டில் ஏழு பிள்ளைகள் அடுத்தடுத்து இரவில் பிறந்திருக்கிறார்கள். வீட்டில் அளவுக்கதிகமாக ராட்சத அம்சம் கனத்துப்போய்க் கிடக்கிறது.' பாட்டும் வசனமும் கலந்த மெல்லிய குரலில் இப்படிச் சொல்லிவிட்டு வலது கையைத் தூக்கி ஒரு பறவையை விடுதலை செய்வது போல விரித்தான்.

ஐயாவும் அம்மாவும் இதைக்கேட்டு இடிந்துபோய் விட்டார் கள். 'ஏதாவது பரிகாரம் உண்டா?' என நடுங்கியபடி ஐயா கேட்டார். 'பரிகாரம் பிறகு செய்யலாம். ஆனால் இன்னொரு குழந்தை இந்த வீட்டில் இரவு பிறக்கக்கூடாது. வீடு தாங்காது' என்று கட்டளையிடுவது போலச் சொன்னான். 'வேறு என்ன செய்யலாம்?' 'உங்கள் பிள்ளை களில் ஒன்றிரண்டு பேர் வெளியே தங்கிப் படித்தால் நல்லது. அதனால் பெரிய நன்மை உண்டாகும்' என்றான். அப்படித்தான் என்னுடைய இரண்டாவது அண்ணர் மாமி வீட்டிலிருந்து படிக்கப் போனார். என்னை போர்டிங்கில் சேர்ப்பதாகச் சொன்னார்கள். நான் புறப்படுவதற்கு முதல்நாள் சமையலறைக்குள் போனபோது அம்மா விளக்குக்கு முன்னால் தனியாக உட்கார்ந்து அழுதுகொண்டிருந்தார். என்ன என்னவென்று கேட்க அவர் பதில் பேசாமல் முந்தானையால்

துடைத்தார். துடைக்கத் துடைக்க கண்ணீர் பெருகியது. ஆனால் சத்தமே வரவில்லை. எங்கள் குடும்பம் ஒன்றாயிருந்தது அதுவே கடைசி.

சாத்திரி சொன்னதுபோல ராட்சதர்கள் வீட்டுக்குள் இருந்து வரவில்லை. வெளியே இருந்துதான் வந்தார்கள். அவர்கள் கால்களில் தடிப்பான தோல் பூட்சுகள் இருந்தன. வீடுகளும், வீதிகளும், விளையாட்டு மைதானங்களும் அமைதியாகின. வானமும் பூமியும் மாறின. ஒருநாள் வீட்டிலிருந்து ஓடிய வீமன் திரும்பவில்லை. என்னுடைய அண்ணர் என்னவானார் என்பதைப் பார்க்க ஐயாவும் அம்மாவும் உயிருடன் இருக்கவில்லை. இரவு நேரம் சைக்கிளில் விளக்கு வைக்காமல் ஓட்டி பொலீசில் பிடிபட்டு அண்ணர் இரண்டு தடவை கோர்ட்டுக்குப் போகவேண்டி நேர்ந்தது. நீதிவானாகி வாழ்க்கைப்படிகளில் ஏறுவார் என்று சாத்திரக்காரரால் ஆருடம் சொல்லப்பட்ட அண்ணர் கோர்ட் வாசல் படிகளில் குற்றம் சாட்டப் பட்டுத்தான் ஏறினார்.

நான் ரொறொன்ரோவில் இருந்து இரவு நேரம் இதை எழுதிக் கொண்டிருக்கிறேன். இரவு நேரம் மனிதர்களுக்கு உகந்ததில்லை, ராட்சதர்களுக்கு உகந்தது அதனால் கெடுதல் உண்டு என ஐயாவும் அம்மாவும் பலதடவை சொல்லியிருக்கிறார்கள். எங்கே இரவு தொடங்குகிறது எங்கே முடிகிறது என்பதை எப்படி நான் கண்டு பிடிப்பது. இங்கே எனக்கு நடு இரவு. கலிஃபோர்னியாவில் முன்னிரவு. இங்கிலாந்தில் பின்னிரவு. இலங்கையில் நாளையாகிவிட்டது.

ஐயா பத்திரமாகக் கட்டிப் பாதுகாத்த சாதகக் கட்டு ஞாபகத்துக்கு வருகிறது. எங்களுடைய சாதகங்கள் இரவில் மணிக் கூடு காட்டிய நேரப்படி கணித்து எழுதப்பட்டவை. சாதகத்தின் சொந்தக்காரர்கள் அவற்றைத் தொட்டது கிடையாது. அதை ஒருமுறையாவது பார்த்திருக்கலாம் என்று இப்போது எனக்குத் தோன்றுகிறது. இரவு நேரத்தில் ஒரே தாயின் வயிற்றில், ஒரே மருத்துவச்சியால் பிரசவம் பார்க்கப்பட்டு, ஒரே இரும்புக் கட்டிலில் நாங்கள் எல்லோரும் பிறந்திருந்தோம். திசைக்கு ஒருவராகச் சிதறி ஓடியபோது ஐயா பத்திரப்படுத்திய சாதகக் கட்டுக்கு என்ன நடந்ததென்பது தெரிய வில்லை. இன்று நாங்கள் வெவ்வேறு நாடுகளில், வெவ்வேறு சூழல்களில் வெவ்வேறு துயரங்களுடன் வசிக்கிறோம். சில தேசிக் காய்கள் வேகம் பிடித்து எல்லைக்கு அப்பால் ஓடின. சில உரிய இடத்தில் வந்து நின்றன. சில கதவைத் தாண்டவே இல்லை.

◈

விருந்தாளி

ஏப்ரல் மாதம் வந்ததும் அதிகாலையிலேயே ரொபினின் சத்தம் கேட்கத் தொடங்கும். வசந்தம் வரும்போது பறவையும் வந்துவிடும். பனிக்காலங்களில் ஒரேயடியாக மறைந்துபோன பறவை அதன் இருப்பை அறிவிப்பதற்கு எழுப்பும் இனிய ஒலி காலை வேளைகளை நிரப்பும். அதன் பாடல் ஏற்ற இறக்கத்துடன் அதன் மொழியில் அதன் ஸ்வரத்தில் இருக்கும்.

எங்கள் வீட்டுக்கு ஒவ்வொரு வருடமும் ரொபின் வரும். கடந்த மூன்று வருடங்களாக அவை வருவது தவறுவதில்லை. மஞ்சள் சொண்டு, செம்மஞ்சள் மார்பு, கறுப்பு தலை, இறகும் வாலும் சாம்பல் நிறத்தில் இருக்கும் பெண் குருவி. அதன் நிறம் தண்ணீர் கலந்தது போல சற்று மங்கலாக இருக்கும். ஆண் குருவியின் நிறம் இன்னும் கொஞ்சம் அதிகம் பளிச்செனத் தெரியும். எங்கள் வாசல் கதவிலிருந்து மூன்றடிக்கும் குறைவான தூரத்தில் தூணுக்கும் சுவருக்கும் கூரைக்கும் இடைப்பட்ட முக்கோணத்தில் உள்ள கதகதப்பான இடம் அதற்குச் சொந்தமானது. போன வருடம் கட்டிய கூடு முற்றிலும் சிதைந்துபோய் கிடந்தது. அதை இழுத்து அப்புறப்படுத்திவிட்டு புதுக்கூடு கட்டத் தொடங்கின. பெண்குருவி தும்பு, களிமண், புல், குச்சி என்று ஒவ்வொன்றாகக் கொண்டுவந்து பொறுமையாகக் கட்டியது. ஆண் குருவி அவ்வப்போது ஒரு குச்சியைத் தூக்கிக்கொண்டுவந்து கொடுக்கும். ஆனால் பெண் குருவிதான் கூட்டை முழு அக்கறையோடும் பொறுப்போடும் கட்டியது.

நான் வாசல் கதவைப் பூட்டிவிட்டு முன்னுக்கு ஓர் அறிவித்தலைத் தொங்கவிட்டேன். 'இந்த வாசல் மூடப்பட்டு விட்டது. விருந்தாளிகள் பின்பக்க வாசலை பயன்படுத்தவும்.' கதவிலே ஒரு கண்ணாடி இருந்தது. அதன் வழியாகக் குருவியின் நடமாட்டத்தைத் தினமும் கண்காணிக்கக்கூடியதாக இருந்தது. போன வருடம் போல இந்த வருடமும் குருவி நாலு முட்டைகளை இட்டது. பச்சை நிறத்தில்

இருந்த முட்டைகளின்மேல் உட்கார்ந்து குருவி பகலும் இரவும் அடைகாத்தது. காலையிலும் மாலையிலும் அது போய் இரை தேடும். மீதி நேரத்தில் நான் எப்பொழுது எட்டிப் பார்த்தாலும் யோசனையான முகத்துடன் முட்டைகளின்மேல் அசையாமல் உட்கார்ந்திருக்கும்.

ஒருநாள் காலை நான் பார்த்தபோது வழக்கம்போல கூட்டுக்கு நடுவில் உட்காராமல் கூட்டு விளிம்பில் உட்கார்ந்திருந்தது. இத்தனை காலம் உழைத்தது வீணாகிவிட்டதே. முட்டை பொரிக்கவில்லை போலிருக்கிறது, விரைவில் போய்விடும் என்று நினைத்தேன். அப்படி நடக்கவில்லை. ஆனால் தொடர்ந்து மூன்று நாள்கள் அப்படியே உட்கார்ந்திருந்தது. நாலாவது நாள் மர்மம் துலங்கியது. முட்டைகள் பொரித்து குஞ்சுகள் வெளியே வந்துவிட்டன. அதுதான் குஞ்சுகளின் மேல் இருக்காமல் கூட்டின் விளிம்பில் அமர்ந்திருந்தது. குஞ்சுகள் எப்பவும் சொண்டை விரித்தபடி தலையை வெளியே நீட்டிக்கொண்டு காத்திருந்தன. தாய்க்குருவி வெளியே போய் இரைதேடி வந்து குஞ்சுகளுக்கு ஊட்டிவிட்டது. தாய் குருவி நிலத்திலே நடப்பது பார்க்க வேடிக்கையாக இருந்தது. இரண்டு மூன்று அடிவைத்து நடந்து நிமிர்ந்து நிற்கும். மேலும் சில அடி நடக்கும்போது விழும். குடித்து விட்டு நடப்பது போல பல தடவை நின்று தலையைச் சாய்த்துப் பார்க்கும். நீண்ட புழுவைப் பிடித்து அப்படியே தலையை ஆட்டி முழுங்கிவிடும். ஒரு குருவிக்கு ஒரு நாளைக்கு 14 அடி புழு தேவை. நாள் முழுக்க திரும்பத் திரும்பப் புழுக்களைப் பிடித்து வந்து ஊட்டும். சிலசமயம் ஆண் குருவி வரும். ஒருமுறை ஆண்பறவை குஞ்சுகளுக்கு உணவு கொடுக்கும்போது அங்கேயிருந்த தாய் பறவைக்கும் கொடுத்தது.

வட அமெரிக்காவில் எவ்வளவு சனத்தொகை உண்டோ அதே அளவுக்கு ரொபின்களும் அங்கே இருப்பதாக புள்ளிவிவரம் சொன்னது. அவை அழிந்துவிடும் அபாயத்தில் இல்லை. முன்புபோல் ரொபின்களை இப்போது யாரும் வேட்டையாடுவதில்லை. பருந்து, வல்லூறு, பூனை போன்ற எதிரிகளால் ஆபத்தும் குறைவு. சரியாக 14 நாள் கழிந்ததும் குஞ்சுகள் செட்டை வலுவாகிப் பறக்கத் தொடங்கின. இவற்றினுடைய அந்நியோன்யமான குடும்ப வாழ்க்கை இந்த 14 நாள்கள்தான். அதன் பின்னர் குஞ்சுகள் பறந்துபோய் தனி வாழ்க்கை ஆரம்பித்துவிடும். இவ்வளவு அன்பாகவும், கரிசனையாகவும், ஆதரவாகவும் கூடு கட்டி, முட்டையிட்டு, பொரித்து, உணவூட்டிக் காப்பாற்றி குஞ்சுகள் வளர்ந்ததும் அவை யாரோ இவை யாரோ என்றாகிவிடும். குருவிகள் பறந்ததும் என் வீட்டு வாசல் கதவு திறக்கப் பட்டு அறிவிப்பும் அகற்றப்பட்டது.

ஆகஸ்டு மாதம் முடியும் தறுவாயில் ரொபின்கள் நீண்ட பயணத்துக்குத் தம்மைத் தயார் செய்யும். 2200 மைல் பயணம் செய்து

மெக்ஸிக்கோவுக்குப் போகும். மெக்ஸிக்கோ எல்லைக்குள் நுழைந்ததும் அவை பெயரை பெற்றிரோஜோ என மாற்றிக் கொள்ளும். அவற்றின் சங்கீதமும், மொழியும், ஸ்வரமும் மட்டும் மாறுவதில்லை.

அடுத்த வருடம் ஏப்ரல் மாதம் பெற்றிரோஜோ மறுபடியும் 2200 மைல் பயணம்செய்து என் வீட்டுக்கு வரும். அதே தூண், அதே சுவர், அதே கூரை, அதே முக்கோணத்தைக் கண்டுபிடித்து இன்னொரு புதுக்கூடு கட்டும். இப்பொழுது அதன் பெயர் பழையபடி ரொபின் ஆகிவிடும். முன்பு பாடிய அதே பாடலை அதே மொழியில் அதே ஸ்வரங்களுடன் பாடும். நான் வாசல் கதவைப் பூட்டுவேன். 'இந்த வாசல் மூடப்பட்டுவிட்டது. விருந்தாளிகள் பின்பக்க வாசலைப் பயன்படுத்தவும்.' என்ற அறிவித்தலைத் தொங்கவிடுவேன்.

ரொபினிலும் பார்க்க முக்கியமான விருந்தாளி யார் எனக்கு வரப்போகிறார்கள்.

5000 குழந்தைகள்

சீனாவுக்குப் போய்விட்டுத் திரும்பிய நண்பர் ஒருவரைச் சந்தித்தேன். இரவிரவாக அவர் சீனாவைப் பற்றியே பேசிக்கொண் டிருந்தார், அத்தனை விசயங்கள் அவருக்குச் சொல்ல இருந்தன. உலகிலேயே அதிவேகமாக ஓடும் காந்த ரயிலைப்பற்றிச் சொன்னார். அதற்கு சில்லும் இல்லை, எஞ்சினும் இல்லை ஆனால் நிலத்திலிருந்து ஒரு சென்டிமீட்டர் உயரம் எழும்பி 430 கி.மீட்டர் வேகத்தில் பறக்கிறது என்றார். இனிமேல் வரும் மூன்று மாதங்களும் நண்பர் யாரைக் கண்டாலும் இது பற்றியே பேசுவார். எனினும் அவர் சொன்ன ஒரு விசயம் ஆச்சரியத்தைத் தந்தது உண்மைதான்.

என் நண்பரை ஒரு மகப்பேறு மருத்துவமனைக்கு அழைத்துப் போனார்கள். இது என்ன சுற்றுலாத்தலமா, அங்கே எதற்கு அழைத்துப் போனார்கள் என்ற கேள்வி எழலாம். உலகிலேயே அதுதான் மிகப்பெரிய மகப்பேறு மருத்துவமனை. ஒரு நாளைக்கு அங்கே 5000 குழந்தைகள் பிறக்கின்றன. நண்பர் அங்கே சென்ற நேரம் குழந்தை களைக் குளிக்கவைக்கும் காட்சி நடந்து கொண்டிருந்தது.

பெரிய பெரிய உணவகங்களில் உருளைக்கிழங்கு சீவல்களைப் பொரிப்பது பார்த்திருக்கிறோம். ஒரு பெரிய வலைப்பாத்திரத்தில் சீவல்களை நிரப்பி கொதிக்கும் எண்ணெயில் அமுக்கிவைப்பார்கள். அது பொரிந்ததும் அப்படியே தூக்கி ஒரு தட்டிலே கொட்டிப் பரவிவிடுவார்கள். அப்படித்தான் இங்கேயும். பிரம்மாண்டமான தொட்டிகளில் மெதுவான சூட்டில் தண்ணீர் ஓடிக்கொண்டிருந்தது. நீளமான வலைத் தொட்டில்களில் ஒரு நூறு குழந்தைகளைக் குறுக்குவாக்கில் அடுக்கினார்கள். ஒரு ராட்டினம் இந்த வலை தொட்டிலைத் தூக்கி தண்ணீரில் அமுக்கி சிறிது நேரம் கழித்துத் தூக்கிவிட்டது. அடுத்து ராட்டினம் இன்னொரு நூறு குழந்தைகள் அடுக்கிய வலைத் தொட்டிலை தண்ணீரில் அமுக்கித் தூக்கிவிட்டது. அடுத்து இன்னொன்று. இப்படி ராட்டினம் மாறி மாறி தொட்டில்

களை அமுக்கி 5000 குழந்தைகளையும் குளிப்பாட்டியது. இது வேறு எந்த ஒரு நாட்டிலும் பார்க்கமுடியாத காட்சி.

குழந்தைகளை எப்படி வலை தொட்டில்களிலிருந்து வெளியே எடுக்கிறார்கள் என்பதையோ, எப்படித் துடைக்கிறார்கள் என்பதையோ, எப்படி உடை அணிவிக்கிறார்கள் என்பதையோ, எப்படிப் பாலூட்டு கிறார்கள் என்பதையோ நண்பர் பார்க்கவில்லை. நான் அடுத்த முறை சீனாவுக்குப் போகும்போது 5000 குழந்தைகளுக்கும் எப்படி தலை சீவி, பொட்டு வைக்கிறார்கள் என்பதைப் பார்க்கவேண்டும். அதற்கு அரைநாளாவது பிடிக்குமே.

சூரியன் வருவான்

ஒக்டோபர் மாதம் பிறந்தபோது சூரியன் வானத்திலிருந்து ஒரேயடியாக மறைந்துபோனான். மரங்கள் ஓர் இரவு முடிவதற்கிடையில் பொலபொலவென்று இலைகள் எல்லாவற்றையும் கொட்டி குளிர்காலத்தை எதிர்கொள்ளத் தயாராகிவிட்டன. பறவைகள் தென்திசை நோக்கிப் பறந்தன. பூமாரி பொழிவதுபோல மெல்லத் தூவிய பனி கொத்துக் கொத்தாகக் கொட்டத் தொடங்கியது. அந்த வருடம்தான் நாங்கள் கனடா வந்து சேர்ந்தோம்.

கனடா பத்து மாகாணங்களும் மூன்று பிரதேசங்களும் கொண்டது. மூன்று பிரதேசங்களின் கூட்டு சனத்தொகை 100,000. அதில் ஒரு மாகாணத்தின் சனத்தொகை 140,000. ஆனால் ரொறன் ரோவில் தமிழர்களின் எண்ணிக்கை நான் போய் இறங்கிய வருடம் 300,000 ஐ தாண்டிவிட்டது. அவர்கள் ஒரு மாகாணத்துக்குச் சமமாக இருந்தார்கள்.

அந்த வருடம்தான் ரொறொன்ரோவில் ஈழத் தமிழர்கள் ஒன்று சேர்ந்து ஒரு காரியம் செய்தார்கள். ரொறொன்ரோ மாநகரத்தின் பெயரை சுத்த தமிழாக்கும் நோக்கில் 'துரந்தை' என்று மாற்றினார்கள். இது ஒரு பழிக்குப் பழி வாங்கும் செயல். இலங்கையை ஆண்ட வெள்ளைக்காரர்கள் திருகோணமலை என்ற அழகான பெயரை 'றிங்கமலி' (Trincomalee) என்று மாற்றியது அவர்களுக்குச் சம்மதமாயில்லை. திருஞானசம்பந்தர் 'கோயிலுஞ் சுனை கடலுடன் சூழ்ந்த கோணமாமலை அமர்ந்தவரே' என்று பாடிய ஸ்தலத்தை இப்படிச் சிதைத்த கோபம் அவர்களுக்கு இன்னும் ஆறவில்லை. அடுத்தநாள் காலை நான் அவசர அவசரமாக தினப்பத்திரிகைகளைப் புரட்டிப் பார்த்தேன். 'ரொறொன்ரோ' என்றே பத்திரிகைகளில் அச்சாகியிருந்தது. தொலைக்காட்சி, ரேடியோ செய்திகளிலும் ரொறொன்ரோ என்றே சொன்னார்கள்.

ஆனால் அந்தக் கவலையை நான் முற்றிலும் அனுபவிக்க முடியாமல் புதிய கவலை ஒன்று என்னைச் சூழ்ந்தது. கொட்டிய பனி ஓர் அடி உயரத்துக்கு வளர்ந்துவிட்டது. கால்கள் வைத்ததும் புதைந்தன. புதைந்ததை மீட்க மற்றதும் புதைந்தது. மேற்காக ஓடும் ஹம்பெர் ஆறு உறைந்துபோய் இறுகிக்கிடந்தது. ஆனாலும் அடியில் நீர் ஓடியது. அந்த நீரில் மீன்கள் பொறுமையுடன் உயிர்தரித்தன.

பனியகற்றும் மெசின்கள் பெரும் இரைச்சலுடன் பனியை அப்புறப்படுத்தின. அகற்றிய இடத்தில் மீண்டும் பனி விழுந்து மூடியது. பனியுடன் சேர்ந்து பனிக்காற்றும் அடித்தது. அது எலும்பை எப்படியோ போய் தொட்டு சேக்ஸ்பியரின் புகழ்பெற்ற 'Blow blow thou winter wind' பாடலை ஞாபகத்துக்குக் கொண்டுவந்தது.

'வீசு வீசு பனிக்காற்றே
உன் கொடூரமான பற்கள்
நன்றிகொன்றவனின் செயலிலும் பார்க்க
குறைவாகவே நெருக்குகின்றன.'

டிசெம்பர் 21ஆம் தேதி வந்தபோது அதுவே ஆக நீளமான இரவுகொண்ட நாள் என்று சொன்னார்கள். ஆனால் எங்கே இரவு முடிகிறது எங்கே பகல் தொடங்குகிறது என்பதை ஒருவராலும் கண்டுபிடிக்கமுடியவில்லை. குளிரில் ஆடிய என் உடம்பு பொங்கல் நெருங்க நெருங்க இன்னும் அதிகமாக ஆடத்தொடங்கியது. காரணம் குளிரல்ல, மனைவிதான். அவர் பொங்கல் பண்டிகையை குளிரோ, வெய்யிலோ, பனியோ, புயலோ கொண்டாடவேண்டும் என்பதில் பிடிவாதமாக இருந்தார்.

நான் சிறுவனாக இருந்தபோது எங்கள் கிராமத்தில் பொங்கல் காலத்தில் முழுப் பொறுப்பேற்பது ஐயாதான். வழக்கமாக அம்மா கோலம் போடுவார். ஆனால் பொங்கல் அன்று ஐயா வெகு சிக்கலான கோலம் ஒன்றை வரைவார். சூரியனுடைய ஒரு சக்கரத் தேரை ஏழு குதிரைகள் இழுத்துவரும் படம். கனடாவில் பனி வண்டியை நாய்கள் இழுப்பதுபோல குதிரைகள் ஒன்றுக்குப் பின் ஒன்றாகப் பூட்டியிராது. அவற்றை ஐயா பக்கவாட்டில் வரைந்திருப் பார். ஒரு சில்லுத் தேருக்கு ஏன் ஏழு குதிரைகள் என்று ஐயாவிடம் கேட்டால் அவர் பதில் சொல்லமாட்டார், விஞ்ஞான ஆசிரியர் தான் அதற்குப் பதில் கூறுவார். ஏழு குதிரைகள் என்றால் சூரியனின் ஏழு வர்ணங்கள். சூரிய வெளிச்சத்தை நியூட்டன் ஆய்வு செய்யுமுன்னரே எங்கள் முன்னோர்கள் அந்த ரகஸ்யத்தைக் கண்டுபிடித்துவிட்டார்கள் என்பார்.

நானும் பொங்கலை பொறுப்பேற்கவேண்டும் என்று மனைவி எதிர்பார்த்தார். ரொறொன்ரோவில் ஒரு மாகாணத்துக்குத் தேவை யான தமிழ் மக்கள் வாழ்வதால் சாமான்களுக்குப் பிரச்னை இல்லை. பானை, பச்சையரிசி, பயறு, வெல்லம், சர்க்கரை, கல்கண்டு என்று அனைத்துமே சுலபமாகக் கிடைத்தன. பாலும் தேனும் வேறு வேறு கடைகளில் வாங்கிக்கொண்டு வீடு திரும்பினேன். பனிச்சேற்று பூட்சைக் கழற்றி, காந்திபோல என்னிலும் உயரமான கரும்பை கையிலே பிடித்துக்கொண்டு உள்ளே நுழைந்ததும், மனைவி உருக்கிய நெய்போல வழுக்கும் குரலில் 'மூன்று இலைகள் வாங்கினீர்களா?' என்று கேட்டார். அவர் எழுதித் தந்த பட்டியலில் அது இல்லை. அது என்ன மூன்று இலை? வாழை இலை, மாவிலை, வெற்றிலை. ஒரு குழந்தைப் பிள்ளைக்குக்கூடத் தெரியும். எனக்குத் தெரியவில்லை. நல்லகாலமாக கனடா தேசியக் கொடியின் நடுவில் இருக்கும் மேப்பிள் இலையைக் கேட்கவில்லை. அவை ஒக்டோபரிலேயே உதிர்ந்து மறைந்துவிட்டன. மறுபடியும் அதிவேக நெடுஞ்சாலையில் 16 மைல்தூரம் போய் மூன்று இலைகளைத் தேடி அலைந்து வாங்கி வந்தேன். பிரச்னை தீர்ந்தது என்று நினைத்தேன். அப்போதுதான் ஆரம்பமானது.

என் மனைவி சமைக்கும்போது நாலு சமையல் புத்தகங்கள் திறந்தபடி கிடக்கும். அனைத்தும் அதிலே சொன்ன பிரகாரம்தான் வேலை நடக்கும். நிறுத்தல், முகத்தல், பெய்தல் அளவுகள் எல்லாம் இம்மியும் (இம்மி = 1/2150400) பிசகாமல் கடைப்பிடிக்கப்படும். ஆனால் சமைப்பதில் ஒருபாகம் வேகவைப்பதாக இருந்தால் அந்தச் சமையலை கடவுள்கூட காப்பாற்ற முடியாது. சமையல் குறிப்புகளில் நேரக் கணக்குக் கொடுப்பதில்லை. அவிக்கவும், வேகவைக்கவும், பொரிக்கவும் என்று சொல்வார்களே ஒழிய எத்தனை நிமிடங்கள் அதைச் செய்யவேண்டும் என்பதைச் சொல்ல மாட்டார்கள்.

அறுவைச் சிகிச்சைக்கு ஒரு மனச்சாட்சிக்கு விரோதமில்லாத, அதிகவனமான தாதி ஆயுதங்களைக் கொதிக்கவைப்பதுபோல காய்கறிகளைப்போட்டு கொதிக்க வைப்பார் என் மனைவி. நேரக் கணக்கு கிடையாது. அவை தம் சுய உருவத்தை முற்றிலும் துறக்கும் வரை வேலை நடக்கும். பாத்திரத்தை அடுப்பிலிருந்து இறக்கும்போது என்ன வேகவைத்தோம் என்ன இறக்கினோம் என்பது அவருக்கே மறந்துவிடும். இந்தக் காரியத்தை என் மனைவி பல வருடங்களாகச் செய்து வருவதால் அவரை ஒருவரும் இனிமேல் நிறுத்தமுடியாது.

கணினியில் இருந்து இறக்கிய சமையல் குறிப்பை வைத்துக் கொண்டு மனைவி பொங்குவதற்குத் தயாரானார். சூரியனை நோக்கிப் பொங்கவேண்டும் என்பது மரபு. சூரியனே இல்லாத ஒரு தேசத்தில்

இது எப்படிச் சாத்தியம். கைதி வராமலே சில வழக்குகள் தீர்க்கப் படுவதுபோல சூரியன் இல்லாமலே பொங்குவதற்குத் தீர்மானித்தோம். ஆகவே புகை கூட்டுக்குள் அடுப்பு வைத்துப் பொங்குவது என்று முடிவானது.

தைப்பொங்கல் என்பது தமிழர் திருநாள். இலங்கை, தமிழ்நாடு, சிங்கப்பூர், மலேசியா, மொரீசியஸ் என்று தமிழர்கள் வாழும் இடம் எல்லாம் இதைக் கொண்டாடுவார்கள். கனடாவில் ரொறொன்ரோ மாநகரை நிறைத்திருக்கும் தமிழர்கள் கொண்டாடாவிட்டால் எப்படிச் சரியாகும். அதிலும் உழைக்கும் மக்கள் இயற்கைக்கு, பிரதானமாக சூரியனுக்கு நன்றி சொல்லும் நாள். எங்கள் மனித உழைப்பு குறைந்ததல்ல. இந்தச் சாமான்களை சேகரிப்பதற்கு மட்டும் பனிக்குளிரில் எவ்வளவு உழைத்திருக்கிறேன்.

மனைவி அரிசியையும் பயறையும் நிறுத்துப் போட்டார். தண்ணீரையும், கொழுப்பு அகற்றாத பாலையும், நெய்யையும் அளந்து ஊற்றினார். முந்திரிய வற்றல், கல்கண்டு, கசுக்கொட்டை போன்றவற்றை எண்ணிச் சேர்த்தார். அடுப்பிலே பானையை வைத்து சுப்பர் மார்க்கெட்டில் கடன் அட்டையில் வாங்கிய விறகுக் கட்டைகளைப் போட்டு அடுப்பை மூட்டினார். எதிர்பார்த்தது போல பைன் விறகு தீ பற்றியதும் படபடவென்று எரிந்தது. வெள்ளை ஓக் நின்று எரிந்தது. பேர்ச் விறகு நறுமணம் பரப்பி எரிந்தது. ஆனால் எதிர்பாராமல் புகை அபாயமணி அலறத் தொடங்கியது. புகை வீடு நிறையும் என்பதை நானோ, எல்லாம் அறிந்த மனைவியோ அனுமானிக்க வில்லை. அபாய மணியை நிறுத்தாவிட்டால் பொலீஸ் வந்துவிடும் அபாயம் இருந்தது. ஏணி வைத்து ஏறி அபாய மணியை அகற்றினேன். புகை அபாய மணிக்கு ஒரு கடவுள் இருந்தால் அவருக்கு ஒரு சிறு பிரார்த்தனை செலுத்தி விட்டு மீதி சமையலைத் தொடர்ந்தோம்.

அன்றைய பொங்கலை வாழ்நாளில் மறக்கமுடியாது. பானையை இறக்கி பொங்கலைக் கண்ணுற்றபோது என்னுடைய கண்ணா மனைவியின் கண்ணா அகலமாக விரிந்தது என்று சொல்ல முடியாது. முந்தாநாள் பூசிய சீமெந்துபோல பொங்கல் இறுகிப்போய் கிடந்தது. நாங்கள் எவ்வளவு முயன்றும் அதற்குள் அகப்பட்ட அகப்பையை வெளியே இழுக்க முடியவில்லை. என் மனைவியின் மேல் உதட்டில் துளி வியர்வை கோத்து நின்றது. நானும் மனைவியும் மேசையின் எதிர் எதிரே உட்கார்ந்து ஒருவரை ஒருவர் பார்த்துக் கொண்டு பொங்கலை கிழக்குப் பக்கமாகவும் மேற்குப் பக்கமாகவும் வெட்டி உண்டோம். அன்று இறுகிப்போய் இருந்தது பொங்கல் மட்டுமல்ல; என் மனைவியின் உதடுகளும்தான்.

இது நடந்து இப்போது பல வருடங்களாகிவிட்டன. கனடாவின் ஒரு மாகாணத்துக்கும் மூன்று பிரதேசங்களுக்குச் சமனான தமிழர்கள் வாழும் ரொறொன்ரோவில் இந்த வருடமும் பானை, பச்சையரிசி, பயறு, கரும்பு மூன்று இலைகள், வெல்லம், கல்கண்டு, தேன் என்று சகலமும் கிடைக்கின்றன. ஆனால் இந்த ஆண்டு ஒருவருமே பொங்கல் கொண்டாடவில்லை.

'கிழங்கைக் கிண்டி
இழுப்பதுபோல அல்லவா
எடுத்தார்கள்.
என் மகனே, என் மகனே.'

என்று ஓலம் இரண்டு சமுத்திரம் தாண்டி வந்துகொண்டிருக் கிறது. ஆகவே இவ்வருடம் சூரியனுக்கு வணக்கம் இல்லை. வணங்கும் நாளை தள்ளிப்போட்டிருக்கிறோம். அவன் வரும் நாளை இலையுதிர்த்த மரங்கள் பார்த்திருக்கின்றன. தென்திசை ஏகின பறவைகள் பார்த்திருக் கின்றன. ஆற்றின் அடியில் வாழும் மீன்கள் பார்த்திருக்கின்றன. துரந்தை மாநகர் வாழ் மூன்று லட்சம் தமிழ் மக்கள் பார்த்துக் கொண்டிருக்கிறார்கள்.

◆

மறியல் வீடு

றிக் பாஸ் என்பவர் அமெரிக்க எழுத்தாளர். இவரை நான் மூன்று தடவை சந்தித்திருக்கிறேன். பழகுவதற்கு அருமையானவர். இவருடைய சிறுகதைகள் அமெரிக்க சிறந்த கதைகளில் தெரிவாகி யிருக்கின்றன. இவர் எழுதும் சிறுகதைகள் இயற்கையோடு சம்பந்தப் பட்டவை. மிகவும் நுட்பமாக எழுதப்பட்ட இந்தச் சிறுகதைகளை நான் திரும்பத் திரும்பப் படிப்பதுண்டு. இயற்கையோடு ஒட்டி இவர் வாழ்வதால் இவருடைய வாழ்க்கை சாகசம் நிறைந்ததாகவும், கேளிக்கைத் தன்மையுடையதாகவும் இருக்கும். கலேனா ஜிம் பற்றி இவர் எழுதிய சிறுகதை என்.கே மகாலிங்கம் மொழிபெயர்ப்பில் வெளிவந்த 'இரவில் நான் உன் குதிரை' சிறுகதை தொகுப்பில் உள்ளது. இவருடைய ஆகச் சிறந்த படைப்புகளில் இது ஒன்று.

கலேனா ஜிம்முக்கு ஐம்பது வயதிருக்கும். கேளிக்கைப்பிரியர். ஒரே நேரத்தில் பல பெண்களை வைத்திருப்பார். அமெரிக்காவின் ஐடஹோ மாகாணத்திலிருந்து கனடா காட்டுக்குள் களவாகச் சென்று வேட்டையாடுவதில் விருப்பம்கொண்டவர். கதை சொல்லி இளவயதுப் பையன். அவனுக்கு கலேனா ஜிம் குருமாதிரி. இருவரும் கனடா காட்டுக்குள் களவாக நுழைந்துவிட்டார்கள். ஜிம் ஒடுக்கமான பாதையில் வேகமாக ஜீப்பை ஓட்டுகிறார். திடீரென்று பெரிய மூஸ் மான் ஒன்று பாதையில் புகுந்து ஜீப்புக்கு முன் நேராக ஓடுகிறது. ஜிம்முக்கு என்ன பிடித்ததோ வாகனத்தை பையனிடம் கொடுத்து விட்டு அடுத்த கணம் ஜீப்பின் கூரையில் ஏறிக்கொள்கிறார். பையனும் மிருகத்தின் பின் வேகமாக ஓட்டுகிறான். என்ன நடந்ததென்று ஊகிப்பதற்கு முன்பாக படீரென்று ஆகாயத்திலிருந்து பாய்ந்து மூஸ் மான் மீது சவாரி செய்கிறார் ஜிம். பையன் திகைத்துப் போகிறான். மூஸ் மான் அவரை உதறி விழுத்தப் பார்க்கிறது. அவர் தொங்கிக் கொண்டிருக்கிறார். கடைசியில் ஓர் இடத்தில் அவரை மூர்க்கமாகக் கீழே தள்ளிவிட்டு மான் மறைந்துபோகிறது.

அ. முத்துலிங்கம்

விலா எலும்பு முறிந்துபோய் வேதனையில் முனகிக்கொண்டு ஜிம் விழுந்து கிடக்கிறார். அவரை வாகனத்தில் ஏற்றிக்கொண்டு வீடு திரும்புகிறான் கதைசொல்லிப் பையன். ஜிம்முக்கு ஒரு மகன் இருக்கிறான், வயது 19. அவன் ஒருவனைக் கொலை செய்துவிட்டு சிறையில் ஆயுள் தண்டனை அனுபவிக்கிறான். ஜிம் மகனைப் பற்றிக் கதைப்பதில்லை. ஒரேயொரு முறை 'இப்பொழுது என் மகன் என்ன செய்துகொண்டிருப்பான்' என்று சொல்லியிருக்கிறார்.

தனது வயதுக்கு மீறிய சாகச வேலைகளை ஜிம் செய்தார். தன் மகனைப்பற்றியே எந்த நேரமும் நினைத்துக்கொள்ளும் ஜிம் உண்மையில் தன்னுடைய 19 வயது மகனின் வாழ்க்கையை அவனுக்காக வாழ்ந்துகொண்டிருந்தார். கதையில் பெரிசாக அதுபற்றிச் சொல்லவில்லை, வாசகர்கள்தான் யூகிக்கவேண்டும்.

சமீபத்தில் இந்தக் கதையை ஞாபகமூட்டும் சம்பவம் நடந்தது. ஓர் அமெரிக்கப்பெண் ஆப்கானிஸ்தானில் தொண்டு வேலை செய்துவிட்டுத் திரும்பியிருந்தார். ஆப்கானிஸ்தான் பெண்களுக்கு ஏதாவது உதவுவதுதான் அவர் நோக்கம். பெண்கள் வெளியே போக முடியாது. வீட்டிலிருந்தபடியே வருமானம் வரக்கூடிய தொழிலை அவர்களுக்குக் கற்றுத் தரவேண்டும். அதற்குப் பொருத்தமானது தேனீ வளர்ப்புத்தான். மரத்தினால் செய்த நாலு தேன்கூட்டுப் பெட்டிகள் தான் மூலதனம். பல பெண்கள் இதை வைத்துப் பிழைத்தார்கள். அதில் ஒரு பெண் சொன்னது சுவாரஸ்யமானது.

'நான் இந்த நாலு சுவருக்குள்ளும் வாழ்கிறேன். என்னைச் சுற்றி உயரமான மதில்கள், அதில் ஒரேயொரு ஓட்டை. அதன் வழியாகத் தேனீக்கள் காலையில் வெளியே போகும், மாலையில் திரும்பும். அவை மரங்களையும், மலைகளையும், ஆறுகளையும் பார்க்கும். விதவிதமான நிறங்களுள்ள பூக்களின் மேல் உட்கார்ந்து தேன் சேகரிக்கும். அந்தத் தேனைப் பிழிந்து சொட்டு எடுக்கும் போது எனக்குத் தேன் தெரிவதில்லை, முழு உலகமும் தெரியும். தேனீக்கள் எனக்காக உலகத்தைப் பார்த்து வருகின்றன.'

கலேனா ஜிம் தன் மகனுடைய வாழ்க்கையை வாழ்ந்தான். இந்தப் பெண்ணின் வாழ்க்கையை தேனீக்கள் வாழுகின்றன.

◈

சமயோசிதம்

சமயோசிதம் என்றால் உடனுக்குடன் ஒன்றை யோசித்துச் செய்வது; அல்லது சொல்வது. வின்ஸ்டன் சேர்ச்சில் அதில் கெட்டிக் காரர் என்று சொல்வார்கள். அவருடைய புகழ் உச்சத்தில் இருந்த சமயம் ஒரு பெண் அவரிடம் வந்து 'வின்ஸ்டன், உங்களிடம் எனக்குப் பிடிக்காதது இரண்டு விசயம்தான். உங்களுடைய மீசை; மற்றது உங்கள் அரசியல்' என்றார். அதற்கு சேர்ச்சில் 'அம்மணி, விசனம் வேண்டாம். இரண்டுக்கும் அருகாமையில் வரும் வாய்ப்பு உங்களுக்குக் கிடைக்கப்போவதில்லை' என்றார்.

சமயோசிதமாக ஒன்றைச் சொல்வதில் ஆங்கில எழுத்தாளரான ஒஸ்கார் வைல்டும் பெயர் பெற்றவர். அவரிடம் ஒருமுறை கேட்டார்கள். 'பத்திரிகைக்காரருக்கும் எழுத்தாளருக்கும் இடையில் என்ன வித்தியாசம்?' அவர் இப்படி பதில் சொன்னார். 'பத்திரிகைக்காரர் எழுதுவதை ஒருவரும் படிக்க முடியாது. எழுத்தாளர் எழுதுவதை ஒருவரும் படிப்பதில்லை.'

இடி அமின் உகண்டாவின் அதிபராக இருந்த காலத்தில் அவருடைய அமைச்சர்கள் எல்லாம் நடுங்கிக்கொண்டே இருப்பார்கள். தினமும் ஏதாவது ஒன்றை புதிதாக யோசித்து அமைச்சர்களுக்குத் தொல்லை கொடுப்பதுதான் அவர் வேலை. அமைச்சர்கள் அவர் கட்டளைகளை நிறைவேற்றாவிட்டால் அவர்களை அமைச்சரவையிலிருந்து நீக்கிவிடுவார், அல்லது நாட்டிலிருந்து நீக்கிவிடுவார். சிலவேளை உலகத்திலிருந்தே நீக்கிவிடுவார்.

அதிலும் வெளிவிவகார அமைச்சர்பாடு திண்டாட்டம்தான். தினமும் ஏதாவது புதிதாக யோசித்து அவருக்கு இம்சை கொடுப்பார். ஒருநாள் அதிகாலை அமைச்சரை அழைத்து 'உகண்டா என்ற பெயர் நல்லாயில்லை. அதை 'இடி' என்று மாற்ற வேண்டும். என்னுடைய பெயர் 'இடி அமின்' என இருப்பதால் அதுதான் பொருத்தமானது. உடனே அதற்கான ஆயத்தங்களைச் செய்யுங்கள்' என்று ஆணை பிறப்பித்தார். அமைச்சர் நடுங்கிவிட்டார். சரி என்று சொன்னவர் ஒன்றுமே செய்யாமல் சும்மா இருந்தார். இரண்டு வாரம் போனது. இடி அமின் கோபத்தில் இருந்தார். அமைச்சரை அழைத்து 'என்ன செய்கிறீர்? நாட்டின் பெயரை மாற்றிவிட்டீரா?' என்று

கேட்டார். அமைச்சர் அமைதியாகச் சொன்னார். 'நான் பலநாட்டுப் பிரதிநிதிகளையும் தொடர்பு கொண்டு அவர்கள் அபிப்பிராயத்தைக் கேட்டேன். அவர்கள் எல்லோருமே அருமையான யோசனை, இதைவிடப் பொருத்தமான வேறு பெயர் கிடைக்காது என்று சொன்னார்கள். ஆனால் ஒரேயொரு சின்னப் பிரச்னை' என்றார்.

இடி அமின் 'என்ன என்ன, என்ன சின்னப் பிரச்னை?' என்று அவசரப்பட்டார். அமைச்சர் சொன்னார், 'சைப்பிரஸ், சைப்பிரஸ் என்று ஒரு நாடு இருக்கிறது. அந்த நாட்டு மக்களை 'சைப்பிரியட்' என்று அழைப்பார்கள். எங்கள் நாட்டுப் பெயரை இடி என்று மாற்றினால் நாட்டு மக்களை 'இடியட்' என்று அழைக்க வேண்டி வரும். பரவாயில்லையா?' யோசனை கைவிடப்பட்டது.

ஆனால் சமயோசிதத்தில் அமெரிக்காவில் ஒரு 16 வயதுப் பையன் இவர்கள் எல்லோரையும் வென்றவனாக இருக்கிறான். அவன் ஒரு சுப்பர்மார்க்கெட்டில் தற்காலிக வேலைக்குச் சேர்ந்தான். ஒருநாள் ஒரு கிழவர் வந்து தனக்கு அரை றாத்தல் வெண்ணெய்கட்டி வேண்டும் என்றார். பையன் 'அரை றாத்தல் கிடையாது. ஒரு றாத்தல் கட்டிகள்தான் இருக்கின்றன' என்றான். கிழவர் சண்டை பிடிக்கத் தொடங்கினார். 'எனக்கு வேண்டியது அரை றாத்தல்தான். நான் ஏன் ஒரு றாத்தல் வாங்கவேண்டும். மீதியை நான் என்ன செய்வது? இது பெரிய அநியாயமாக இருக்கிறது' என்று கத்தினார். பையன், 'சரி மனேஜரிடம் கேட்டு வருகிறேன்' என்று உள்ளே போய் மனேஜரிடம் 'சேர், ஒரு முட்டாள் தனக்கு அரை றாத்தல் வெண் ணெய்கட்டி வேண்டும் என்று அடம் பிடிக்கிறான்' என்று கூறிவிட்டுத் திரும்பி பார்த்தால் கிழவர் அங்கே நிற்கிறார். உடனே பேச்சை மாற்றி 'ஆனால் இந்த அருமையான மனிதர் மற்ற பாதியை தான் வாங்குவ தாகச் சொல்கிறார்' என்றான். மனேஜர் கிழவருக்கு முழு வெண்ணெய் கட்டியை பாதி விலைக்குக் கொடுத்து அனுப்பிவிட்டு பையனிடம் 'உன்னை எனக்கு பிடித்துக் கொண்டது. நீ புத்திசாலியாக இருக்கிறாய். நீ எந்த நாட்டைச் சேர்ந்தவன்?' என்று கேட்டார்.

பையன் 'சேர், நான் மெக்ஸிக்கோவைச் சேர்ந்தவன். அது ஒரு மோசமான நாடு. அங்கே நிறைய கால் பந்தாட்டக்காரர்களும், விலைமாதுக்களும்தான்' என்றான்.

மனேஜர் 'அப்படியா? என் மனைவிகூட மெக்ஸிக்கோகாரி தான்' என்றார்.

பையன் 'பாருங்கள், என்ன அதிர்ஷ்டம்? உங்கள் மனைவி எந்த உதைபந்தாட்ட அணியில் விளையாடுகிறார்?' என்றான்.

பையனுக்கு உடனேயே உதவி மனேஜர் பதவி கிடைத்தது.

◈

நீங்கள் அதன்மேல் நிற்கிறீர்கள்

நான் அப்பொழுது ஆப்பிரிக்க நாடு ஒன்றில் வசித்தேன். ஒரு டச்சுக்கார தாவரவியல் நிபுணர் என் வீட்டுக்கு வருகை தந்திருந்தார். தாவரவியல் சம்பந்தமான அறிக்கை ஒன்று தயாரிப்பதற்காக அவர் உலகவங்கியின் சார்பில் அந்த நாட்டுக்கு வந்திருந்தார். என்னுடைய வீடு ஒரு குன்றின் சரிவில் இருந்தது. ஒரு பக்கம் பள்ளத்தாக்கு, மறுபக்கம் குன்று. எங்கள் வீட்டு விருந்துக்கு வந்திருந்த டச்சுக்காரர் பேச்சின் நடுவே கிடுகிடுவென்று வெளியே போய் குன்றிலே ஏறத் தொடங்கினார். எனக்கு பயம் பிடித்தது. ஏனென்றால் பயிற்சியில்லா விட்டால் அவர் உருண்டு பள்ளத்தில் விழும் ஆபத்து இருந்தது. மிகவும் தேர்ந்த மலை ஏறியின் லாகவத்தோடு அவர் ஒரு மலைச் செடியை நோக்கி முன்னேறினார். பத்து நிமிடங்களில் சில பூக்களைக் கொய்து கொண்டு சேமமாகத் திரும்பினார். நீண்ட பெருமூச்சு ஒன்றை வெளியே விட்டேன்.

அவர் கையிலே வைத்திருந்த பூவைப் பார்த்தேன், அது ஓர்கிட் வகையைச் சேர்ந்தது. என்ன விசேஷம், எதற்காக அப்படி ஓடினார் என்று கேட்டபோது அவர் அது ஓர் அபூர்வமான ஓர்கிட் என்றார். வேரோடு பறித்துவந்த அந்தச் செடியின் பூ பார்ப்பதற்கு சிறுத்தையின் புள்ளிகள் போல பொட்டுப்பொட்டாக இருந்தது. மஞ்சள் நிறத்தில் மண் நிறப் பொட்டுகள். இந்த ஓர்கிட் வகை நிலத்தில் வளர்வது இல்லை; மரத்தின் கிளைகளில் வளர்வது. அங்கே கொத்து கொத்தாகத் தொங்கியதைப் பறித்து வந்திருக்கிறார். அவர் அதைத் தன்னுடைய நாட்டுக்கு எடுத்துபோவதற்காகப் பத்திரப்படுத்தினார்.

அத்துடன் விசயம் முடிந்துவிடவில்லை. அவருடன் காரில் எங்கே போனாலும் திடீரென்று நிறுத்துங்கள் நிறுத்துங்கள் என்று சத்தம் போடுவார். எங்கோ மலையில் தூரத்தில் ஒரு மரத்தில் பூக்களைக் கண்டுவிடுவார். ஒரு குரங்கு தாவுவதுபோல நிமிடத்தில் பாய்ந்து ஏறி பூக்களைப் பறித்துக்கொண்டு வருவார். அவர் தன்

நாட்டுக்குத் திரும்பியபோது பதினாலு வகையான ஓர்கிட் பூவகைகளை எடுத்துச் சென்றார். அவற்றிலே சில மிக அபூர்வமானவை, உலகில் வேறு எங்கும் கிடைக்காதவை. அவற்றை தன் நாட்டிலே விற்றால் விமான டிக்கட்டுக்காக தான் செலவழித்த காசில் இரண்டு மடங்கு திரும்ப தனக்குக் கிடைக்கும் என்றார். ஆனால் அவர் அப்படிச் செய்யவில்லை. அவர் எனக்கு எழுதிய கடிதத்தில் அவற்றை வீட்டிலே வளர்த்து வருவதாகவும் நிறைய நண்பர்களும், ஓர்கிட் நிபுணர்களும் வந்து பார்த்துப் போவதாகவும் எழுதியிருந்தார்.

எனக்கு விவேக சிந்தாமணிப் பாடல் ஞாபகத்துக்கு வந்தது.

'தண்டாமரையினுடன் பிறந்து தண்டேனுகரா மண்டூகம் வண்டோ கானகத்திடையினிருந்து வந்து கமல மதுவுண்ணும்.'

தாமரைக் குளத்தில் தாமரை மலருடன் வாழும் தவளைக்கு தாமரையில் தேன் இருப்பது தெரியாது. எங்கேயோ தூரத்துக் காட்டில் இருக்கும் வண்டு வந்து தேனை அருந்திச் செல்லும். பக்கத்தில் இருந்த எனக்கு பூக்களின் அருமை தெரியவில்லை. நான் நிபுணரிடம் கேட்டேன், 'எப்படி உங்களுக்கு இவ்வளவு தூரத்திலும் பூக்கள் தெரிந்தன' என்று. அவர் சொன்னார் வேறு ஒன்றுமில்லை, கண்களைப் பெரிதாக்க வேண்டும் என்று.

உலகத்தில் எங்கே பார்த்தாலும் அழகு கொட்டிக் கிடக்கிறது. ஆனால் அவசரமான எங்கள் கண்கள் அவற்றைப் பார்க்கத் தவறிவிடுகின்றன. நிறைபனிக் காலத்தில் கூட சூரியன் மெள்ள எட்டிப் பார்க்கும்போது கிரணங்கள் பனியில் விழுந்து பல வண்ணங்களாகச் சிதறி மேலெழும். மொட்டை மரங்கள்கூட கொத்துக் கொத்தாக பனிக்கட்டிகளை வெள்ளைப் பூக்களைப் போலக் கொட்டும். இவற்றை நாம் பார்ப்பதே இல்லை.

சமீபத்தில் பொஸ்டன் நூலகத்துக்குப் போயிருந்தேன். நூறு வருடங்களுக்கு முன்னர் எழுப்பப்பட்ட இந்தப் பிரம்மாண்டமான கட்டிடத்தில் 8 மில்லியன் புத்தகங்கள் இருப்பதாகச் சொன்னார் எங்கள் வழிகாட்டி. நான் போன சமயம் நூலகத்தில் நூற்றுக்குக் குறைவான வாசகர்களே இருந்தார்கள். பெரிய பெரிய ஆராய்ச்சிகளை அந்த நூலகத்தில் உட்கார்ந்து ஒருவரும் செய்வதாகத் தெரியவில்லை. நீண்ட நீண்ட மேசைகளும் நாற்காலிகளும் வாசகர்களுக்காகக் காத்து வெறுமையாக இருந்தன. இணையத் தொடர்பு வசதிகள் கிடைப்பதால் எந்த ஆராய்ச்சியையும் வீட்டில் இருந்தபடியே செய்துவிட முடிகிறது. இன்னும் 20 வருடங்களில் நூலகங்கள் மாபெரும் காப்பகங்களாக மாறினாலும் ஆச்சரியப்பட முடியாது. நூலகத்தைச் சுற்றி நடந்து ஓர் இடத்தில் தற்செயலாக நிமிர்ந்து

பார்த்தபோது கூரையில் அற்புதமான வர்ண ஓவியங்கள் தீட்டப் பட்டிருந்தன. பல்வேறுவிதமான கடவுளர்களின் படங்கள். நம்ப முடியாத வர்ணக்கலவையில் ஒளி விளையாடும் அழகு. அதை வரைந்த ஓவியர் புகழ் பெற்றவர், பெயர் ஜோன் சிங்கர் என்று சொன்னார்கள். 30 வருடங்கள் அவர் கூரையின் கீழ் படுத்திருந்த படி வரைந்த சித்திரங்கள். இன்னும் சில முற்றுப்பெறவில்லை. தற்செயலாக நான் தலை நிமிர்ந்து பார்க்காவிடில் அந்த அற்புதம் கண்ணில் பட்டிருக்கப் போவதில்லை. நான் அந்த இடத்தை விட்டு அகன்றேன். சித்திரம் மறுபடியும் தற்செயலாக அண்ணாந்து பார்க்கப்போகும் ஒருவருக்காகக் காத்திருந்தது.

ஓவியம் மாத்திரமில்லை, இசையும் அப்படித்தான். பெரிய நிறுவனங்களையோ அரசு அலுவலகங்களையோ தொலைபேசியில் அழைத்துவிட்டுத் தொடர்புக்குக் காத்திருக்கும்போது பீதோவனுடைய இசைக்கோவையில் ஒன்றோ, மோசார்ட்டின் ஒன்றோ காதில் ஒலிக்கும். ஆனால் எமக்கு இருக்கும் அவசரத்திலும் படபடப்பிலும் நாங்கள் இசையை அனுபவிக்க மறந்துவிடுகிறோம்.

சமீபத்தில் வாசிங்டன் மெட்ரோ நிலையத்தில் ஒரு குளிர்கால காலையில் நடந்த உண்மைச் சம்பவத்தைப்பற்றிப் படித்தபோது அதிர்ச்சியாக இருந்தது. ஒரு நடுத்தர வயது மனிதர் ஸ்டேசன் வாசலில் 45 நிமிட நேரம் வயலின் வாசித்தார். அந்த நேரத்தில் போவதும் வருவதுமாக 2000 பேர் அவரைக் கடந்தார்கள். முதல் நாலு நிமிடம் ஒருவருமே வயலின்காரரைக் கவனிக்கவில்லை.

ஒரு மனுசி நடந்தவாறே சில சில்லறைகளை எறிந்துவிட்டுப் போனார். பத்து நிமிடம் சென்றது. மூன்று வயதுச் சிறுவன் அவரு டைய வாசிப்பால் ஈர்க்கப்பட்டு அந்த இடத்தில் நின்றான், தாய் அவனை இழுத்துக்கொண்டு போனார். அந்த 2000 பேரில் ஆறு பேர்கள் மாத்திரமே சற்று நின்று இசையை ரசித்தனர். இருபதுபேர் அவசரமாகக் கடந்துபோகும்போது காசுகளை விட்டெறிந்தனர். அன்று வயலின்காரர் சேகரித்த தொகை 32 டொலர். மனிதர் வயலினை மூடிவைத்துப் புறப்பட்டபோது ஒருவரும் கைதட்ட வில்லை. பாராட்டவில்லை. நன்றி சொல்லவில்லை. வந்தமாதிரியே மனிதர் சனக்கூட்டத்தில் மறைந்துபோனார்.

அந்த வயலின்காரரின் பெயர் ஜோஷுவா பெல், உலகப் புகழ்பெற்ற இசைக்கலைஞர். அவர் வாசித்தது பாக் படைத்த நுட்பமானதும் சிக்கலானதுமான ஓர் இசைக்கோவை. அவருடைய வயலினின் பெறுமதி 35 லட்சம் டொலர்கள். இரண்டு நாள்கள் முன்பு பொஸ்டனில் பிரபலமான ஓர் அரங்கத்தில் அவர் வாசித்த போது அரங்கம் நிரம்பி டிக்கட்டுகள் கிடைக்கவில்லை. டிக்கட்டின்

விலை நூறு டொலர். வாசிங்டன் போஸ்ட் பத்திரிகை மக்களின் உண்மையான இசை அறிவையும் ரசனையையும் அறிவதற்காக நடாத்திய பரிசோதனைதான் மேலே சொன்ன சம்பவம்.

என்னுடைய டச்சுக்கார நண்பர் சொன்னதுபோல கண்களை அகலமாகத் திறந்து வைத்தால் மட்டும் போதாது. காதுகளையும் திறந்து வைக்கவேண்டும்.

சோமாலியாவில் நான் சந்தித்த மக்களிடையே காணப்பட்ட ஒரு வழக்கம் புதுமையானது. 'ஓர் ஆப்பிரிக்கர் இறக்கும்போது அவருடன் ஒரு வரலாறும் இறந்துவிடுகிறது' என்பது பழமொழி. சோமாலியர்கள் சிறுவயதிலேயே, எழுதப் படிக்க ஆரம்பிப்பதற்கு முன்பாகவே, தங்கள் இனக்குழு வரலாற்றை வாய்மொழியாக பாடமாக்க வேண்டும். இந்த வரலாறு பிரதானமாக அவர்கள் குடும்ப வரலாறாகவும், கொஞ்சம் குழுவின் வரலாறாகவும் இருக்கும். தகப்பன், பாட்டன், முப்பாட்டன் என்று வரலாறு பின்னோக்கிச் செல்லும். ஓர் ஆணுக்கும் பெண்ணுக்கும் இடையில் திருமணப் பேச்சு ஆரம்பிக்கும்போது இருபக்க வரலாற்றையும் சொல்லிக்கொண்டே போவார்கள். சில தலைமுறைகளைத் தாண்டி அந்த வரலாறு ஒரு புள்ளியில் இணையும். அப்போது இரண்டு பக்கத்தினரும் திருமணத்துக்குச் சம்மதிப்பார்கள். ஆயிரம் வருடங்களாகத் தொடர்ந்த இந்த வழக்கம் இப்போது அழிந்துகொண்டு வருகிறது. சோமாலிய மொழிக்கு எழுத்துரு கிடையாது. நூறு வருடங்களுக்கு முன்னர்தான் ஒஸ்மான் என்பவர் எழுத்துருவை உருவாக்கினார். ஆகவே எழுத்தும் அவர்களுக்குப் பழக்கமாகவில்லை. வாய்மொழி வரலாறையும் கைவிட்டு விட்டார்கள். ஆயிரம் வருடங்களாகக் காப்பாற்றி வந்த பண்பாடு அவர்கள் கண்முன் அழிந்த பின்னர்தான் அவர்களுக்கு விழிப்பு ஏற்பட்டது. அந்த வழக்கம் இருந்தபோது அதன் பெருமையை அவர்கள் உணரவில்லை. ஒன்று கைவிட்டுப்போன பின்னர்தான் அதன் அருமை தெரிகிறது என்று சோமாலிய நண்பர் சொன்னார். கண்முன்னே தெரிவதை நாங்கள் பலசமயம் காண்பதில்லை.

நான் பாகிஸ்தானில் வேலை பார்த்தபோது நியூ யோர்க்கிலிருந்து ஓர் அதிகாரி பாகிஸ்தானுக்கு வந்தார். இவர் என்னிலும் இரண்டு படிகள் மேலே உயரதிகாரத்தில் இருந்தார். பாகிஸ்தானுக்கு புறப்படும் முன்னரே இவர் அமெரிக்காவிலிருந்து எனக்கு டெலக்ஸ் மேல் டெலக்ஸாக அனுப்பிக்கொண்டிருந்தார். அவருடைய ஆசை பாகிஸ்தானையும் ஆப்கானிஸ்தானையும் இணைக்கும் கைபர் கணவாயைப் பார்க்கவேண்டும் என்பது. அது ஒரு நீண்ட பயணம். காரிலே ஏறியது தொடங்கி அதிகாரி பேசிக் கொண்டே இருந்தார். தன் குரலைத் தானே கேட்கும் விருப்பம் கொண்ட ஆட்களில் இவரும் ஒருவர்.

அவருடைய மனைவிபோலத் தோற்றமளித்த பெண்ணொருவர் அவருடன் வந்திருந்தார். உங்கள் மனைவியா என்றெல்லாம் கேட்கக் கூடாது. நானும் கேட்கவில்லை. அறிமுகப் படுத்தும்போது அவருடைய பெயரைச் சொன்னார். அந்தப் பெண் அதிகக் காசு கொடுத்து நவநாகரிகமான தலையலங்காரம் செய்திருந்தார். அது பாகிஸ்தானில் பயன்படாது. காரில் வரும்போது ஒரு பஸ்மினா சால்வையினால் தோள்களையும் தலைமுடியையும் மறைத்திருந்தார். நீண்ட நேரம் தண்ணீரில் ஊறவைத்ததுபோல அவர் சருமம் புள்ளி புள்ளியாக சுருங்கியிருந்தது. அதிகாரிக்கு இருந்த ஆர்வம் அந்தப் பெண்ணுக்கு இருந்ததாகத் தெரியவில்லை. காரில் ஏறின கணம் தொட்டு அவர் ஒரு மலிவு நாவலைப் பிரித்து கண்ணுக்குக் கிட்டவைத்து படித்த படியே இருந்தார். வெளியே காட்சிகள் ஓடின. இவர் கண்கள் எழுத்து மேலே ஓடின. அதிகாரி இடைநிறுத்தாமல் பேசி அது ஒரு முடிவுக்கு வந்ததும் அப்படியே சாய்ந்து மெல்லிய நியூ யோர்க் குறட்டை ஒலி கேட்க வாயை சிறிது திறந்து வைத்துத் தூங்க ஆரம்பித்தார். நான் அவரை தொந்திரவு செய்யவில்லை. ஜெட் தொய்வாக இருக்கலாம் என்று அப்படியே விட்டுவிட்டேன். மேலும் ஒரு பெரிய அதிகாரி உறங்கும்போது இரண்டு அடுக்குகள் கீழே உள்ள ஊழியர் என்ன செய்யவேண்டும்.

வெளியே காட்சிகள் வேகமாக மாறிக்கொண்டு வந்தன. மலைச் சிகரங்களின் அழகு சூரியனின் கிரணங்கள் விழும் கோணத்துக்கு ஏற்றபடி கணத்துக்குக் கணம் புதிதாகத் தோற்றம் கொண்டன. வெள்ளித்தகடுகள் போல ஒருக்கால் ஜொலிக்கும். அடுத்த கணம் தீப்பிழம்பு போல மாறி கண்ணைப் பறிக்கும். எளிய ஏழை மக்கள் உடம்பைப் போர்த்திக்கொண்டு ஆடுகளை ஓட்டியவாறே சென்றார் கள். அந்தப் பெரிய காட்சி அவர்களை ஒன்றுமே செய்யவில்லை.

அதிகாரி காரைவிட்டுக் கீழே இறங்கியபோது ஒரு முழு மணி நேரம் காரிலேயே உறங்கியிருந்தார். சுற்றிவர நீலம் பச்சை வெள்ளை என்று மலைகள் சூழ்ந்திருந்தன. கீழே பார்த்தால் அதல பாதாளம். நூல்போல வளைந்து வளைந்து ஓடிய ஒடுக்கமான பாதை கண்ணுக் கெட்டிய தூரம் சென்றது. இந்த ஒடுக்கமான பாதையிலா இரண்டா யிரத்து முந்நூறு வருடங்களுக்கு முன்னர் மாவீரன் அலெக்சாந்தர் தன் படைகளுடன் இந்தியாவுக்குள் நுழைந்தான். நம்பவே முடியாத காட்சி. அந்தப் பெண் காரைவிட்டு இறங்கவில்லை. அதிகாரியின் முகம் இரண்டு மணிநேரத்துக்கு முன்னர் காரில் ஏறியபோது எப்படி இருந்ததோ அப்படியே இருந்தது.

'கைபர் கணவாய் எங்கே?' என்றார். நான் 'நீங்கள் அதன்மேல் நிற்கிறீர்கள்' என்றேன்.

◆

அ. முத்துலிங்கம்

நாலாவது நிலநடுக்கம்

கனடாவுக்கு வருமுன்னர் நான் என் வாழ்க்கையில் மூன்று நிலநடுக்கங்களைச் சந்தித்திருக்கிறேன். பாகிஸ்தானில் இருந்தபோது பெசாவார் என்ற இடத்தில் வேலை செய்தேன். ஆனாலும் ஆப்கானிஸ்தானுக்கு அடிக்கடி போய்வரவேண்டும். சிலவேளைகளில் சின்னத் தனியார் விமானத்தில் பறந்து போவோம், சிலவேளைகளில் வாகனத்தில் பயணிப்போம். ஆப்கானிஸ்தானில் அடிக்கடி நிலநடுக்கம் வரும். அதன் அதிர்வுகள் பாகிஸ்தானின் பெசாவார் பகுதிகளையும் தொட்டுச் செல்லும்.

என்னுடைய முதல் நிலநடுக்க அனுபவம் பெசாவாரில் கிடைத்தது. இரவு நடுநிசியிருக்கும். நான் ஆழ்ந்த தூக்கத்திலிருந்தேன். திடீரென்று நாய்கள் ஊளையிடும் சத்தம் கேட்டது. நாய்களுக்கு நிலநடுக்கம் வரப்போவது முன்கூட்டியே தெரியும் என்று சொல்வார்கள். நிலம் உறுமுவதுபோல பெரிய சத்தம் தொடர்ந்தது. நான் படுத்திருந்த கட்டில் தூக்கிப்போட்டது. எழும்பியதும் தலையைச் சுத்தியது. படுக்கையறைக் கதவைத் திறந்து, இருக்கும் அறைக்கு வந்தபோது ஒரு காட்சி என்னை நிலைகுலையவைத்தது. நான் ஓய்வாக உட்காரும் ஆடுகதிரை முன்னும் பின்னுமாக ஆடிக் கொண்டிருந்தது. நான் பார்த்த ஆங்கில திகில் படம் ஒன்றில் அப்படியான காட்சி வந்திருந்தது. சிறிது நேரத்தில் விளக்குகள் அணைந்தன. நிலம் அமைதிபெற்றது. இதுதான் என் முதல் அனுபவம்.

இரண்டாவது நில நடுக்கம் நான் ஆப்கானிஸ்தானில் விருந்துக்குப் போனபோது நடந்தது. ஒரு கிராமத்தில் ஆப்கான் நீள ரொட்டியை பிய்த்துப் பிய்த்து சாப்பிட்டுக்கொண்டிருந்தோம். அப்பொழுது நிலம் தனது இருப்பை எங்களுக்கு உணர்த்துவது போல சிறு நடுக்கம் போட்டது. நாய்களுக்கு குளிக்கவார்த்தால் அவை உதறி தண்ணீரைத் தெளிக்குமே அதுபோல பூமி ஒருமுறை தன்னைத்தானே உதறிக் கொண்டது. சிலர் வெளியே ஓடினார்கள். வெளியே இருந்தவர்கள் உள்ளே ஓடிவந்தார்கள். அப்பொழுது ஒரு கிழவர், 'நிலநடுக்கம் வரும்போது ஒரு வீட்டிலே ஆகச் சேமமான இடம் வாசல்படிதான்.

வெளியேயும் அல்ல உள்ளேயும் அல்ல, கதவு நிலைக்குக் கீழே நிற்கவேண்டும்' என்று சொன்னார். இருந்தபடி பேச ஆரம்பித்த கிழவர் நின்றபடி பேச்சை முடித்தார்.

கிரேதாயுகத்து இரணியன் கடவுளிடம் வரம் கேட்டான். 'நான் இரவிலும் சாகக்கூடாது, பகலிலும் சாகக்கூடாது. மனிதனாலும் சாகக்கூடாது, மிருகத்தினாலும் சாகக்கூடாது. வீட்டுக்கு உள்ளேயும் சாகக்கூடாது, வெளியேயும் சாகக்கூடாது.' மாலை நேரத்தில், நரசிம்மம் இரணியனை வாசல்படியில் வைத்துக் கொன்றதாகக் கதை. இரணியனுக்கு வாசல்படி சேமமில்லாத இடம் ஆனால் பூகம்பத்துக்கு அதுவே சேமமானது. நான் வாசல்படிக்குப் போகமுன்னர் பூமி தன் மனத்தை மாற்றி அமைதியாகிவிட்டது. ஆனால் அன்று நான் பார்த்த காட்சி ஒன்று மனத்தில் இன்னமும் நிற்கிறது.

ஒருவர் விருந்துக்காக நாலு ஆடுகளை ஆட்டோரிக்சாவில் ஏற்றிக்கொண்டு போயிருக்கிறார். பாதி வழியில் அவர் போன ரோடு குறுக்காக வெடித்துவிட்டது. கொஞ்சம் வேகமாகப் போயிருந்தால் ராமாயணத்தில் பூமி வெடித்து சீதையை விழுங்கியதுபோல அவரும் பூமிக்குள்ளே போயிருப்பார். எப்படியோ உயிர் தப்பிவிட்டார். அவருடைய ஆடுகளும் உயிர் தப்பிவிட்டன. ஆனால் தள்ளிப் போடாமல் நடந்த விருந்தில் அந்த ஆடுகள் அவர்களுடைய வயிற்றுக்குள் போவதிலிருந்து தப்பமுடியவில்லை.

மூன்றாவது நில நடுக்கம் பயங்கரமானது. பின்னேரம் மூன்று மணியிருக்கும். நான் நாலாவது மாடியில் என்னுடைய அலுவலக அறையில் வேலை செய்துகொண்டிருந்தேன். என்ன கோப்பில் ஆழ்ந்திருந்தேன் என்பதுகூட இப்போது ஞாபகத்தில் இருக்கிறது. ஒரு ஆப்கான் தாயும் மகனும் அனுப்பிய விண்ணப்பம். கணவன் போரில் இறந்துவிட்டார். அவர்களுடைய விவசாயத்துக்கு கரீஸ் (Kareze) எனப்படும் ஆழ்கிணற்றுக் கால்வாயில் வரும் தண்ணீர் அடைத்துவிட்டது. அந்த அடைப்பைச் சுத்தம் செய்வதற்கு பண உதவி கேட்டு எழுதியிருந்தார்கள். கோப்பை முழுவதும் படித்து முடிக்கவில்லை, நிலம் உறுமும் சத்தம் கேட்டது. அப்பொழுதெல் லாம் எனக்குப் பழகிவிட்டது. நிலம் உறுமினால் அடுத்து என்ன நடக்கும் என்பது தெரியும். நெஞ்சிலிருந்து பயம் நாலு பக்கமும் அம்புகள்போலப் பாய்ந்தது. எங்கே நிலைப்படி இருக்கிறது என்று கண்கள் தேடின. ஆனால் நடந்தது முற்றிலும் எதிர்பாராதது. அந்த மாடி ஒரு பெண்டுலம் போல ஒரு பக்கம் ஓர் அடி சாய்ந்து நிமிர்ந்து மறுபக்கம் ஓர் அடி சாய்ந்தது. நான் உட்கார்ந்திருந்த சுழல் கதிரை அப்படியே சாய்ந்து ஒரு பக்கத்துக்குத் தானாகவே நகர்ந்தது. என்னுடன் வேலை செய்தவர்கள் பாகிஸ்தானியர்கள் அல்லது ஆப்கானியர்கள். அத்தனை பேரும் நாலு படிக்கட்டுகளையும்

தாவிக்கடந்து இறங்கி ஓடிவிட்டார்கள். மிச்சமிருந்தது நான் மட்டும்தான். என்னைப் பெரும் துணிச்சல்காரன் என்று எல்லோரும் நினைத்தார்கள். உண்மையில் எனக்கு என்ன செய்யவேண்டும் என்பது தெரியவில்லை. திகைத்துப்போய் தானாக ஓடும் கதிரையின் மேல் உட்கார்ந்திருந்தேன்.

ரொறொன்ரோவில் பூகம்பங்கள் வருவதில்லை. எனவே அந்தப் பயம் இங்கே கிடையாது. யூன் 23ம் தேதி ஒரு புதன்கிழமை மதிய உணவுக்காக எங்கள் வீட்டுக்குக் கிட்ட இருக்கும் ஆப்கான் உணவ கத்துக்கு நாங்கள் நாலு பேர் சென்றோம். ஆப்கான் ரொட்டியை சுடச்சுடச் சாப்பிட்டால் ருசியாக இருக்கும். ஒருமுறை பழகியவர்கள் திரும்பவும் உண்ணப் பிரியப்படுவார்கள். மல்லிகைப்பூ இட்லி என்று சொல்வதுபோல இந்த ரொட்டியை மல்லிகைப்பூ ரொட்டி என்று சொல்லலாம். உணவகத்துக்குப் பக்கத்தில் மேல்பாலத்தில் ரயில் ஓடும் பாதை இருக்கிறது. ரொட்டியைப் பிய்த்துப் பிய்த்துச் சாப்பிட்ட போது ஒரு சின்ன அதிர்வு. மேலே ஓடும் ரயில் என்று நினைத்தோம். வெளியே வந்த போது அது ஒரு குட்டிப் பூகம்பம் என அறிந்தோம். தொலைக் காட்சிகளும் ரேடியோக்களும் அது பற்றிச் சொல்லின. ஆக இரண்டு தடவை ஆப்கான் ரொட்டியை நான் கடித்துச் சாப்பிட்ட போது பூகம்பம் வந்தது. இரண்டுக்கும் ஏதாவது தொடர்பு இருக்கோ தெரியவில்லை. எங்கள் வீட்டுத் தோட்டத்துக் கதிரை குப்புறக் கவிழ்ந்து கிடந்தது. அதுதான் ரொறொன்ரோவில் ஏற்பட்ட ஆகக்கூடிய சேதம்.

அடுத்தநாள் காலை ஒரு மின்னஞ்சல் கொழும்பிலிருந்து வந்தது. எனக்கு முன்பின் தெரியாத அன்பர் ஒருவர் எழுதியிருந்தார். 'ஐயா அங்கே நிலநடுக்கம் என்று கேள்விப்பட்டேன். நலமாக இருக்கிறீர்களா? உங்களுக்கு நீண்ட ஆரோக்கியத்தை இறைவன் அளிக்க வேண்டும் என்று சுயநலத்துடன் வேண்டிக்கொள்ளுகிறேன். நான் மட்டுமல்ல. இங்கு நிறையப்பேர் உங்கள் இணையதளத்திலேயே கதியென்று விழுந்து கிடக்கிறார்கள். உங்கள் எழுத்தின் தன்மை அன்றன்றைய நாளின் சுமைகளை அகற்றி மனத்துக்கு சுகமளிக்கிறது. தொடர்ந்து எழுதுங்கள், ஐயா.'

எனக்கு இருக்கும் அத்தனை நண்பர்களிலும், உறவினர்களிலும், அறிமுகமானவர்களிலும், அறிமுகமில்லாதவர்களிலும் முன் பின் பழக்கமில்லாத இவர் ஒருவரே என்னை விசாரித்து எழுதியிருந்தார். அவர் பெயர் விமலாதித்தன். என் மனம் நெகிழ்ந்துவிட்டது.

இப்படியான ஒரு நல்ல வார்த்தைக்கு நான் இன்னொரு நிலநடுக்கத்தைச் சந்திக்கத் தயாராக இருக்கிறேன்.

◆

கம்ப்யூட்டரில் தமிழ்

நாலு வருடங்களுக்கு முன்னர் 'தொன்மையில் இல்லை, தொடர்ச்சியில்' என்று ஒரு கட்டுரை எழுதியிருந்தேன். கம்ப்யூட்டரைப் பற்றி அப்பொழுது எனக்கு அவ்வளவாகத் தெரியாது. இப்பொழுதும் தெரியாது. ஆனால் தமிழ் வளர்ச்சிக்கு கம்ப்யூட்டர் முக்கியம் என்பது தெரிந்திருந்தது. என்னுடைய கட்டுரை இப்படி ஆரம்பமாகியிருந்தது.

'கம்ப்யூட்டர் பற்றி ஒரு கட்டுரை வேண்டும் என்று காலச்சுவடு கேட்டதும் நான் உடனேயே சம்மதித்தேன். காரணம் கம்ப்யூட்டர் பற்றி என்னுடைய அறிவு ஓர் ஆமையினுடையதற்குச் சமம். அல்லது அதற்கும் கொஞ்சம் கீழே. இதனிலும் பார்க்க சிறந்த தகுதி வேறென்ன வேண்டும். கணினி நிபுணர்களையும், ஆர்வலர்களையும் கேட்டால் அவர்கள் சொல்லித்தருவார்கள். அப்படி நினைத்தேன். உண்மையில் அது அவ்வளவு சுலபமானதாக இல்லை. ஒரு கணினி பயனாளர் என்ற முறையில் நான் படும் இன்னல்களையும், கணினித்தமிழ் படும் இன்னல்களையும், கணினி ஆர்வலர்கள் படும் இன்னல்களையும் தொகுத்தாலே போதும் என்று பட்டது.'

அந்தக் கட்டுரையில் என்ன எழுதினேன் என்பதை இங்கே திரும்பவும் சொல்லத்தேவை இல்லை. தமிழின் எதிர்கால வளர்ச்சிக்கு கம்ப்யூட்டரில் தமிழ் எழுத்துரு யுனிக்கோட்டுக்கு மாறவேண்டும் என்று எழுதி கட்டுரையை இப்படி முடித்திருந்தேன்.

'தமிழின் எதிர்காலம் தன்னலம் பாராமல் தம் சொந்த நேரத்தைச் செலவு செய்து தமிழைக் கணினியில் ஏற்ற பாடுபடும் நிபுணர்களின் கையில்தான் இன்றுள்ளது. ஆனால் எவ்வளவுதான் ஆய்வாளர்களும், ஆர்வலர்களும் பாடுபட்டாலும் ஏழு கோடி மக்களைக்கொண்ட தமிழ் மாநில அரசு ஆதரவு இல்லாமல் தமிழை கணினித்துறையில் முன்னெடுத்துச் செல்லமுடியாது. பேராசிரியர் கா.சிவத்தம்பியின் வார்த்தைகளைக் கடன் வாங்கி 'தமிழின் மேன்மை அதன் தொன்மையில் இல்லை, தொடர்ச்சியில்' என்று சொல்லும்போதுதான் அந்த

உண்மை தெரிய வருகிறது. எனக்கு என்ன தோன்றுகிறதென்றால் எவ்வளவு சீக்கிரம் முடியுமோ, அவ்வளவு சீக்கிரம் யூனிக்கோட் என்னும் கம்ப்யூட்டர் ரயிலில் தமிழ் ஏறி உட்கார்ந்துவிடவேண்டும். அல்லாவிடில் ஸ்டேசனில் தவறவிட்ட குழந்தைபோல தமிழ் நிற்கும்; ரயில் போய்க்கொண்டே இருக்கும்.'

2010 யூன் 27ல் முடிந்த செம்மொழி மாநாட்டில் ஓர் அறிவித்தல் செய்ததாக அறிந்தேன். யூனிக்கோடு எழுத்துருதான் இனிமேல் தமிழக அரசின் அங்கீகாரம் பெற்ற ஒரே பயன்பாட்டுக் குறியீடு. தமிழக அரசு யூனிக்கோடை ஏற்றுக்கொண்டுவிட்டது. நாலு வருடங்களும், 400 கோடிகளும் செலவழிந்த பிறகு தமிழ் நாடு அரசு கடைசி ரயிலை பிடித்துவிட்டது. பயணம் சேமமாக அமைய என் வாழ்த்துக்கள்.

இரண்டு பூமிகள் தேவை

நன்றி கூறல் நாள் மறுபடியும் வந்து போனது. அமெரிக்க ஜனாதிபதி வழக்கம்போல ஒரு வான்கோழியை மன்னித்து அதற்கு விடுதலை வழங்கினார். அந்த வான்கோழி ஒருவிதக் குற்றமும் செய்யவில்லை. குற்றம் செய்தது மனிதன்தான். அன்றிரவு மட்டும் அமெரிக்காவில் ஐந்து கோடி வான்கோழிகள் கொல்லப்பட்டு அவனுக்கு உணவாகின. இந்த விழாவுக்காக இரண்டு வான்கோழி களை வெள்ளை மாளிகையில் பாதுகாப்பார்கள். விருந்துக்கு முன்னர் ஒன்றுக்கு ஏதாவது ஆகிவிட்டால் என்பதற்காக. முதலாவதை விடுதலை செய்துவிட்டு இரண்டாவதை உண்டுவிடுவார்கள்.

இந்த வான்கோழிகள் எல்லாம் செயற்கையாக வளர்க்கப் பட்டவை. வான்கோழிகள் மாத்திரமல்ல நாங்கள் உண்ணும் இறைச்சி வகை, முட்டை, மரக்கறி மற்றும் உணவுப்பொருள்கள் யாவுமே செயற்கையாகத் தயாரிக்கப்பட்டவைதான். ஏதாவது ஒருவிதத்தில் இயற்கைக்கு ஊறு விளைவித்தே அவை உண்டாக்கப் பட்டிருக்கும். அவற்றை உண்ணும் நாங்களும் இயற்கையைச் சேதப் படுத்துவதில் உடந்தையாக இருப்போம்.

சில வருடங்களுக்கு முன்னர் ஒரு கடும் பனிக்காலத்தில் போலந்துக்காரர் ஒருவரை என் வீட்டு நிலவறையைச் செப்பனிட அமர்த்தியிருந்தேன். ஒரு வெள்ளிக்கிழமை மதியநேரம் அவர் வேலையை அவசரமாக நிறுத்திவிட்டுப் புறப்பட்டார். மறுநாள் சனிக்கிழமை Ice Fishing செய்யப் போகவேண்டுமென அவர் சொன்னார். பனிக்கட்டியாக மாறிவிட்ட ஒட்டாவா ஆற்றின் மீது துளைபோட்டு அதற்குள் தூண்டிலை விட்டு மீன் பிடிக்கப் போகிறார். விளையாட்டுக்காகவா இதைச் செய்கிறார் என்று கேட்டேன். அவர் கூறிய பதில் ஆச்சரியத்தைத் தந்தது.

'என் உணவை இயலுமட்டும் நானே சம்பாதித்துக் கொள்கி றேன். பனிக் காலத்தில் மீன் பிடிப்பேன். கோடைக் காலத்தில் வீட்டில்

காய்கறித்தோட்டம் போடுவேன். இலையுதிர் காலத்தில் தாரா, வாத்து போன்ற பறவைகளை வேட்டையாடுவேன். இயற்கையோடு ஒன்றி எவ்வளவு பின்னோக்கிப்போய் உணவைத் தேடமுடியுமோ அவ்வளவுக்கு அதைச் செய்வேன். என்னுடைய உணவு சுத்தமானது, ஆரோக்கியமானது, இயற்கையின் அழிவில் உண்டாகாதது. இது நான் பூமிக்குத் திருப்பி கொடுப்பது.'

போலந்துக்காரர் சொன்னதில் உண்மை இல்லாமலில்லை. இருநூறு வருடங்களுக்கு முன்னர் இந்தப் பூமியில் 100 கோடி மக்கள் வாழ்ந்தார்கள். இன்று 680 கோடி மக்கள், ஆனால் பூமியின் பரப்பு அதே அளவுதான், மாறவில்லை. ஒரு றாத்தல் இறைச்சி உற்பத்தி செய்வதற்கு பத்து றாத்தல் தானியம் தேவைப்படுகிறது. உலகத்தில் விளையும் தானியத்தில் 40 வீதம் மாட்டுத் தீவனத்துக்கே சரியாகிவிடு கிறது. இன்னொரு விதத்தில் சொல்வதானால், ஒரு றாத்தல் இறைச்சி உண்டாக்குவதானது ஒரு கனரக வாகனத்தை 40 மைல் தூரம் ஓட்டிச்செல்வதனால் ஏற்படும் சுற்றுச்சூழல் கேட்டுக்கு நிகரானது. ஒருவர் தன் உணவைத் தானாகத் தேடும்போது இயற்கையின் அழிவு மட்டுப்படுகிறது.

அமெரிக்காவின் மொன்ரானா மாநிலத்துக்கு சமீபத்தில் என் மகனிடம் போயிருந்தேன். அவன் வீட்டிலிருந்து யன்னல் வழியாகப் பார்த்தால் மலை தெரியும். ஆறு ஓடும் சத்தம் கேட்கும். சுற்றிலும் புற்களின் மணம். தலை சிறந்த சுற்றுச்சூழல் அமைப்பு. ஒரு நாள் மகன் வீட்டுக் கதவில் அறிவிப்பு ஒன்றை யாரோ இரவு ஒட்டிவிட்டுப் போயிருந்தார்கள். அந்த வீதியிலுள்ள அத்தனை வீட்டுக் கதவுகளிலும் அதே அறிவிப்பு காணப்பட்டது.

'இன்று இந்த வீதியால் ஆட்டு மந்தையை ஓட்டிக்கொண்டு மலைக்குப் போகிறோம். தயவுசெய்து உங்கள் நாய்களைக் கட்டி வையுங்கள். நன்றி.'

அவர்கள் அறிவித்தது போலவே சிறிது நேரம் கழித்து பெரிய ஆட்டு மந்தையை ஓட்டிக்கொண்டு மலைக்குப் போனார்கள். எதற்காக பல மைல்கள் தொலைவிலிருந்து ஆட்டு மந்தையை வரவழைத்தார்கள் என்று விசாரித்துப் பார்த்தேன். மலையிலே ஒருவிதமானகளை பல்கிப் பெருகிப் படர்ந்து அங்கே வளரும் இயற்கைப் புல்லை அழித்தது. கட்டுமீறி வளரும் களையைத் தின்று அகற்றுவதற்காக பெரும் செலவில் ஆட்டு மந்தையை வரவழைத் திருந்தார்கள். இயற்கை மேல் அவர்களுக்கிருந்த கரிசனை எனக்கு உவகை தந்தது.

ஆனால் அடுத்தடுத்து நடந்ததுதான் வியப்பூட்டியது. ஆட்டு மந்தைகளை அடைத்து வைப்பதற்கு வேலிகளை ஹெலிகொப்டர்

கள் மூலம் கொண்டுவந்து இறக்கினார்கள். தண்ணீர் பீப்பாய்கள் அடுத்து வந்தன. இன்னும் பலவிதமான உபகரணங்கள் வந்து குவிந்தன. ஒரே பரபரப்பாக அந்த மலையே இயங்கிக் கொண்டிருந்தது. இயற்கைச் சூழலைப் பாதுகாக்க அவர்கள் எடுக்கும் முயற்சி சில கேள்விகளையும் எழுப்பியது.

இந்த நடவடிக்கைகளின் நன்மை தீமையை ஒரு சுற்றுச்சூழல் கணக்காளர்தான் சரியாகக் கணக்கிட முடியும். ஆயிரக்கணக்கான துண்டுப்பிரசுரங்களை அச்சடித்து விநியோகித்திருந்தார்கள். தண்ணீர் பீப்பாய்களையும், வேலிகளையும் ஹெலிகொப்டர்கள் மூலம் நகர்த்தினார்கள். மலையை நோக்கி வாகனங்கள் போவதும் வருவதுமாயிருந்தன. இந்த நடவடிக்கைகளினால் நிறைய சுற்றுச்சூழல் சேதம் ஏற்பட்டது. இவற்றை எல்லாம் கூட்டிக் கழித்தால்தான் உண்மையில் எவ்வளவு நன்மை அல்லது தீமை என்பதைக் கணக்கிட முடியும்.

ஒரு கேட்டை சரிசெய்வதற்கு மேலும் பல கேடுகளை விளை விக்கவேண்டியிருக்கிறது. விஞ்ஞானத் தொழில் நுட்ப வளர்ச்சியில் ஏற்படும் ஆபத்து இதுதான். முதலில் ஒன்றை உண்டாக்கி அதை மனித பாவனைக்கு விட்டுவிட்ட பிறகுதான் அதன் நன்மை தீமைகளை ஆராய்வது. சுற்றுச்சூழல் தீமை என்பது ஒரு நாட்டுக்குச் சொந்தமானது அல்ல; அது உலகத்துக்குப் பொதுவானது. இது என்னுடைய நாடு, நான் என்னவும் செய்யலாம் என்று ஒருவர் வாதிட முடியாது. அமேஸன் காட்டை அழிப்பதனால் ஏற்படும் தீங்கு உலகத்துக்குப் பொதுவானது. இந்தியாவில் கட்டப்படும் ஒரு புதிய அணைக் கட்டினால் ஏற்படும் நன்மை இந்தியாவுக்கு; தீமை உலகத்துக்கு.

ஒன்றை விரட்ட இன்னொன்றைக் கண்டுபிடிப்பது சூழலியல் காரர்கள் செய்யும் வித்தை. அவுஸ்திரேலியாவில் கரும்பு பயிர் செய்வதற்காக அதை இறக்குமதி செய்தார்கள். கரும்புடன் சேர்ந்து அதை நாசமாக்கும் ஒருவித வண்டும் வந்துவிட்டது. அது பெருகி கரும்புத் தோட்டத்தை அழித்தது. வண்டை ஒழிப்பதற்கு ராட்சத இனத் தவளை ஒன்றை இறக்குமதி செய்தார்கள். அந்தத் தவளை வண்டுகளைத் திரும்பியும் பார்க்கவில்லை. அதற்கு அவுஸ்திரேலியாவில் தின்பதற்கு இன்னும் ருசியான விலங்குகளும், பறவைகளும் அகப் பட்டன. தவளை அவற்றை வேட்டையாடி சுற்றுச்சூழல் சமனுக்கு பெரும் கேட்டை விளைவித்தது. இப்பொழுது சூழலியல்காரர்கள் அந்த ராட்சதத் தவளையை ஒழிப்பதற்கான வழிவகைகளை ஆராய்ந்து வருகிறார்கள்.

சூழலியல்காரர்களுக்கு ஏற்படும் சோதனைகள் முடிவதே யில்லை. ஒரு சின்ன உதாரணத்தை எடுக்கலாம். உலகில் பத்து வருடங்களுக்கு முன்னர் எத்தனை செல்பேசிகள் இருந்தன? அதன்

எண்ணிக்கை லட்சங்களைத் தாண்டாது. ஆனால் இன்று 460 கோடி செல்பேசிகள் உலாவுகின்றன. இந்த 460 கோடி செல்பேசிகளுக்கும் இரவில் மின்னூட்டம் தேவைப்படுகிறது. அந்த மின்சாரம் எங்கேயிருந்து வரும்? இன்னும் சில வருடங்களில் உலகின் செல்பேசிகளின் எண்ணிக்கை 700 கோடியைத் தாண்டிவிடும் என்று சொல்கிறார்கள். அப்பொழுது எவ்வளவு அதிகப்படி மின்சாரம் தேவையாக இருக்கும். இயற்கையைப் பிழிந்துதான் அது கிடைக்கும். ஒன்றை அழிக்காமல் ஒன்று கிடைக்காது.

ஆதியில் இருந்து மனிதன் இயற்கையோடு ஒட்டியே வாழ்ந்தான். நெருப்பின் உபயோகத்தைக் கண்டுபிடித்த மறுநாள் இயற்கைக்கு எதிரான வேலை தொடங்கியது. இன்று அவன் செய்யும் ஒவ்வொரு காரியமும் பூமிக்குத் தீங்கு விளைவிப்பதாகவே அமைகிறது. ஒரு நாளில் சராசரி மனிதன் 31,000 கலரிகளுக்கு சமனான சேதத்தை உண்டாக்குகிறான். சின்னச் சின்னக் காரியங்கள் செய்வதன் மூலம் மனிதன் பூமியில் பெரிய மாற்றத்தைக் கொண்டுவந்துவிடலாம். தண்ணீரை சிக்கனமாகப் பாவிப்பது. மின்சாரத்தைச் சேமிப்பது. பிளாஸ்டிக் உபயோகத்தைக் குறைப்பது. சூழல் பாவிப்பு முறையைத் தூண்டுவது. இவை எல்லாமே பூமியின் ஆயுளைக் கூட்டும் செயல்கள் தான்.

ஒரு நண்பருடைய காரில் நான் சமீபத்தில் பயணம் செய்தேன். அது ஒரு ரொயோட்டா பிரியஸ் கலப்பு கார். மின்சாரத்திலும் பெற்றோலிலும் சேர்ந்து இயங்குவது. ஒவ்வொரு சிவப்பு விளக்கிலும் அதனுடைய கார் எஞ்சின் தானாக அணைந்து மறுபடியும் உயிர் பெற்றது. சின்ன விசயம்தான், ஆனால் எவ்வளவு சுற்றுச்சூழல் மாசு தவிர்க்கப்படுகிறது. உலகத்து சூழலியல்காரர்கள் காட்டும் சிறந்த உதாரணம் ஈஸ்டர் தீவு. ஒரு காலத்தில் இங்கே நிறைய காடுகள் இருந்தன. இன்று அவை எல்லாம் மனிதனால் அழிக்கப்பட்டு அந்தத் தீவு பாலைவனமாக மாறிவிட்டது. பறவைகள், மிருகங்கள் என்று அழிந்த இனங்கள் ஏராளம். இங்கே நாகரிகம் உச்சமாக இருந்த காலத்தில் இந்தத் தீவுவாசிகள் பிரம்மாண்டமான கற்சிலைகளை நிறுவினார்கள். இன்றும் ஆயிரக்கணக்கான சிலைகள் அங்கே காட்சியளிக்கின்றன. அவற்றைத் தூக்கி நிறுத்துவதற்காக மரங்களை அழித்தார்கள். இன்று சிலைகள் இருக்கின்றன, மரங்கள் மறைந்து விட்டன. முற்றிலும் மனிதனால் அழிக்கப்பட்ட தீவு என்று ஈஸ்டர் தீவை உதாரணம் காட்டுவார்கள்.

உலகில் உள்ள அத்தனை விஞ்ஞானிகளும் இன்று ஒன்று சேர்ந்து கூட்டாக முயற்சி செய்தாலும் ஒரு முறை அழிக்கப்பட்ட இந்தத் தீவை இனிமேல் மீட்கவே முடியாது. இன்று உலகமும் ஒரு ஈஸ்டர் தீவுபோலவே மாறிக்கொண்டு வருகிறது. இயற்கை வளங்கள்

கண்களுக்கு முன்னால் அழிகின்றன அல்லது அழிக்கப் படுகின்றன. அழிந்தவற்றை மீட்க முடியாது. பரிணாம வளர்ச்சியில் உச்சக் கிளையில் இருப்பவன் மனிதன். அவனுக்கு முன்பு படைக்கப்பட்ட அத்தனை உயிர்களையும் தாண்டி அவன் உயரத்துக்குச் சென்று விட்டான். இன்றுகூட அவன் உண்டாவதற்கு 100 மில்லியன் வருடங்கள் முன்னர் தோன்றிய கரப்பான் பூச்சியை அவன் கடக்கும் போது ஒருவிதத் தயக்கமும் இல்லாமல் காலால் அதை நசுக்கிக் கொல்கிறான். நாம் அறிந்த மட்டில் இந்தப் பிரபஞ்சத்தில் உயிர்கள் வாழும் ஒரே கிரகம் பூமிதான். இந்தப் பூமியின் வயது கோடிக் கணக்கான வருடங்கள். இதில் வாழும் ஜீவராசிகளில் அதி உன்னத மானதும், சிந்திக்கக்கூடியதும், பரிணாமத்தின் உச்சத்தை எட்டியது மானது மனித உயிர்தான். பேசி, எழுதி, சிந்தித்துச் செயல்படும் திறமை பெற்ற மனிதன் இந்தப் பூமியில் வாழ்ந்த காலம் 0.0001 சதவீதம்தான். ஆனால் அவனே அனைத்து ஜீவராசிகளுக்கும் தலைவனாக இருக்கிறான். சகல அறிவையும் பெற்ற மனிதனாகிய புத்திஜீவியிடம் இந்தப் பூமிக்கிரகம் ஒப்படைக்கப்பட்டிருக்கிறது. இங்கே வாழ முடியாவிட்டால் அவனுக்கு வேறு போக்கிடம் கிடையாது. அவனுடைய எதிர்காலம் அவன் கையிலேயே தங்கியிருக்கிறது.

பன்னிரெண்டு வயதுச் சிறுமி செவன் சுஸிக்கி ஐக்கிய நாடுகள் சபையில் பேசியது ஞாபகத்துக்கு வருகிறது. அந்தச் சிறுமி துக்கம் தாளாமல் தாயாரிடம் ஓடும்போது அவளுடைய தாயார் 'It is not the end of the world. Everything will be all right' (உலகம் முடியவில்லை. எல்லாம் சரியாய்ப் போய்விடும்) என்று அவளைத் தேற்றுவாராம். இனிமேல் வரும் தாய்மார்கள் தங்கள் குழந்தைகளை அப்படித் தேற்றமுடியாது. இப்படித்தான் தேற்றலாம். 'It is the end of the world. Everything will be done to make it all right.' உலகம் முடிவுக்கு வரும். நாங்கள் என்ன என்ன செய்யவேண்டுமோ அதைச் செய்து சரியாக்குவோம். பூமியில் இன்றைய வேகத்தில் இயற்கை அழிவுகள் தொடர்ந்தால், இன்னும் 30 வருடங்களில் எங்களுக்கு இன்னொரு பூமி தேவைப்படும் என்று விஞ்ஞானிகள் சொல்கிறார்கள். வெள்ளை மாளிகையில் இரண்டாவது வான் கோழியை தயாராக வைத்திருந்தது போல நாங்களும் இரண்டாவது பூமியைத் தயார்செய்ய வேண்டிய தருணம் நெருங்குகிறது.

◆

கூகிள்

கூகிள் பற்றித் தெரியாதவர்கள் குறைவு. மாணவர்களிலிருந்து ஆராய்ச்சியாளர்கள் வரை இன்று கூகிளைப் பாவிக்கிறார்கள். ஒருநாளில் ஐம்பது அறுபது தடவை கூகிளைப் பயன்படுத்துபவர்கள் உண்டு. ஒரு வார்த்தையின் முதல் எழுத்தை அடித்ததும் கூகிள் பத்து வார்த்தைகளை உங்களுக்கு தெரிவு செய்கிறது. வார்த்தையின் அடுத்த எழுத்தை எழுதியதும் கூகிள் இன்னொரு பத்து வார்த்தைகளைக் காட்டுகிறது. இப்படியே கூகிள் நீங்கள் என்ன வார்த்தையைத் தேடுகிறீர்கள் என்று உங்களுக்கு முன்னரே சிந்தித்து உதவுகிறது. உங்கள் வேலையை இலகுவாக்குகிறது.

முன்னெப்பொழுதும் இல்லாத மாதிரி பூமியை ஒரு பந்து போலப் பார்க்கும் வசதியையும் கூகிள் செய்து கொடுத்திருக்கிறது. கனடாவில் இருந்தபடி அவுஸ்திரேலியாவில் இருக்கும் உங்கள் நண்பரின் வீட்டை அவர் அறியாமல் உங்களால் பார்க்க முடியும். அவர் வீட்டு எண், அவர் வீட்டு மரம், அவருடைய நாய் எல்லா வற்றையும் பார்க்கலாம். நான் ஒரு முறை அமெரிக்காவில் இருந்த போது கனடாவில் இருக்கும் என் வீட்டைப் பார்த்தேன். என் வீட்டு கார்ப்பாதையில் யாரோவுடைய கார் தரித்து நின்றது. அதனுடைய நம்பரை என்னால் குறித்து வைக்க முடிந்தது. இதுவெல்லாம் கூகிள் நிறுவனம் இலவசமாக செய்து தந்திருக்கும் வசதி.

2010 பூமி தினத்தின்போது கூகிள் நிறுவனம், சூழலியல் விஞ்ஞானி சஞ்சயனை ஓர் உரை நிகழ்த்த அழைத்திருந்தது.

தன்சேனியாவில் லேரொலி என்ற இடத்தில் 3.6 மில்லியன் வருடங்கள் பழமையான மனித காலடிச் சுவடுகள் பதிவாகி இன்று வரை பார்க்கக் கிடைத்திருக்கின்றன. இத்தனை மில்லியன் வருடங்கள் எரிமலைச் சாம்பலால் பழுதடையாமல் பாதுகாக்கப்பட்ட சுவடுகள். மனிதன் நிமிர்ந்து நடந்ததற்கான தடயம். பக்கத்தில் ஒரு பெண்ணின் காலடியும் உள்ளது. அது சரிந்து பள்ளம் கூடியிருந்ததால் அவள்

ஒரு பிள்ளையைக் காவியிருக்கிறாள் என்று விஞ்ஞானிகள் ஊகிக் கிறார்கள். ஆக ஒரு குடும்பம் நடந்து போன அடையாளம். குனிந்து பார்த்து நடந்த நிலைமாறி மனிதன் நிமிர்ந்து நடந்ததற்கான முதல் ஆதாரம்.

திறந்த வெளியில், ஒரு நல்ல நாளில் நிமிர்ந்த மனிதன் ஐந்து, ஆறு மைல்கள் தூரம் பார்க்கலாம். இன்று, எங்கள் தலைமுறையில் சாட்டிலைட் தொழில் நுட்பத்தின் வளர்ச்சியால் பூமி முழுவதையும் எங்களால் பார்க்க முடியும். இந்தப் பெரிய அறிவு எங்கள் முந்திய தலைமுறையினருக்குக் கிடைக்கவில்லை. சுற்றுச்சூழல் கேடு பூமியில் உச்சத்தைத் தொட்டதும் எங்கள் தலைமுறையில்தான். பூமியைக் காப் பாற்றும் முழுப் பொறுப்பும் எங்களிடமே ஒப்படைக்கப் பட்டிருக் கிறது. புதிய அறிவையும் வைத்துக்கொண்டு பூமியைக் காப்பாற்ற நாங்கள் தவறினால் அடுத்த தலைமுறையினர் அதை நிவர்த்தி செய்வதற்கு அவகாசம் போதாது. எங்களுக்கு இன்னொரு வாய்ப்பும் கிடைக்காது, ஏனென்றால் காலம் கடந்துவிடும்.

நாங்கள்தான் சிந்திக்கவேண்டும். கூகிள் எங்களுக்காகச் சிந்திக்க முடியாது.

48 மணி நேரம்

ஒரு காலத்தில் தசாவதானி, அட்டாவதானி என்றெல்லாம் இருந்தார்கள். இப்பொழுதும் இருக்கக்கூடும், நான் சந்தித்ததில்லை. அட்டாவதானி ஒரே நேரத்தில் எட்டு விசயங்களில் கவனம் செலுத்துவார். தசாவதானியால் ஒரே நேரத்தில் பத்து விசயங்களில் கவனம் செலுத்தமுடியும். அவர்களுக்கு பரீட்சைகூட இருக்கிறது என்று கேள்விப்பட்டிருக்கிறேன்.

நீங்கள் சொல்லும் பொருளில் அவர் ஒரு வெண்பா இயற்றுவார். அதே சமயம் நான்கு தானத்தை நான்கு தானத்தால் மனத்தினால் பெருக்கி விடையைச் சொல்வார். அவர் முதுகிலே ஒருவர் பூக்களை எறிவார். எத்தனை பூக்கள் என்று அவர் கணக்கு வைக்க வேண்டும். கையிலே ஒரு புத்தகத்தை வைத்துப் படித்துக்கொண்டே இருப்பார். என்ன படித்தார் என்பதை அவர் பின்னர் சொல்லவேண்டும். கூட்டத்தில் இருந்து ஒருவர் சைகை காட்டுவார், இன்னொருவர் வாத்தியத்தில் ஒரு ராகத்தை வாசிப்பார், அவை என்னவென்றெல்லாம் சொன்னால்தான் இவர் தசாவதானி. இப்படி பல விசயத்தை ஒரே நேரத்தில் செய்யும் திறமை பெற்றவர்கள் அரிது.

இப்பொழுது தசாவதானம் என்று ஒருவரும் சொல்வதில்லை, அதற்கு Multitasking என்று பெயர். இதற்கான பயிற்சிகளும், விளையாட்டுகளும் வந்துவிட்டன. வளரும் நாடுகளிலும் வளர்ந்த நாடுகளிலும் பன்செயல்திறன் கொண்டவர்களுக்குத்தான் வேலை கிடைக்கிறது. நேர்முகத்தேர்வில் அவர்களுக்கு multitasking பயிற்சி உண்டா என்றுகூடக் கேட்கிறார்கள். அது இல்லாவிட்டால் வேலை கிடைப்பது கடினம்.

பெண்கள் இதில் வல்லவர்களாக இருக்கிறார்கள். இயல்பாகவே அவர்களுக்கு அந்தத் திறமை உண்டு. நேற்று ஒரு பெண்ணை சுப்பர்மார்க்கெட்டில் பார்த்தேன். ஓடிப்பிடித்து விளையாடும் அவருடைய இரண்டு பிள்ளைகளை அதட்டியபடியே தள்ளுவண்டி

யில் ஒவ்வொரு சாமானாக எடுத்துப்போட்டு அதை நிரப்பிக் கொண்டிருந்தார். செல்பேசியில் பேச்சு நடந்தது. அங்கே வேலை செய்யும் பணியாளரிடம் ஏன் இன்னும் 'குவினோவா' பக்கட்டுகள் வரவில்லை என விசாரித்தார். கடன் அட்டையை எடுத்து உரசி காசாளரிடம் பணத்தைக் கட்டிவிட்டு ஒன்றுமே நடக்காததுபோல காரை நோக்கி அசைந்தபடி, பிள்ளைகள் பின்னால் இழுபட போனார். செல்பேசியை காதில் இருந்து அவர் எடுக்கவே இல்லை.

எனக்குத் தெரிந்த ஒருவர் அமெரிக்காவில் ஒரு பில்லியனரைப் பார்க்கச் சென்றார். பில்லியன் என்றால் ஆயிரம் மில்லியன். இவரோ பல பில்லியன்களுக்குச் சொந்தக்காரர். ஆறு மாத முயற்சிக்குப் பின்னர் நண்பருக்கு ஐந்து நிமிடம் அவருடன் தனியே சந்திப்பதற்கு அவகாசம் கிடைத்திருந்தது. அவ்வுருடைய அலுவலக அறைக்குள் நுழைந்த நண்பர் திகைத்துவிட்டார். பில்லியனர் நாலு திரைகள் வைத்த கம்ப்யூட்டருக்கு முன் உட்கார்ந்திருந்தார். அவருடைய விரல்கள் விசைப்பலகையில் விளையாடியபடி இருந்தன. நண்பர் கேட்ட கேள்விகளுக்கு சரியான பதில்களைக் கொடுத்தார். அவர் புத்திக்கூர்மையான சில கேள்விகளை நண்பரிடமும் கேட்டார். அவர் விரல்கள் கம்ப்யூட்டர் விசைப்பலகையில் ஓடியபடியே இருந்தன.

ஐந்து நிமிடம் முடிந்ததும் நண்பர் எழுந்து விடைபெற்றுக் கொண்டு, நின்ற நிலையிலேயே ஒரு கேள்வி கேட்டார். எப்படி அவரால் ஒரே நேரத்தில் பல காரியங்களை ஆற்ற முடிகிறது. பில்லியனர் இப்படி பதில் சொன்னார்: 'ஒருநாளில் 24 மணிநேரம் தான். அதை நாங்கள் மாற்றமுடியாது. ஆனால் ஒரு நிமிடத்தில் ஒரு வேலைதான் செய்யலாம் என்ற எண்ணத்தை மாற்றலாம். உங்களுடன் பேசிக்கொண்டே இரண்டு முக்கியமான வேலைகளை நான் முடித்து விட்டேன். 5 நிமிடத்தில் 10 நிமிட வேலையைச் செய்கிறேன். எனக்கு ஒரு நாளில் 48 மணி நேரம் கிடைக்கிறது.'

◈

விருந்தோம்பல்

சோமா என்ற பெண்மணியிடம் இருந்துதான் அழைப்பு வந்திருந்தது. ஒரு வியாழக்கிழமை மதிய விருந்துக்கு. அவருடைய முழுப்பெயர் என்ன? அவர் வயது, உயரம், எடை, பருமன், நிறம் ஒன்றுமே எனக்குத் தெரியாது. முக்கியமாக அவர் இருக்கும் இடம். ரொறொன்ரோவில் இருந்து இரண்டு மணி நேரதூரம் என்ற விவரம் பின்னர்தான் கிடைத்தது. ஆனால் நான் விருந்துக்கு வருவதாக சம்மதம் தெரிவித்துவிட்டேன். ஆகவே வேறு வழியில்லை, போகத் தான் வேண்டும்.

வழக்கம்போல ஒன்றிரண்டு திருப்பங்களைத் தவறவிட்டு அரை மணி நேரம் பிந்தி விருந்து வீட்டுக்குப் போய்ச் சேர்ந்தேன். ஒரு பெண் மணி வந்து தன்னை சோமா என்று அறிமுகப்படுத்தி கைகொடுத்தார். ஐந்து அடி உயரம் இருப்பார். முற்றிலும் பழுக்காத நாவல் பழத்தின் நிறம். மார்பு பிருட்டம் இடை எல்லாம் ஒரே அளவில் இருந்ததால் அவருக்கு ஆடை தைக்கும் தையல்காரருக்கு வேலை சிரமமாக இருக்காது. ஆனால் அவருடைய முகத்தில் பத்து சந்திரன்களின் ஒளியிருந்தது. இன் முகத்துடன் வாருங்கள் வாருங்கள் என்று வரவேற்று நேரே தோட்டத்துக்கு அழைத்துச் சென்றார். பெரிய தோட்டம். அங்கே நின்ற அவருடைய பிரம்மாண்டமான வீடு போல அந்தத் தோட்டத்தில் நாலு வீடுகளை நிறுத்திவைக்கலாம். தோட் டத்தைப் பார்த்து நான் அதிசயித்துப்போய் நின்றேன்.

ரொறொன்ரோவில் சில தோட்டங்களில் வருடா வருடம் புதுப் பிக்கப்படும் பூக்கன்றுகளை வாங்கி நட்டு வைப்பார்கள். அவை பூத்து அந்த வருடம் முடியும்போது அவையும் முடிந்துவிடும். அடுத்தவருடம் மறுபடியும் புதிதாகப் பூக்கன்றுகள் வாங்கி நடவேண்டும். இன்னும் சில தோட்டங்களில் வருடா வருடம் அழியாமல் தொடர்ந்து நின்று பூக்கும் பூக்கன்றுகள் இருக்கும். பனிக்கால முடிவில் அவை ஓய்வு பெற்று மறுபடியும் வசந்தம் வரும்போது உயிர்த்தெழும். ஆனால்

இந்தத் தோட்டத்தில் இரண்டு வகையான பூக்களும் பூத்துக் குலுங்கின. 'மிக அழகான தோட்டமாக இருக்கிறதே. நீங்கள் தோட்டக் கலை படித்திருக்கிறீர்களா?' என்று கேட்டேன். அவர் சிரித்தார். 'ஒரு கலையும் படிக்கவில்லை, அனுபவம்தான். இருபது வருடமாக தோட்டத்தை நான்தான் பராமரித்து வருகிறேன். இந்தத் தோட்டத்தில் தெரியும் அவ்வளவு அழகும் என்னிடமிருந்து வந்ததுதான்.' குரல் வந்ததே ஒழிய சோமா மறைந்துவிட்டார். எல்லாத் திசைகளிலும் ஆகக்குறைந்த நேரத்தில் ஓடிக்கொண்டிருந்தார். புதிய விருந்தாளிகளை வரவேற்று அவரவர்களுக்கு வேண்டிய பானங்களை அவரே எடுத்துவந்து பரிமாறினார். விருந்தினர் உபசரிப்பில் ஒரு குறையும் வைக்கவில்லை.

உடுப்பு அழுக்காகிவிடும் என்ற கவலை சிறிதும் இல்லாமல் விருந்தினர் ஒருவர் புல்தரையில் அமர்ந்து ஒரு கயிற்றிலே விதவிதமான முடிச்சுகள் போட்டுக்கொண்டிருந்தார். கைகளை வித்தைக்காரன் போல வேகமாக அசைத்து கண்வெட்டும் நேரத்துக்கிடையில் ஒரு புது முடிச்சைப் போட்டார். அதனிலும் வேகமாகப் போட்ட முடிச்சை அவிழ்த்தார். இவர் ஒரு காலத்தில் சாரண பயிற்சியாளராக இருந்திருக்கலாம் என்று நினைத்தேன். அவருக்கு முன்னால் ஒருவர் உட்கார்ந்து பாடம் கேட்பதுபோல அவர் செய்வதையே உற்றுப் பார்த்துக்கொண்டிருந்தார். இருவரும் பேசும்போது அவர்கள் அத்தியந்த நண்பர்கள் போலிருந்தது. 'எவ்வளவு காலமாக உங்கள் இருவருக்கும் பழக்கம்?' என்று கேட்டேன். கயிறு வித்தைக்காரர் 'இப்ப இரண்டு நிமிடம்' என்றார். அப்பொழுதுதான் எனக்கு ஒரு விசயம் பிடிபட்டது. அங்கே வந்திருந்தவர்களில் ஒருவருக்குக்கூட இன்னொருவரைத் தெரியாது. விருந்துக்கு அழைத்த சோமாவுக்குக் கூட அழைப்பை ஏற்று வந்த விருந்தினர்களை முன்னரே பழக்கமில்லை. விருந்து முடிவுக்கு வரும் சமயத்தில்தான் இந்தப் புதிர் எங்களுக்கு விடுவிக்கப் படும்.

மதிய உணவு மிகச் சாதாரணமானதாகவே இருந்தது. ஆனால் அதை வழங்கிய விதம் உயர்தரமானது. ஆடம்பரம் இல்லாத அழகு. விலைமதிப்பான கோப்பைகள், வெள்ளிக்கரண்டிகள், ஒளிவீசும் கிண்ணங்கள், நீளமான மெல்லிய காம்பின்மேல் நிற்கும் கிளாஸ்கள். சோமா உட்காரவே இல்லை. நின்றுகொண்டும் ஓடிக்கொண்டும் விருந்தினரை தனித்தனியாக உபசரித்தார். 'இதைச் சாப்பிடுங்கள். இது விசேஷமாகத் தயாரிக்கப்பட்டது. கோவா இலையில் அப்பிள் துண்டுகளையும், வறுத்த பெக்கன் விதைகளையும் கலந்து செய்தது.' ஒவ்வொரு விருந்தினரையும் மூன்று தரம் உபசரிப்பதை அவர் வழக்கமாகக்கொண்டிருந்தார்.

அ. முத்துலிங்கம் ◆ 203

‘சிலர் மனம்விட்டு உபசரிக்கும்போதே உங்கள் வயிறு நிறைந்து விடும். இவர் அந்த வகையைச் சேர்ந்தவர். சோமா இந்த நிமிடம் வரை பத்து மைல் தூரம் நடந்துவிட்டார்’ என்றார் எனக்குப் பக்கத்தில் உட்கார்ந்திருந்தவர். அப்பொழுதுதான் திரும்பி அவரைப் பார்த்தேன். வாழ்க்கை முழுக்க தேடிய ஒருவர் எனக்குப் பக்கத்தில் அமர்ந்து உணவருந்தியது எனக்குத் தெரியவில்லை. அவர் என்னிடம் பேசியதாக நினைத்தேன். உண்மையில் அவரோ என்னோடு சேர்ந்து பத்துப் பதினைந்து பேர் நிற்பதுபோல என் திசையைப் பார்த்து பொதுவாகத் தான் பேசினார். வெள்ளைத் தலைமுடி, வெள்ளை மீசை, வெள்ளைத் தோல், வெள்ளை சேர்ட். அவருடைய சப்பாத்துகூட வெள்ளையாகத் தான் இருந்தது. என் பக்கம் திரும்பி ‘என்னுடைய பெயர் ரிஸ்டோ’ என்றார். நானும் என் பெயரைச் சொன்னேன். ‘நீங்கள் இந்தியரா?’ என்று விசாரித்தார். நான் ‘இலங்கை’ என்றேன். அப்படித்தான் பேச ஆரம்பித்தோம்.

‘விருந்து கொடுப்பவர் விருந்தாளியுடன் உட்கார்ந்து சாப்பிட மாட்டார். அதுதான் முறையான விருந்தோம்பல். எங்கள் பழைய புலவர் ஒருத்தர்கூட அப்படிச் சொல்லியிருக்கிறார். ‘வித்தும் இடல் வேண்டும் கொல்லோ விருந்தோம்பி மிச்சில் மிசைவான் புலம்.’ விருந்து கொடுத்துவிட்டு மிச்ச உணவைத்தான் சாப்பிட வேண்டு மாம்.’ ரிஸ்டோ ஆச்சரியப்பட்டார். ‘எங்கள் நாட்டிலும் அதே வழக்கம்தான். நீங்கள் என் வீட்டுக்கு விருந்துக்கு வந்தால் என் மனைவி விருந்தின்போது எங்களுடன் உட்காரவே மாட்டார். அப்படி உட்கார்ந்தால் உபசரிப்பு குறைபட்டது என்று அர்த்தம். மிகப் பழமை யான விருந்தோம்பல் முறை அது’ என்றார். ‘ஆச்சரியமாக இருக்கிறது. உங்கள் நாட்டிலும் அப்படியா? உங்கள் நாடு என்ன?’ என்றேன். அவர் ‘மாசிடோனியா’ என்றார். நான் அலெக்சாந்தர் பிறந்த நாடல்லவா என்று சொல்லி எழுந்து நின்று அவர் கையைத் தொட்டு கண்ணிலே ஒற்றிக்கொண்டேன். ‘என்ன செய்கிறீர்கள்? என்ன செய்கிறீர்கள்?’ என்று சிரித்துக்கொண்டே அவர் கையை இழுத்தார். ‘நான் சந்திக்கும் முதல் மாசிடோனியன் நீங்கள். உங்கள் உடம்பில் ஒரு துளிக்குச் சமமான அலெக்சாந்தரின் ரத்தம் ஓடக் கூடுமல்லவா?’ என்றேன்.

சிறிய நாடான மாசிடோனியா அரசனுக்கும் கிரேக்க அழகி ஒலிம்பியாவுக்கும் பிறந்தவன் அலெக்சாந்தர். கிரேக்கரான அரிஸ் டோட்டல் அவனுடைய குரு. அலெக்சாந்தர் தன் தலையணையின் கீழ் எப்பவும் கிரேக்க கவி ஹோமரின் இலியட் காவியத்தை வைத்திருப்பானாம். கிரேக்க இலக்கியத்தில் அவ்வளவு பற்று அவனுக்கு. இளவயதில் ஆட்சிக்கு வந்து 33 வயதிலேயே இறந்து போனான். ஆனால் அதற்கிடையில் அறிந்த உலகத்தில் பாதியைப்

பிடித்து தன் அதிகாரத்துக்குக் கீழ்கொண்டுவந்திருந்தான். இதுவெல்லாம் நான் ஏற்கெனவே படித்தது. நான் படிக்காத ஒன்றை ரிஸ்டோவிடம் கேட்டேன். 'அலெக்சாந்தர் என்ன மொழி பேசினான்?' அவர் சொன்னார் 'அப்பொழுதெல்லாம் கிரேக்கம் உலக மொழி. மாசிடோனியன் அறிமுகம் இல்லாத சின்ன மொழி. தன் நாட்டுப் படைவீரர்களுடன் மட்டும் அலெக்சாந்தர் மாசிடோனியன் பேசினான். உலகத்தோடு அவன் பரிமாறிய மொழி கிரேக்கம்' என்றார். அப்படி பேசிக்கொண்டே நாங்கள் உணவருந்தினோம். எங்களைச் சுற்றி இன்னும் இருபத்தைந்து பேர் அங்கே இருப்பது எங்களுக்குத் தெரியவில்லை. உரையாடலில் எங்களை மறந்து ஆழ்ந்துபோயிருந்தோம்.

அங்கு கூடியிருந்த அத்தனை விருந்தினரும் இதற்கு முன்னர் ஒருவரை ஒருவர் சந்தித்தது கிடையாது. ஆனால் அவர்கள் எல்லோரும் ஐ. நா சபைக்காக எங்கோ ஒரு கிளையில், ஏதோ ஒரு நாட்டில், எப்பவோ ஒரு காலத்தில் வேலை செய்திருக்கிறார்கள். விருந்து கொடுக்கும் சோமாவும் அப்படி ஒரு காலத்தில் வேலை செய்தவர்தான். இதற்கென்று மினக்கெட்டு ஆராய்ச்சிகள் செய்து அங்கு வந்திருந்தவர்களை எல்லாம் முகப்புத்தகம் மூலமாகவும், கூகிள் மூலமாகவும் தேடிக்கண்டுபிடித்து ஒரு விருந்துக்கு ஏற்பாடு செய்திருந்தார். அப்படித்தான் நாங்கள் எல்லோரும் சந்தித்துக் கொண்டோம். இந்த விவரம் விருந்து கிட்டத்தட்ட முடிவுக்கு வந்தபோதுதான் எங்களுக்குத் தெரிவிக்கப்பட்டது.

ஒரு 16, 17 வயது மதிக்கத்தக்க பெண். அவள் அணிந்திருந்த காலணி பழைய போர் வீரர்களின் காலணிபோல கயிற்றினால் குறுக்காக மாற்றி மாற்றி கட்டி முழங்கால்வரைக்கும் உயர்ந்திருந்தது. அவளுடைய கண்கள் அங்கே மிச்சமாயிருந்த சூரிய வெளிச்சத்தை உள்வாங்கிவிட்டதுபோல பிரகாசித்தன. ரிஸ்டோ 'இவள்தான் என்னுடைய மகள். என்னை காரிலே இங்கே அழைத்துவந்தவள். என் புத்திமதிகளைக் கேட்பதை நிறுத்தியிருந்தபடியால் வழி தவறவில்லை' என்றார். 'அப்பா சும்மாயிருங்கள்' என்று செல்லமாகக் கண்டித்தாள் மகள். 'என் வாழ்க்கையில் மறக்கமுடியாத தினம் இது' என்றேன் நான். ஏன் என்பதுபோல இருவரும் என்னைப் பார்த்தார்கள். 'ஒரு மாசிடோனிய அழகியைச் சந்தித்த தினம்' என்றேன் நான். 'நீங்கள் இருவரும் உங்கள் பொய்களைப் பரிமாறுங்கள். நான் போகிறேன்' என்றுவிட்டு மகள் போய்விட்டாள்.

அவளையே பார்த்தவாறு இருந்த ரிஸ்டோ 'என் மகள் பேசும் மாசிடோனியன் சுத்தமானது. அவளைப்போல இப்ப மாசிடோனியன் பேசுபவர்கள் குறைவு' என்றார். 'உங்கள் நாட்டில் இருப்பார்கள் தானே' என்றேன். 'மாசிடோனியா மிகச் சிறிய நாடு. 1991ல்தான்

சுதந்திரம் கிடைத்து தனிநாடாக ஆகியது. அதன் அரச கரும மொழி மாசிடோனியன். அங்கே ஒன்றரை மில்லியன் மக்கள் மாசிடோனியன் பேசுகிறார்கள். மாசிடோனியாவுக்கு வெளியே புலம்பெயர்ந்த வகையில் ஒரு மில்லியன் மக்கள் மாசிடோனியன் பேசுகிறார்கள்' என்றார். 'இரண்டாயிரம் ஆண்டுகளுக்கு மேலாக வாழ்ந்த மொழி உங்களுடையது. இப்பொழுது நாடும் கிடைத்துவிட்டது. இனிமேல் வாழ்ந்துவிடும்' என்றேன். அவருடைய வெள்ளை முகம் தோட்டத்தில் விழுந்த சூரியனில் சிவப்பாக மாறிக்கொண்டு வந்தது. 'எங்கள் மொழி வளர்வது கிரேக்கர்களுக்குப் பிடிக்கவில்லை. அவர்கள் பெரும் முட்டுக்கட்டையாக அல்லவா இருக்கிறார்கள்?'

'உங்கள் நாட்டுக்கும் கிரேக்க நாட்டுக்குமிடையில் நீண்ட நாள் பகை அல்லவா? அவர்கள் அதை சீக்கிரம் மறந்துவிடுவார்களா?' என்றேன்.

அலெக்சாந்தர் இருபது வயதில் அரசனானதும் முதலில் படையெடுத்தது கிரேக்க நாட்டின்மீதுதான். அந்தப் போரில் 6000 கிரேக்க வீரர்கள் கொல்லப்பட்டார்கள். 30,000 பேர் அடிமைகள் ஆக்கப்பட்டார்கள். இது நடந்தது 2300 வருடங்களுக்கு முன்னர். ஆனால் கிரேக்கர்கள் அதை இன்றுவரை மறக்கவில்லை என்பது ஞாபகத்துக்கு வந்தது. 'சில பகைகள் அப்படித்தான். காலம் அவற்றை மறக்க விடுவதில்லை. நினைவூட்டிக்கொண்டே இருக்கும்' என்றேன். 'கிரேக்கம் எவ்வளவு பெரிய மொழி. எங்கள் மொழி இப்பொழுதுதான் வாழத் தொடங்கியிருக்கிறது. ஆனால் கிரேக்கர்களுக்கு இது பிடிக்கவில்லை. மாசிடோனியன் பெயர்களை எல்லாம் கிரேக்கப் பெயர்களாக மாற்றுகிறார்கள். ஒரு காலத்தில் மாசிடோனிய மொழி பேசுவதுகூட சட்ட விரோதமான செயல். இரண்டு மொழிகள் பக்கத்துப் பக்கத்தில் வாழமுடியாதா? ஒன்றை அழித்துத்தான் இன்னொன்று வாழவேண்டுமா?' உணர்ச்சிவசப் பட்டதில் ரிஸ்டோவின் குரல் பழுதுபட்ட முடி உலர்த்தியின் சத்தம்போல மாறியிருந்தது.

அப்பொழுது சோமா வந்தார். அவருடைய இரண்டு கைகளிலும் இரண்டு குடுவைகள் இருந்தன. ஒன்றில் தேநீர். ஒன்றில் கோப்பி. மூன்றாவது தடவையாக எங்கள் கோப்பைகளை நிரப்பினார். 'எங்கள் நாட்டிலும் இப்படித்தான் விருந்தினரை மூன்று தடவைகள் உபசரிக்க வேண்டும்' என்றார் ரிஸ்டோ. அவர் சமநிலையை அடைந்திருந்தார். மீண்டும் நாங்கள் மொழி பற்றிய விவாதத்தில் இறங்கினோம். சோமா குடுவைகளைத் தூக்கிக் கொண்டு அடுத்த மேசைக்கு ஓடினார். அந்தச் சிங்களப் பெண்ணுக்குக் களைப்பே இல்லை. சூரியக் கடிகாரம்போல ஓசையின்றி விருந்து முடிவுக்கு வரும்வரை உபசரித்துக் கொண்டே இருந்தார்.

◈

பயங்கரமான ஆயுதம்

குறுந்தொகையில் ஒரு பாடலைப் படித்தபோது சட்டென்று ஓர் எண்ணம் தோன்றியது. இவ்வளவு காலமும் அப்படித் தோன்றியதில்லை. இந்த உலகத்தில் பல விசயங்கள் உங்கள் உற்றார் உறவினர் ஊரார் என்ன சொல்வார்கள் என்ற பயத்தினால்தான் நடக்கின்றன. மனிதன் தன் சொந்தப் புத்தியால் யோசித்து எடுக்கும் முடிவுகள் குறைவு என்றே படுகிறது. இன்று அல்ல, பல ஆயிரம் ஆண்டுகளுக்கு முன்பே இது தொடங்கிவிட்டது. மனிதனை நல்வழிப்படுத்துவதோ தீ வழிப்படுத்துவதோ அரச கட்டளைகள் அல்ல; சமுதாயக் கட்டுப்பாடுகள்தான்.

ராமாயணத்தில் ராவணன் கொல்லப்பட்டுவிட்டான். விபீடணன் சீதையை அழைத்துவந்து ராமன் முன் நிறுத்துகிறான். ராமன் சொல்கிறான். 'தர்மம் காப்பது என் கடமை. எங்கள் குலத்துக்கு நேர்ந்த அபகீர்த்தி களையப்பட்டு, என் வீரம் நிரூபிக்கப்பட்டுவிட்டது. நீ மீட்கப்பட்டாய். இனி நீ சுதந்திரமானவள், உன் விருப்பம் என்னவோ அதைச் செய்யலாம். நீ லட்சுமணனையோ பரதனையோ வரித்துக்கொள்ளலாம். வானரர்களின் அரசன் சுக்கிரீவனுடன் போகலாம். இலங்கை அரசன் விபீடணனும் இருக்கிறான்.' சொல்லத் தகாத இந்த வார்த்தைகளை ராமன் சொன்னான்.

சீதை லட்சுமணனிடம் சொல்லி தீமூட்டி அதில் குதித்து புடம் போட்ட பொன்போல ஒளிவீச வெளியே வருகிறாள். அப்போது ராமன் சொல்கிறான். 'சீதை உண்மையானவள் என்பது எனக்குத் தெரியும், ஆனால் உலகத்துக்குத் தெரியாது. அவர்கள் சீதையைத் தூற்றுவார்கள். உலகம் என்ன நினைக்கும் என்ற பயத்தினால்தான் நான் இதைச் செய்யவேண்டி நேர்ந்தது.' ஒவ்வொரு நாட்டிலும் அந்தந்த நாட்டுச் சட்டதிட்டங்கள் இருக்கலாம். ஆனால் மனிதன் சட்ட திட்டங்களைப் பார்க்கிலும் சமுதாயக் கட்டுப்பாடுகளுக்குத்தான் அதிகம் பயப்படுகிறான். ஆதியிலிருந்து அதுவே அவனை வழிநடத்தியிருக்கிறது.

சினுவா ஆச்சிபி என்ற நைஜீரிய எழுத்தாளர் எழுதிய புகழ்பெற்ற நாவல் Things Fall Apart. அதைப் படித்தபோதும் இப்படித்தான் ஓர் இடத்தில் திடுக்கிடல் ஏற்பட்டது. ஒக்கொங்வோ ஒரு மல்யுத்த வீரன். அவனுடைய ஊரில் அவனுக்கு நல்ல மதிப்பும் மரியாதையும் இருந்தது. இரண்டு கிராமங்களுக்கு இடையில் ஏற்பட்ட பகை முற்றாமல் தடுக்க ஒரு கிராமம் மற்ற கிராமத்துக்கு ஒரு பையனை பணயமாகத் தருகிறது. அந்தப் பையனின் பெயர் இக்மெஃபுனா. அவனை மல்யுத்தவீரன் ஒக்கொங்வோ தன் மகனைப்போல வளர்க்கிறான். அவன் மேல் நிறையப் பிரியம் கொள்கிறான். மூன்று வருடங்களுக்கு பின்னர் ஒருநாள் கிராமத்துப் பெரியவர்கள் பையனைக் கொலை செய்ய முடிவு செய்கின்றனர். ஒக்கொங்வோ அந்த முடிவை எதிர்ப்பான் என்று நினைத்தால் அவனும் வேறு வழி இல்லாமல் ஊருடன் ஒத்துப்போகிறான். ஊர்மக்களுடன் சேர்ந்து மகனைக் கொல்ல காட்டுக்கு அழைத்துச் செல்கிறான். காட்டு விளிம்பில் இக்மெஃபுனா நடந்துகொண்டிருக்கும்போதே ஒருவன் பின்னாலிருந்து அவனைக் கத்தியால் வெட்டுவான். இக்மெஃபுனா 'தந்தையே என்னை இவர்கள் கொல்கிறார்கள்' என்று கதறுவான். ஒக்கொங்வோ ஓடிவருவான், அவனைக் காப்பாற்றுவதற்கு அல்ல, அவனும் கத்தியை எடுத்து வெட்டி பையனைச் சாய்க்கிறான். 'கோழை என்ற பழிச் சொல்லுக்கு ஆளாகக் கூடாது. ஊரார் என்ன நினைப்பார்கள்' என்ற எண்ணம்தான் ஒக்கொங்வோவை நிறைத்திருக்கிறது.

குறுந்தொகையில் ஒரு பாடல். வேப்பம்பூ பூக்கும் காலம் வரும்போது நான் திரும்புவேன் என்று சொல்லிவிட்டுச் சென்ற தலைவன் திரும்பவில்லை. ஊர் பெண்களின் நாக்குகள் வம்பு பேசுகின்றன; அவளை இகழ்கின்றன. வசை பாடுகின்றன. பிரிவினால் அவள் படும் வேதனையிலும் பார்க்க இந்த இம்சையைத்தான் அவளால் தாங்கமுடியாமல் போகிறது. புலவர் அங்கே ஓர் உவமை தருகிறார். ஏழு நண்டுகள் கால்களால் அத்திப்பழத்தை மிதித்தது போல இந்தப் பெண்களின் நாக்குகள் அவளைத் துன்புறுத்தின. பாடலை திரும்பத் திரும்பப் படிக்க வைத்தது இந்த உவமைதான். ஏழு நண்டுகள், *56* சிவந்த கால்கள் அத்திப்பழத்தை உழக்கி சிதைக் கின்றன. ஊர்ப்பெண்களின் சிவந்த நாக்குகள் அவளைப் புண்படுத்து கின்றன. பாடலில் ஓர் இடத்தில்கூட அவள் பிரிவின் வேதனை சொல்லப்படவில்லை. அவள் வேதனை எல்லாம் ஊராருடைய நாக்குகள்தான்.

கருங்கால் வேம்பின் ஒண்பூ யாணர்
என்னை இன்றியும் கழிவது கொல்லோ
ஆற்றயல் எழுந்த வெண்கோட்டு அதவத்து

எழுகுளிர் மிதித்த ஒருபழம் போலக்
குழையக் கொடியோர் நாவே
காதலர் அகலக் கல்லென்று அவ்வே.
குறுந்தொகை – 24 பாடியவர் பரணர்.

Translation by A.K. Ramanujan

What she said

it looks as if the summer's glowing

new blossom on the dark neem tree

will not stay for his coming.

These cruel women's tongues

are working on me,

and now that he is gone,

grinding me to paste

like the one fig

of the white tree by waterside,

trampled on by seven ravenous crabs.

உலகத்தின் மிகப் பயங்கரமான ஆயுதம் ஊரார் வாய்.

விஞ்ஞானியும் கவியும்

‘நீங்கள் ஒரு விஞ்ஞானியா?’ என்றார் ரொறொன்ரோவின் பிரபலமான கவி.

‘அப்படித்தான் சொல்கிறார்கள்’ என்றார் விஞ்ஞானி.

‘நான் மிகப் பெரிய சோகத்தில் இருக்கிறேன்.’

‘அப்படியா?’

‘என் மலைப்பாம்பு சாகப் போகுது’ என்று சொல்லி கவி விம்மத் தொடங்கினார்.

இந்த சம்பாசணையைக் கேட்டு மற்றவர்கள் திரும்பிப் பார்த்தார்கள். ரொறொன்ரோவின் சீலி மண்டபத்து வரவேற்புப் பகுதியில் இது நடந்தது. சனிக்கிழமை, ஜூலை 17, 2010 மாலை. இன்னும் சிறிது நேரத்தில் தமிழ் இலக்கியத் தோட்டத்தின் விருது வழங்கும் விழா ஆரம்பமாகவிருந்தது. சுற்றியிருந்த பார்வையாளர் கள் இவர்களை ஆச்சரியத்துடன் பார்த்தனர். கவியின் உயரம் 5 அடி 7 அங்குலம். விஞ்ஞானியின் உயரம் 6 அடி. ஆனால் கவியும் விஞ்ஞானியும் ஒரே உயரத்தில் நின்று உரையாடியது அதிசயமாகப் பட்டது. காரணம் கவிஞர் ஐந்து கிளாஸ் வைன் குடித்திருந்தார். ஒரு கிளாசுக்கு ஓர் அங்குலம் அவர் உயருவார் என்பது கணக்கு. அவர் கையில் நீண்ட காம்பு வைத்த வட்டமான கிளாசில் பானம் இருந்தது. விஞ்ஞானியின் கையிலும் அதே மாதிரியான கிளாசில் வெள்ளை வைன் இருந்தது. செயற்கை வெளிச்சத்தில் பொன்னை உருக்கி வார்த்திருப்பதுபோல பானம் மினுங்கியது.

‘என்ன சொன்னீர்கள், மலைப்பாம்பா?’

‘அதுதான் சொன்னேனே, மலைப்பாம்புதான்.’

‘அதற்கு என்ன பிரச்னை?’

‘என்னுடைய வளர்ப்புப் பிராணி. நாலு வருடமாக வளர்க்கிறேன், ஆனால் அது சாப்பிடுவதில்லை.’

‘கவலை வேண்டாம். அது பசியெடுக்கும்போது சாப்பிடும்.’

கவிக்கு ஏதோ சந்தேகம். தலையைப் பக்கவாட்டில் கிடுகிடு வென்று ஆட்டி விஞ்ஞானியைப் பார்த்தார்.

'அது சாப்பிடவில்லை என்று சொல்கிறேனே, ஒரு மாதமாகச் சாப்பிடவில்லை. என்னுடைய மலைப்பாம்பு சாகப்போகுது'

என்று மறுபடியும் அழத்தொடங்கினார்.

'அது என்ன வகை மலைப்பாம்பு?'

'பாம்புவகைதான். நீளமாயிருக்கும். என்னாலே அதை தனிய தூக்கமுடியாது, மூன்று பேர் வேணும். சுருண்டு சுருண்டு வாலின்மேல் படுத்திருக்கும்.'

மறுபடியும் கவிக்கு சந்தேகம் வந்துவிட்டது. கிட்ட வந்து விஞ்ஞானியை உற்றுப் பார்த்துவிட்டுக் கேட்டார்.

'உங்களுக்குத் தமிழ் தெரியுமா?'

'இலங்கைத் தமிழ் தெரியும். இந்தியத் தமிழ் தெரியும். இப்பொழுது தான் ரொறொன்ரோ தமிழ் படித்து வருகிறேன்.'

'நல்லது, நல்லது. அப்ப சரி. எங்கை விட்டனான்?'

'வாலில் விட்டீர்கள்.'

'மிருக வைத்தியரிடம் போனேன். அவர் என்ன சொன்னார் தெரியுமா?'

'சொன்னால் தெரியும்.'

அவர் சொன்னார் என்னுடைய பாம்பு வேண்டுமென்றே பட்டினி கிடக்கிறதாம். அது ஆகப் பெரிய பசியை உண்டாக்கப் பார்க்கிறதாம். என்னைச் சாப்பிட்டு தன் பசியைப் போக்க திட்டம் போடுகிறதாம்.

விஞ்ஞானி ஓர் அடி பின்னுக்கு நகர்ந்தார்.

கவி பொருட்படுத்தவே இல்லை. வாளை உருவுவதுபோல தன் செல்பேசியை வெளியே எடுத்து தன்னைத்தானே ஒரு படம் எடுத்துக் கொண்டார்.

'உங்களைச் சந்தித்த முக்கியமான நாளை என்றைக்கும் நினைவில் வைக்க இந்தப் படம். எங்கே போகிறீர்கள்? நீங்கள் பெரிய விஞ்ஞானி. இதற்கு ஒரு தீர்ப்பு சொல்லாமல் போகக் கூடாது.'

விஞ்ஞானி தன் கிளாசில் இருந்த மீதமான வைனை கவியின் கிளாசில் ஊற்றிவிட்டு மறைந்தார். கவி தன் கிளாசைப் பார்த்தார். அது நிரம்பியிருந்தது.

'யாரோ என்னுடைய வைனை குடித்துவிட்டார்கள்' என்று புலம்பினார்.

அதைக் கேட்க ஒருவரும் இல்லை. தமிழ் இலக்கியத் தோட்டத்தின் கூட்டம் ஆரம்பமாக எல்லோரும் அங்கே போய் விட்டார்கள்.

◈

மறக்கமுடியாத ஆசிரியர்கள்

மனித வாழ்க்கை என்பது மறதியை நோக்கிய பயணம்தான். வயதுகூடக்கூட மறதியும் கூடும். உலகப் பிரசித்தமான விஞ்ஞானி கலீலியோ தன் முதிய வயதில் தான் எழுதிய விஞ்ஞான சித்தாந்தங் களை தனக்கு முன்னால் பரப்பிவைத்து புரியாமல் பார்த்துக் கொண்டே இருப்பாராம். எல்லாமே அவருக்கு மறந்துவிட்டது. என்னைப் படிப்பித்த ஆசிரியர்களில் பலரை நான் மறந்துவிட்டாலும் சிலருடைய நினைவுகள் இடைக்கிடை எழும். அமிர்தலிங்கம் மாஸ்ட ருடைய நினைவும் அப்படித்தான். முறம்போல செருப்பும், மூக்குப் பொடி பட்டையும் இவருடைய அடையாளங்கள். காலையில் வெள்ளையாக இவர் கையில் காட்சியளிக்கும் கைக் குட்டை மாலையில் பழுப்பு நிறமாகிவிடும். ஆங்கிலக் கவிதைகளைப் பாடமாக்கி இவரிடம் ஒப்பிக்கவேண்டும். இவருக்குப் பிடித்த பாடல் Under a spreading chestnut tree. எங்கேயோ தூரதேசத்திலிருந்து ஒரு வெள்ளைக்காரன் பாடி வைத்தது. எப்படித்தான் இரவிரவாகக் கண் விழித்துப் பாடமாக்கினாலும் மாஸ்டருக்குமுன் போய் நின்றவுடன் ரத்தமெல்லாம் தண்ணியாகிவிடும்; வாயைத் திறந்தால் காற்றுத்தான் வரும். வெளி விறாந்தையில் முழங்கால் வலிக்க முட்டுக்காலில் நிற்கவேண்டும். 'அது என்ன சேர் chestnut tree? மாமரம்போல இருக்குமா?' என்று கேட்டால் பிடிக்காது. பிரம்பு மரம்போல இருக்கும் என்று பிரம்பை எடுத்துக் காட்டுவார்.

அந்தக் காலத்தில் எல்லா ஆசிரியர்களும் மாணவர்கள் மனப் பாடம் செய்யவேண்டும் என்றே எதிர்பார்த்தார்கள். சரித்திரம், விஞ்ஞானம், கணிதம், பூமிசாஸ்திரம் என ஒன்றுக்குமே விதிவிலக் கில்லை. 'புல்லர்' என்று ஓர் ஆசிரியர், அவருடைய உண்மையான பெயர் மறந்துவிட்டது. பள்ளிக்கூடத்திலேயே ஆக நீளமான கம்பு அவரிடம்தான் உண்டு. மேசையில் துள்ளி ஏறி அக்கிராசினர்போல அமர்ந்தவாறே கடைசி வாங்கு மாணவனை அவரால் எட்டி

அடிக்கமுடியும். அவருடைய திட்டம் படிப்படியான சித்திரவதை. நாளுக்கு மூன்று திருக்குறள் பாடமாக்கச் சொல்வார்.

செல்லிடத்துக் காப்பான் சினங் காப்பான் அல்லிடத்துக்
காக்கினென் காவாக்கால் என்.

எங்கே கோபம் செல்லுமோ அங்கே அதைக் காக்கவேண்டும் என்பது பொருள். இதை மனனம் செய்யவில்லை என்பதற்காகத்தான் என்னைப் போட்டு அடித்தார். அடிப்பாரே ஒழிய அந்தக் குறள் என்ன சொல்கிறது என்பதைப் பார்ப்பதில்லை. சனி, ஞாயிறு ஓய்வாக இருக்கலாம் என்றால் இரண்டு நாளுக்கும் சேர்த்து ஆறு திருக்குறள் சொல்லவேண்டும். 'கொக்கொக்க' என்று தொடங்கும் ஒரு திருக்குறள். நான் அதை இப்படி ஒப்பித்தேன்.

கொக்கொக்க கூம்பும் பருவத்து மற்றதன்
கொத்தொக்க சீர்த்த இடத்து.

இதற்கும் அடி விழுந்தது. 'குத்தொக்க சீர்த்த இடத்து' என்பது தான் சரி. 'குருவி கொத்தும், கொக்கு கொத்தாது, குத்தும். மீனை அது செங்குத்தாகக் குத்திப் பிடிக்கும்' என்று அந்த ஆசிரியர் விளக்கம் சொல்லித் தரவில்லை; முப்பது வருடங்களுக்குப் பிறகு நானாகக் கண்டுபிடித்ததுதான்.

தில்லைநாதர் என்ற ஆசிரியர் என்னுடைய ஆகச்சின்ன வயதில் படிப்பித்தார். வெள்ளை வேட்டி, வெள்ளைச் சட்டை அங்கவஸ்திரம் அணிந்திருப்பார். ஆற்றிலே இறங்கப் போவதுபோல வேட்டியை சற்றுத் தூக்கிப்பிடித்துக்கொண்டு பிள்ளைத்தாய்ச்சி போல அசைந்து அசைந்து நடப்பார். வகுப்பு மணி அடித்து ஐந்து நிமிடம் கழித்துத்தான் வருவார். இவர் அடிப்பது கிடையாது, ஆனால் புதுவிதமான தண்டனைகளை உண்டாக்குவார். எங்கள் பாடப் புத்தகத்தில் இரட்டைப் புலவர் பாடல்கள் இருந்தன. இவர்கள் சோடியாகவே பயணம் செய்வார்கள். ஒருவர் முதல் இரண்டு அடிகளைப் பாட மற்றவர் கடைசி இரண்டு அடிகளையும் பாடி முடிப்பார். அப்படி அவர்களுக்கிடையில் ஓர் ஏற்பாடு. எங்கள் வேலை அவற்றை மனனம் செய்வது. ஒருநாள் இரட்டையரில் ஒருவர் ஆற்றிலே தன் கந்தல் ஆடையைத் தப்பியபோது அது ஆற்றோடு போய்விட்டது.

ஆற்றிலே தோய்த்து அடித்தடித்து நாளுமதை
தப்பினால் நம்மை அது தப்பாதோ.

என்று அவர் பாட மற்றவர் இப்படி முடித்தார்.

இப்புவியில் - ஆனாலும் கந்தை அதிலும் ஓராயிரம் கண்
போனாலும் போச்சென்ன போ.

இந்தப் பாடலை அன்று வகுப்பில் பாடமாக்காதது இரண்டே பேர்தான். ஒன்று நான்; மற்றது ஜெகராஜசிங்கம். மனனம் செய்யும் வேலையில் நாங்களும் கிட்டத்தட்ட இரட்டைப்புலவர் போலத்தான். அவன் முதல் இரண்டு அடியை மறந்துவிடுவான்; நான் கடைசி இரண்டு அடியை பாடமாக்க மறந்துவிடுவேன். வகுப்பில் வேப்ப மரத்தில் செய்த புது அலமாரி வந்து இறங்கியிருந்தது. வகுப்பு முடியுமட்டும் ஆசிரியர் எங்களை அலமாரியில் வைத்துப் பூட்டி விட்டார். இப்பொழுது நினைத்துப் பார்த்தால் பெரிய தண்டனை யாகத்தான் தோன்றுகிறது. ஆனால் அது மிகச் சாதாரணம். என் வீட்டிலேகூட ஒன்றும் சொல்லவில்லை. இன்னும் கூடிய தண்டனை யாகக் கொடுத்திருக்கலாம் என்று ஐயா அபிப்பிராயப்பட்டார். படிப்பென்றால் மனனம் செய்வது என்ற எண்ணம் தீவிரமாகப் பரவியிருந்த காலம் அது. யார் வகுப்பில் அதிகமாக மனனம் செய்யும் திறமை பெற்றிருக்கிறாரோ அவரே கெட்டிக்காரர்.

எங்களுக்கு ஒரு சங்கீத ரீச்சர்கூட இருந்தார். அவர் இரண்டாம் உலகப்போர் முடிந்தபிறகு சிங்கப்பூரிலிருந்து வந்தவர்; எஸ்.என்.சரஸ்வதி என்று பெயர். எங்கள் கிராமத்தாரை ஆச்சரியப் படவைக்கும் சதுரமான கண்ணாடி அணிந்து, சிங்கப்பூர் ஸ்டைலில் சேலை கட்டி, அழகான தோற்றமுடன் இருப்பார். இனிமையான குரலில் பாடுவார். காலை மாலை எப்பொழுது பார்த்தாலும் அப்பொழுதுதான் புகைப்படத்துக்கு தயாரானதுபோல மெல்லிய ஒப்பனையில் காணப்படுவார்.

முதல் நாள் முதல் வகுப்பில் தியாகராஜருடைய கீர்த்தனை ஒன்றை எடுத்த எடுப்பில் சொல்லித் தந்தார். ‘ஸரஸ சாமதான பேத தண்ட சதுர’ என்று அது தொடங்கும். ஆங்கிலத்தில் கவிதை பாட மாக்கிக் களைத்து, தமிழ்ப் பாடல்களை பாடமாக்கி களைத்திருந்த எனக்கு தெலுங்கிலும் மனப்பாடம் செய்யவேண்டிய கட்டாயம். ஒரு தவணை முழுக்க அவர் என்னைப் படிப்பித்தார். அப்படியும் பழக்கப் படாத என் மூளைக்குள் தெலுங்கு ஏறச் சம்மதிக்கவில்லை.

சமீபத்தில் கனடாவில் ஒரு திருமண விருந்தில் இங்கிலாந்தி லிருந்து வந்து கலந்துகொண்ட என்னுடைய சங்கீத குருவைச் சந்தித்தேன். அதே சதுரமான கண்ணாடி, அதே இனிமையான குரல். ‘என்னை ஞாபகமிருக்கிறதா?’ என்று கேட்டேன். ஒருநிமிடம் கூட யோசிக்காமல் இல்லை என்றார். ‘ஸரஸ சாம’ என்று தொடங்கும் தியாகராஜருடைய கீர்த்தனையின் பல்லவியை காபிநாராயணி ராகத்தில் அத்தனை சனங்களின் முன்பும் பொய்க் குரலில் பாடிக் காண்பித்தேன். எனக்குப் பின்னாலிருந்த நாற்காலி திடீரென்று பாடத் தொடங்கியதுபோல ஸ்தம்பித்துப்போய் நின்றார். என் முகத்தை ஞாபகத்துக்குக் கொண்டுவர முயன்று முயன்று தோற்றார். திருமண விருந்து முடிவுக்கு வரும்வரை நான் யார் என்பதை அவருக்குச்

சொல்லவில்லை. ஒரு வஞ்சம் தீர்ப்பதில் உள்ள இன்பம் ஈடு இணையற்றது.

எங்கள் பள்ளிக்கூடத்தில் படித்த சகல மாணவரையும் கலங்க வைத்த ஓர் ஆசிரியர் இருந்தார். அவருடைய பெயர் எம்.எஸ். நேரசூசிகையை விளம்பரப் பலகையில் ஒட்டியதும் மாணவர்கள் ஓடிப்போய் முதலில் பார்ப்பது எம்.எஸ் ஏதாவது பாடம் எடுக்கிறாரா என்பதுதான். அவர் பாடம் எடுக்கும் வகுப்பர்களைப் பார்த்து ஏனைய மாணவர்கள் ஆறுதல் சொல்வார்கள். குதிரை மேலிருந்து பார்ப்பது போலத்தான் அவர் மாணவரைப் பார்ப்பார். அவர் எங்களுக்கு பூமிசாஸ்திரம் பாடம் எடுத்தார். பிழைகள் பொறுக்க மாட்டாதவர். அவர் வகுப்பை தொடங்க முன்னர் பட்டினத்தாருடைய 'கல்லாப் பிழையும், கருதாப் பிழையும்' பாடலை முழுதாக மனத்துக்குள் ஒருமுறை சொல்லிக்கொள்வேன்.

ஆங்கிலக் கவிதை, தமிழ் கவிதை, தெலுங்குக் கீர்த்தனை என்று பாடமாக்கச் சொன்னால் கொஞ்சம் முயன்று பார்க்கலாம். ஆனால் எம்.எஸ் வரைபடத்தை மனனம் செய்யச் சொல்லுவார். வெண் கட்டியை எடுத்து உலக வரைபடத்தை கரும்பலகையில் கையெடுக் காமல் வரைவார். இலங்கையின் ஆகத் தெற்குப் புள்ளி தேவேந்திர முனை. அதிலேயிருந்து ஒருவர் தெற்குப் பக்கமாக நேராகப் போனால் சரியாக தென்துருவத்துக்குப் போய்விடலாமாம். அதைக் கீறியும் காட்டுவார். உலகத்தில் எத்தனை நாடுகள் இருக்கின்றன, அத்தனை யையும் நினைவில் வைக்கவேண்டும். அட்சரேகை, தீர்க்கரேகை, கண்டங்கள், சமுத்திரங்கள், நாடுகள், கடல்கள், மலைகள், ஆறுகள், நகரங்கள் என்று முடிகின்ற காரியமா? எங்களை ஒவ்வொருவராக அழைப்பார். பால்குத்த வந்தவனிடம் போவதுபோல நாங்கள் அரக்கி அரக்கி போவோம். அவருடைய வரைபடத்தில் அவர் சொல்லும் இடங்களை நாங்கள் தொட்டுக் காட்டவேண்டும். 'அந்தமான் நிக்கோபார்' என்பார். திரும்பி மானைத் தேடும்போது தண்டனை ஆரம்பித்துவிடும்.

வந்தியத்தேவன் பனை இலச்சினை மோதிரத்தை எடுப்பதுபோல அன்பொழுகக் கதைத்தபடி தன் விரலில் இருந்த மோதிரத்தைக் கழற்றி அடுத்த கைவிரலுக்கு மாற்றுவார். குட்டு விழப்போகிறது. இவர் குட்டினால் பள்ளத்தில் ஒரு பட்டை தண்ணீர் நிற்கும் என்பது ஐதீகம். இடிபோல குட்டு இடப்பக்கம் இறங்கும். அன்றுவரை இடப்பக்க மூளையில் சேகரமாயிருந்த தகவல் எல்லாம் வலப் பக்க மூளைக்கு மாறிவிடும்.

இவரை நான் மன்னித்துவிட்டேன். கடைசி வரைக்கும் மன்னிக்க முடியாத ஓர் ஆசிரியர் இருந்தார். அவர் பெயர் ஹென்ஸ்மன். இவர் எங்களுக்கு வேதியியல் பாடம் எடுத்தார். வேதியியல் முழுக்க

சமாந்திரங்கள் நிறைந்திருக்கும். ஆனால் இவர் அவற்றை நாங்கள் பாடமாக்கவேண்டும் என்று சித்திரவதை செய்வதில்லை. நாங்கள் வணக்கம் சொல்லிவிட்டு உட்கார்ந்ததும் மனிதர் நடந்துகொண்டே வாயைத் திறந்து பேசத் தொடங்குவார். வார்த்தைகள் சங்கிலிக் கோர்வையாக விழும். வகுப்பின் கடைசியில் போய் நின்று பேசும் போது வார்த்தைகள் பின்னாலிருந்து முன்னுக்கு வரும். ஒன்றுமே புரியாது. அது நல்ல வசதியாக இருந்ததால் நாங்கள் எங்கள் பாட்டுக்கு ஏதாவது செய்து நேரத்தை உபயோகமாகக் கழிப்போம்.

ஒரு தடவை என் கையில் கல்கி தீபாவளி மலர் கிடைத்தது. அது ஒரு பொக்கிஷம்போல. ஒன்றேகால் அடி நீளம், ஓரடி அகலத்தில் தொக்கையாக இருக்கும். மத்தியானம் நல்லாகச் சாப்பிட்டிருந்தால் ஒழிய அதைத் தூக்க முடியாது. 20 பேர் படித்து முடித்த பிறகு அது என்னிடம் வந்திருந்தது. எனக்குப் பிறகு இன்னும் 20 பேர் காத்துக் கொண்டிருந்தார்கள். இரவல் வாங்கிய தீபாவளி மலரை நான் வீட்டாருக்குத் தெரியாமல் எடுத்து வந்திருந்தேன். பெரிய பெரிய எழுத்தாளர்கள் எல்லாம் எழுதியிருந்தார்கள். வழுவழுப்பான காகிதம்; அற்புதமான படங்கள். அன்று ஹென்ஸ்மன் மாஸ்டர் பிராண வாயு பற்றிப் பிரசங்கம் செய்துகொண்டிருந்தார். நான் மேசைக்குக் கீழே தீபாவளி மலரை விரித்து வைத்து அடுத்த நிமிடம் பிராணன் போய்விடக்கூடும் என்பதுபோல ரகஸ்யமாகப் படித்துக் கொண்டிருந் தேன். அதை ஹென்ஸ்மன் மாஸ்டர் எப்படியோ தன் சஞ்சாரத்தில் கண்டு பிடித்து மலரை பறித்துக்கொண்டு போய்விட்டார். எவ்வளவு கெஞ்சியும் திருப்பித் தரவில்லை. அடுத்த தீபாவளி வந்தபோதுகூட அது திரும்ப என் கையில் கிடைக்கவில்லை. என்றைக்கும் எந்தத் தீபாவளி மலரை எங்கே கண்டாலும் ஹென்ஸ்மன் மாஸ்டரின் ஞாபகம் எனக்கு வராமல் போவதில்லை.

இரட்டைப்புலவர் இருந்ததுபோலவே எங்கள் பள்ளிக்கூடத்தில் இரட்டை ஆசிரியைகளும் இருந்தார்கள். இருவருக்கும் வயது 19, 20 இருக்கும். ஒரே மாதிரி மடிப்பு வைத்து, ஒரே கலரில் சேலை உடுத்தி வருவார்கள். சுகிர்தம் ரீச்சரின் முகம் முட்டை வடிவில் இருக்கும்; ஞானாம்பிகை ரீச்சரின் முகம் கோணங்களால் உருவானது. இருவரும் மான்குட்டிகள்போல துள்ளித்துள்ளி படியேறுவார்கள்; எப்ப பார்த்தாலும் ஒன்றாகவே திரியும் அவர்கள் ஒன்றே ஒன்றில் மட்டும் வித்தியாசப் படுவார்கள். சுகிர்தம் ரீச்சர் வாயை கையினால் மறைத்து களுக் என்று ஒரு ஸ்வரத்தில் சிரிப்பார். ஞானாம்பிகை ரீச்சர் விழுந்து விழுந்து நீளமாகச் சிரிப்பார்.

சுகிர்தம் ரீச்சர் எங்களுக்கு சரித்திரம் படிப்பித்தார். ஒரு நாட்டின் சரித்திரம் அதை ஆண்ட அரசர்களின் சரித்திரம்தான் என்று நினைத்த யாரோ எழுதிய புத்தகம். இந்தப் புத்தகத்தில் நிறைய

அரசர்கள் வந்துவந்து போவார்கள். போர் புரிந்து அடுத்தவர் ராச்சியத்தை கைப்பற்றுவார்கள். தோற்றால் ஓடிப்போய் குகைகளில் ஒளிந்துகொள்வார்கள். மலையைப் பிடித்து கோட்டை கட்டுவார்கள். அதற்குமுன் தகப்பனைக் கொன்று சுவருக்குள் புதைத்து வைக்க மறக்கமாட்டார்கள். ராணியும் சும்மா இருப்பதில்லை. நிறையப் புருசர்களை அடுக்கடுக்காக நஞ்சு வைத்துக் கொல்லுவாள். பொலநறுவையைப் பிடித்து தமிழர்களைத் துரத்துவார்கள்; பின்னர் தலைநகரத்தை மாற்றுவார்கள். போர் எல்லாம் முடிந்து ஒன்றும் செய்ய இல்லாவிட்டால் குளங்கள் வெட்டுவார்கள். முடிகிற காரியமா? இவர்கள் வென்ற தேதிகள், தோற்று குகையைப் பிடித்த தேதிகள், நஞ்சுவைத்துக் கொன்ற புருசர்களின் எண்ணிக்கை, வெட்டிய குளங்களின் பெயர்கள், வெட்டாத கால்வாய்களின் பெயர்கள் எல்லாத்தையும் நினைவில் வைக்க வேண்டும்.

எந்தவொரு புதுவகுப்புக்குப் போனாலும் நான் வழக்கப்படி என் பெயரை மேசையின் மூலையில் கூரிய ஆயுதத்தால் எழுதி வைத்து விடுவேன். சம்பந்தர் தன்னுடைய தேவாரங்களில் 'சிவஞானசம்பந்தன் சொன்ன இம்மாலையீரைந்தும்' என்று ஞாபகமாகத் தன் பெயரைப் பாடி வைப்பதுபோல நானும் வருங்கால சந்ததியினருக்காக என் பெயரை செதுக்கியிருப்பேன். உலகத்திலே மேசை இருக்கும்வரை என் பெயரும் நிலைக்கும். அத்துடன் நிற்காமல் சரித்திர பாடத்தில் முக்கியமாக படித்த தேதிகளையும் செதுக்கி வைத்திருப்பேன். ஆனால், சோதனை அன்று மேசைகளை மாற்றி வைத்துவிட்டபடியால் சரித்திரத்தில் நூற்றுக்கு நூறு மதிப்பெண் பெறும் என் முயற்சி தோற்றது. அதைத் தெரிந்தே சுகிர்தம் ரீச்சர் செய்தார் என்று நினைக்கிறேன். நான் இல்லாத சமயமாகப் பார்த்து கையினால் வாயை மூடி களுக் என்று சிரித்தாலும் சிரித்திருப்பார்.

ஞானாம்பிகை ரீச்சர் படிப்பித்தது கேத்திர கணிதம். கோணங்களாலான முகம்கொண்ட அவர் கேத்திர கணிதம் படிப்பித்தது மிகப் பொருத்தமானதுதான். இரண்டு சம அளவான பக்கங்களைக் கொண்ட முக்கோணத்தை சரி பாதியாகப் பிளந்து உண்டாக்கும் இரண்டு முக்கோணங்களும் சமம் என்று நிரூபிக்கச் சொல்வார். அதை ஏன் நிரூபிக்க வேண்டும்? பார்த்தவுடனேயே தெரிகிறது. நிரூபணத்தைக் கடுமையாக யோசித்து எழுதிக்கொண்டு போனால் பென்சிலைக் கடித்துக்கொண்டு நான் எழுதியதைப் படித்துப் பார்த்துவிட்டு 'உன்னுடைய மூளை நான் சொல்லித் தாறதை உடனுக்குடன் மறந்துவிடுகிறது' என்று சொல்லி என் தலையில் என்னுடைய கொப்பியாலேயே செல்லமாக ஒரு தட்டுத் தட்டி அனுப்பிவிடுவார்.

எங்கள் வகுப்பில் இரண்டே இரண்டு பெண்கள்தான். அதில் ஒருத்தியின் பெயர் வாகேஸ்வரி. பல்லிபோல ஒல்லி உடம்பு.

கணுக்காலைத் தொடாமல் கட்டையாகிவிட்ட ஒரே பாவாடையை தினம் அணிந்து வருவாள். சுபாஷ் கஃபேயில் ஒன்றுக்குமேல் ஒன்றாக உயரமாக அடுக்கிவைத்திருக்கும் கழுவாத கோப்பைகள் போல எந்த நேரமும் விழுந்துவிடலாம் என்பதுபோல அசைந்தபடி நிற்பாள். இவள் கேத்திர கணிதத்தில் கெட்டிக்காரி. கொப்பியில் மூக்கு தொடுகிறமாதிரி குனிந்து கணக்கை எழுதிவிட்டு கொப்பியைத் தூக்கிக்கொண்டு ரீச்சரிடம் முதலில் ஓடுவது இவள்தான். வாயில் விரல் வைத்து விசில் அடிப்பதுபோன்ற கீச்சுக்குரலில் இவள் கதைக்க, ரீச்சர் இவளை மகிமைப் படுத்துவார். எங்களால் பொறுக்கமுடியாமல் போகும்.

ஒருநாள் எப்படியும் வாகேஸ்வரியைத் தோற்கடிக்கவேண்டும் என்று வேகமாகக் கணக்கைப் போட்டேன். எங்கள் வகுப்பறை தரையில் மணல்தான் இருக்கும். என்னுடைய பென்சில் தேய்ந்து தேய்ந்து ஆட்டுப் புழுக்கை சைசுக்கு வந்துவிட்டது. இரண்டு விரல் களால் தந்திரமாகப் பிடித்தால்தான் எழுதமுடியும். அவசரத்தில் எழுதும்போது பென்சில் மணலில் விழுந்து, விழுந்த கணமே மறைந்துவிட்டது. எவ்வளவு தேடியும் கிடைக்காததால் தொடங்கிய கணக்கை நான் முடிக்கவில்லை. அன்று ஞானாம்பிகை ரீச்சர் கோபம் வந்து என்னுடைய வெறும் கொப்பியில் இரண்டு கோடுகள் குறுக்காகக் கீறியது இன்றைக்கும் நினைவில் நிற்கிறது.

அவருடைய ஞாபகம் சில வருடங்களுக்கு முன்னர் எனக்கு மீட்கப்பட்டது. நான் பாகிஸ்தானில் வேலை பார்த்துக்கொண்டிருந் தேன். ஒருநாள் விருந்திலே இளம்பெண் ஒருவரைச் சந்தித்தேன். அவர் உலக வங்கியில் அதிகாரியாகப் பணியாற்றினார்; பெயர் ஜீவா என்று சொன்னார். அவருடைய வாழ்க்கையைப் பின்னோக்கித் தள்ளிக் கொண்டு போனதில் அவர் ஞானாம்பிகை ரீச்சரின் மகள் என்பது தெரிய வந்தது. 'உங்களுடையை அம்மா கண்டிப்பான ஆசிரியை' என்று சொன்ன நான் மணலில் பென்சிலை தொலைத்த கதையைக் கூறிவிட்டு 'இன்றைக்கும் என்னுடைய பென்சில் அந்த மணலில் கிடக்கும்' என்றேன். மகள் நான் வேறு ஏதோ மொழியைப் பேசியதுபோல என்னையே பார்த்தார். பிறகு திடீரென்று விழுந்து விழுந்து பல ஸ்வரங்களில் சிரித்தார்.

Under a spreading chestnut tree பாடலை பாடமாக்கச் சொன்ன அமிர்தலிங்கம் மாஸ்டரை நினைவுக்குக் கொண்டுவரும் சம்பவம் சமீபத்தில் நான் பொஸ்டனுக்குப் போனபோது நிகழ்ந்தது. அங்கே ஒரு பாலத்தை லோங்ஃபெல்லோ பாலம் என்று அழைத்தார்கள். லோங்ஃபெல்லோ இளைஞனாக இருந்த காலத்தில் தன் காதலியைப் பார்க்க அந்தப் பாலம் வழியாக போய் வருவாராம். அந்த ஞாபகமாக பாலத்துக்கு அவர் பெயரைச் சூட்டியிருந்தார்கள். லோங்ஃபெல்லோ

வாழ்ந்த மாளிகையை இப்பொழுது மியூசியமாக மாற்றியிருக்கிறார்கள். இவருடைய பாடலைத்தான் நான் மணிக்கணக்காக உட்கார்ந்து மனப்பாடம் செய்திருக்கிறேன்.

Under a spreading chestnut & tree
The village smithy stands;
The smith, a mighty man is he,
With large and sinewy hands;
And the muscles of his brawny arms
Are strong as iron bands.

அவர் பாடிய செஸ்நட் மரத்தை வெட்டியபோது அந்த ஊர் குழந்தைகள் ஒரு சாய்வு நாற்காலியை அதே மரத்தில் செய்து லோங்ஃபெல்லோவுக்கு பரிசாகக் கொடுத்திருக்கிறார்கள். கவியும் தன் முதுமைக் காலத்தை கணப்பு அடுப்புக்கு முன் செஸ்நட் நாற்காலியில் சாய்ந்து உட்கார்ந்தபடியே கழித்தாராம்.

'இதுவா அந்த செஸ்நட் மரம்? பிரம்பு மரம்போல இல்லையே! அந்த மரத்தினால் செய்யப்பட்ட நாற்காலியா இது?' வழிகாட்டிப் பெண் இல்லாத சமயம் பார்த்து அந்த நாற்காலியில் நான் ஒரு நிமிடம் அமைதியாகச் சாய்ந்து கண்மூடி அமர்ந்து கொண்டேன். அறுபது வருடத்து முட்டுக்கால் வலி கொஞ்சம் ஆறியதுபோலப் பட்டது. கைவிளக்கு ஒளியில் தனிமையில் உட்கார்ந்து மொழி புரியாத பாடலை மனனம் செய்யும் ஒரு சிறுவனின் உருவம் தெரிந்தது. இரண்டு மொழிகளைக் கற்று, இரண்டு நாடுகளில் வசித்து, இரண்டு நூற்றாண்டுகளைப் பார்த்து விட்ட எனக்கு அந்தக் கணம் மறக்க முடியாததாகத் தோன்றியது. அந்தப் பாடலைப் பாடிய கவியையோ, மரத்தின்கீழ் நின்று நாள் முழுக்க வேலை செய்த கொல்லரையோ, அந்த நாற்காலியை செய்து கொடுத்த குழந்தைகளையோ அப்பொழுது நான் நினைக்கவில்லை. நான் நினைத்ததெல்லாம் அமிர்தலிங்கம் மாஸ்டரைத்தான்.

கைதட்டல் விழா

இம்முறை பொஸ்டனில் ஒரு பள்ளிக்கூட விழாவுக்குப் போயிருந்தேன். ஆறு வயதிலிருந்து பன்னிரண்டு வயதுக்கான பிள்ளைகளுக்கு நடத்தப்பட்ட கோடைக்கால பயிற்சி முடிவில் நடந்த விழா. சிறுவர்களும் சிறுமிகளும் தனித்தனியாகவும் குழுக்களாகவும் பாடினார்கள், ஆடினார்கள், நடித்தார்கள். இன்னும் பயிற்சியில் சிலர் பழகின வித்தைகளை செய்துகாட்டினார்கள். அந்தப் பிள்ளைகளின் பெற்றோரும் நண்பர்களும் ஆசிரியர்களும் கண்டு களித்தார்கள்.

ஒரு பயிற்சியாளர்தான் தொகுப்பாளினியாகக் கடமையாற்றினார். சற்று தொக்கையான பெண்மணி இந்த விழாவுக்காக விசேஷமாக அலங்கரித்து வந்திருந்தார். குறைந்தது ஒருமணி நேரமாவது எடுத்திருக்கும் தலையலங்காரம், முக ஒப்பனை, ஒருவித தோள் வாருமின்றி அவர் மார்புகளில் தானாகவே தொங்கும் நீண்ட ஆடை என நல்லாகத்தான் இருந்தார். ஆனால் அவர் மேடைக்கு வந்த சில நிமிடங்களிலேயே விழா எப்போது முடியும் என நினைக்க ஆரம்பித்து விட்டேன்.

ஒவ்வொரு வசனத்தையும் 'நல்லது ஆ ... ஆ .. ஆ' என்று ஆரம்பித்தார். 'இப்பொழுது 9 வயது ரேகன் வரப்போகிறார், அவருக்கு ஒரு கைதட்டல் கொடுங்கள்' என்றார். கொடுத்தோம். இவர் கோடைப்பயிற்சியில் உங்களுக்காகத் தயாரித்த இன்ன பாடலைப் பாடப்போகிறார். அதற்கு ஒரு கைதட்டல் என்று கேட்டார். கொடுத்தோம். இது போதாது. சும்மா இருக்கும் உங்கள் இரண்டு கைகளையும் மோத விடுங்கள் என்றார். விட்டோம். பாடல் முடிந்ததும் மீண்டும் ஒரு கைதட்டல் என்று கதை போனது.

ஒரு பெண்குழந்தை அதனிலும் பெரிய வயலினைத் தூக்கிக் கொண்டு வந்து மேடையிலே நின்றது. அது போகமுன்னர் ஆறு கைத்தட்டல்களைப் பெற்றுவிட்டது. எல்லாம் கேட்டுக் கிடைத்தது தான். பாராட்டியும் கெஞ்சியும் மிரட்டியும் கைதட்டல்களை வரவழைத்துக்கொண்டிருந்தார். இந்த நூற்றாண்டின் சிறந்த வயலின்

இசைக்கு இவ்வளவுதானா கைதட்டல். மீண்டும் தட்டினோம். ஆறுவயதுக் குழந்தைக்குத் தட்டுவது ஆறு மைல் தூரத்துக்குக் கேட்கவேண்டாமா? தட்டினோம். உங்கள் கைதட்டல் என்னிடம் வரமுன்னரே பாதி வழியில் மரித்துவிட்டது,

அன்று விழா முடியமுன்னர் 62 கைதட்டல்களை அந்த மண்டபம் கேட்டது. ஒரேயொருமுறை மாத்திரம் ஒரு சின்னக் குழந்தை வாய்ப்பாட்டு பாடி முடிந்ததும் எனக்குத் தானாகக் கை தட்டத் தோன்றியது. அந்தக் குழந்தை அவ்வளவு அழகாகப் பாடியது. ஆனால் கைதட்ட எனக்குத் தோன்றவில்லை. ஏற்கெனவே பலமுறை கைதட்டி கை புண்ணாகிப் போயிருந்தது. இப்படி கெஞ்சியும் மிரட்டியும் கைதட்டுப் பெறுவது எப்படி வந்தது என்று தெரியவில்லை.

சமீபத்தில் இந்திய டிவியில் ஒரு விழாக் காட்சி ஒளிபரப்பானது. தொகுப்பாளர் ஒரு பிரபல நடிகர். நிகழ்ச்சியின்போது கெஞ்சிக் கெஞ்சி சபையோரிடம் கைதட்டல்கள் வாங்கிக் கொண்டிருந்தார். ஒரு காலத்தில் சபையில் பிரசங்கம் நடக்கும் போது சபையினர் இடைக்கிடை ஆர்வத்தோடு கைதட்டுவார்கள். பாடகர் பாடி முடிந்ததும் கைதட்டுவார்கள். நடனம் சிறப்பாக நடந்து முடிந்ததும் அதற்கு ஒரு கைதட்டல். நாடகத்தில் ஒவ்வொரு சீனுக்கும் கைதட்டல் கிடைக்கும். இந்தக் கைதட்டல்கள் வேண்டிப் பெறுவதல்ல. கைதட்டலின் ஒலியை வைத்தே நிகழ்ச்சியின் வெற்றியை ஓரளவுக்கு தீர்மானித்துக் கொள்ளலாம். அந்த டிவி நிகழ்ச்சியை தொகுப்பாளர் தொகுத்ததைப் பார்த்தபோது இந்த அமெரிக்க கலாச்சாரம் இந்திய டிவியைத் தொட்டுவிட்டது தெரிந்தது.

நான் கல்லூரியில் படித்த சமயம் ஒரு வழக்கமிருந்தது. யாராவது வேண்டாத பேச்சாளர் மேடைக்கு வந்து அவர் பேச்சு அறுவையாக இருந்தால் நாங்கள் தொடர்ந்து நிறுத்தாமல் கைதட்டுவோம். ஆரம்பத்தில் பாராட்டு என்று நினைக்கும் பேச்சாளர், அவருடைய பேச்சை நிறுத்தச்சொல்லி கைதட்டுகிறோம் என்பதைப் புரிந்துகொண்டு பேச்சை நிறுத்திவிடுவார்.

அமெரிக்க தொகுப்பாளினி மேடையில் நின்றபோது இப்படி தொடர்ந்து கைதட்டினால் என்ன என்று தோன்றியது. அப்படிச் செய்திருந்தால் இந்தப் பெண் அதிக உற்சாகமாகி இன்னும் தொடர்ந்துகொண்டே போயிருப்பார். மார்புகள் தாங்கிப் பிடிக்கும் ஆடை இறங்கினாலும்கூட அவர் மேடையைவிட்டு இறங்கியிருக்க மாட்டார். அன்று 62 கைதட்டல்களோடு நாங்கள் நல்லகாலம் விடுபட்டு வீடு வந்து சேர்ந்தோம். வெகு சீக்கிரத்தில் யாராவது கைதட்டல் விழா எடுப்பார்கள்.

◈

பசிப்பிணி

ஆங்கில அகராதியை தனியாக முதன்முதலில் செய்தவர் சாமுவல் ஜோன்ஸன் என்பவர். அவர் சேக்ஸ்பியரால் ஆறு வசனங்களை ஒழுங்காக எழுத முடியாது. அதிலே ஏதாவது ஒரு பிழை இருக்கும் என்று சொல்வார்.

டி.எச். லோரன்ஸ் என்பவர் 'Lady Chatterley's Lover என்ற நாவலை எழுதினார். அதில் நிறைய கெட்ட வார்த்தைகள் இருந்ததால் அதை இங்கிலாந்தில் பதிப்பிக்க முடியவில்லை. ஆகவே அந்த நாவலை இத்தாலியில் வெளியிட்டார். 1960 களில் இங்கிலாந்து அந்தப் புத்தகத்தைப் போட அனுமதித்தது. நான் பல்கலைக்கழகத்தில் படித்த காலத்தில் அது வெளிவந்தது. பாடப் புத்தகங்களைப் படிப்பதை நிறுத்திவிட்டு எல்லா மாணவர்களும் அந்தப் புத்தகத்தையே ரகஸ்யமாகப் படித்தார்கள்.

ஒரு சீமாட்டிக்கும் அவரின் கீழ் வேலைசெய்யும் தோட்டக்கார னுக்கும் இடையில் ஏற்படும் காதலைச் சொல்வது இந்த நாவல். இந்த நாவலையும் இதை எழுதிய ஆசிரியரையும் பிடிக்காத ஒரு விமர்சகர் இப்படி எழுதினார். 'தோட்டக்கலை பற்றி அருமையாகச் சொல்லும் புத்தகம் இது. எப்படி தோட்டத்தைப் பராமரிப்பது, என்ன என்ன மரங்கள் நடவேண்டும், அவற்றை மாறும் கால நிலைக்கு ஏற்ப எப்படிப் பேணவேண்டும் போன்ற விவரங்கள் எல்லாம் கிடைக்கின்றன. வேண்டாத சில விசயங்களை நூலில் புகுத்திவிட்டதால் இந்த நாவலை முழுதாக அனுபவிக்க முடியாமல் போகிறது.'

படைப்பாளிகள் ஒருத்தரை ஒருத்தர் தாக்கி எழுதுவது ஒன்றும் புதியதல்ல. இந்தக் கலையில் தமிழ் இலக்கியப் படைப்பாளிகள் தேர்ந்தவர்கள். பழைய காலத்துப் புலவர்கள் இன்னும் கொடுமைக் காரர்களாக இருந்தார்கள். அவர்கள் எழுத்துடன் மட்டும் நிற்கவில்லை, தேவையில்லாத விசயங்களுக்கு எல்லாம் சண்டை போட்டார்கள். அற்ப சங்கதிகளுக்காக உயிரை எடுத்தார்கள். வேறு எந்த மொழி இலக்கிய உலகிலும் இப்படி கொடூரமாக ஒருத்தரை ஒருத்தர் அடித்துக் கொண்டதாகத் தகவல் இல்லை.

பிள்ளைப்பாண்டியன் என்று ஓர் அரசன். அவன் புலவர்கள் பிழைவிடும்போது அவர்கள் தலையில் குட்டுவான். மகா பாரதத்தைத் தமிழில் பாடிய வில்லிபுத்தூராழ்வார் வாதத்தில் தோற்ற புலவர்களின் காதுகளைக் குறட்டினால் பிடுங்கிவிடுவார். ஒட்டக்கூத்தர் என்ற புலவர் குற்றம் செய்த புலவர்களின் குடுமிகளை முடிந்து சிரச்சேதம் செய்வாராம்.

இவருக்கும் புகழேந்தி என்ற புலவருக்கும் எப்பவும் போட்டி தான். புகழேந்தி நளவெண்பா பாடி அரங்கேற்றியபோது ஒட்டக் கூத்தருக்கு பொறுக்கவில்லை. சின்னச் சின்னப் பிழைகளைத் தேடிக் கண்டுபிடித்துக் கொண்டிருந்தார். அந்தி மாலையை புகழேந்தி வர்ணிக்கிறார்.

மல்லிகையே வெண்சங்கா வண்டூத வான்கருப்பு
வில்லி கணையெறிந்து மெய்காப்ப முல்லைமலர்
மென்மாலை தோளசைய மெல்ல நடந்ததே
புன்மாலை அந்திப் பொழுது.

பாடலோ அளவுக்கதிகமான கற்பனைகொண்டது; சிறு பிள்ளைத் தனமானது. ஒட்டக்கூத்தர் எழும்பி சபையிலே தன் எதிர்ப்பைத் தெரிவிக்கிறார். 'சங்கை பின்பக்கத்தில்தான் ஊதுவார் கள். வண்டு பூவின் முன்பக்கத்தில் ஊதுகிறது. உவமை சரியில்லை' என்கிறார். புகழேந்தி பதிலாக போதையில் இருக்கும் வண்டுக்கு முன்பக்கம் எது பின்பக்கம் எதுவென்று தெரியுமா என பதில் சொல்கிறார். அந்தப் பதிலை கேட்டு சபையோரும் 'ஆஹா' என்று வியக்க பாடல் ஏற்கப்படுகிறது.

இந்த லட்சணத்தில்தான் விவாதங்கள் நடந்தேறின. பெண்ணின் கூந்தல் மணம் இயற்கையானதா செயற்கையானதா என்று ஒரு விவாதம். புலவர்களும் வேலை இல்லாமல் பாடல்கள் பாடிக்கொண்டு வருகிறார்கள். அந்த விவகாரம் கடவுள்வரை போய்விட்டது. யாழ்ப்பாணத்தில் நாவலர் வாழ்ந்த காலத்தில் இன்னொரு விவாதம் சூடுபிடித்து நீண்டநாள் ஓடியது. 'ஒளி கண்ணிலிருந்து பொருளுக்குப் போகிறதா அல்லது பொருளில் இருந்து கண்ணுக்கு வருகிறதா?'

இதையெல்லாம் படிக்கும்போது திடீரென்று ஒரு புறநானூறு பாடல் கண்ணில் படுகிறது. புலவர் 'பசிக்கு சோறுபோடும் கனவான் வீடு எங்கே இருக்கிறது, கிட்டவா தூரவா?' என்று விசாரிக்கிறார். பசிப்பிணி மருத்துவன் என்று கூறுகிறார். பசியை ஒரு நோய் என்றும் அதற்குச் சோறு போடுபவன் மருத்துவன் என்றும் சொல்கிறார். புதுவிதமான சிந்தனை. இப்படிப்பட்ட புலவர்கள் வீண் விவாதங்களில் இறங்கவில்லை. காதை வெட்டவில்லை. கழுத்தைத் திருகவில்லை. குடுமியை முடியவில்லை. தமிழ் தப்பியது இப்படித்தான்.

◈

ஆறுதலாகப் பேசுவோம்

சில வருடங்களுக்கு முன்னர் லக்ஷ்மி ஹோம்ஸ்ரோம் ரொறொன் ரோ வந்திருந்தார். இவர் நவீனத் தமிழ் இலக்கியங்கள் சிலவற்றை ஆங்கிலத்தில் மொழிபெயர்த்தவர். இவருடைய சேவையைப் பாராட்டி கனடாவின் தமிழ் இலக்கியத் தோட்டம் இவருக்கு வாழ்நாள் இலக்கிய சாதனைக்கான இயல் விருதை வழங்கிக் கௌரவித்திருந்தது. ரொறொன்ரோவில் சில கூட்டங்களிலும் மொழிபெயர்ப்பு சம்பந்த மாகப் பேசினார். தமிழிலிருந்து ஆங்கிலத்துக்கு மொழிபெயர்ப்பவர் களுக்கு ஏற்படக்கூடிய இடர்கள், சவால்கள் பற்றிப் பேசும்போது ஓர் இடத்தில் அவர் மொழிபெயர்த்த நாவலின் சில பகுதிகளை ஆங்கிலத்தில் வாசித்தார். எனக்கு ஆச்சரியமாக இருந்தது. அவர் வாசித்த ஒவ்வொரு வரியும் எனக்குப் புரிந்தது.

கூட்டம் முடிந்த பிறகு அவரிடம் பேசினேன். 'இந்த நாவலை நான் ஏற்கெனவே தமிழில் படிக்க முயன்றிருக்கிறேன். முப்பது பக்கங்களுக்கு மேலே என்னால் படிக்க முடியவில்லை. முற்றிலும் பேச்சுவழக்கு மொழியில் எழுதப்பட்டிருந்ததால் பல வார்த்தைகளுக்கு அர்த்தம் புரியவில்லை. என்னிடம் ஆறு தமிழ் அகராதிகள் இருக்கின்றன ஆனால் அந்த வார்த்தைகள் அகராதிகளில் இல்லை. நீங்கள் எப்படி இதைப் படித்துப் புரிந்துகொண்டு மொழி பெயர்த்தீர்கள்?' என்று கேட்டேன்.

அவர் சிரித்துவிட்டு 'எனக்கும் இதே பிரச்னை இருந்தது. பல வார்த்தைகள் புரியவில்லை. ஆகவே ஆசிரியரைத் தொடர்பு கொண்டு அவரிடமே விளக்கம் கேட்டு மொழிபெயர்த்தேன்' என்றார். 'ஆசிரியரைத் தொடர்புகொண்டு தான் ஒரு புத்தகத்தைப் புரிந்து கொள்ளவேண்டுமா? என்னைப்போன்ற வாசகர்கள் என்ன செய்யலாம்?' என்றேன். அவர் சிரித்துவிட்டு 'வேறு என்ன? ஆங்கில மொழிபெயர்ப்பில் படிக்கவேண்டியதுதான்' என்றார்.

ஒரு முறை இதே கேள்வியை ஆங்கிலப் பேராசிரியர் ஒருவரி டம் கேட்டேன். அவர் தன்னுடைய மாணவர் ஒரு நாவலை எழுதி னார் என்றார். அது முழுக்க முழுக்க பேச்சுவழக்கு மொழியிலேயே இருந்தது. ஒரு குறிப்பிட்ட பிராந்திய இனக்குழு பேசும் மொழி.

அதைப் புரிந்துகொண்டவர்களின் எண்ணிக்கை நூற்றிலும் குறைவு தான். எந்த மொழியில் எழுத வேண்டும் என்பது ஆசிரியர் தேர்வு. என்ன புத்தகத்தை வாங்கவேண்டும் என்பது வாசகர் தேர்வு என்றார்.

வட்டார வழக்கில் எழுதுவதற்கு நான் எதிரியல்ல. அவர்கள் எழுதிவிட்டுப் போகட்டும். பேராசிரியர் சொன்னதுபோல புத்தகம் வாங்குவது வாசகரின் தெரிவு. உதாரணத்துக்கு நான் என் கிராமத்து மொழியில் ஒரு நூல் எழுதினால் அதை அந்தக் கிராமத்தவர்கள் மட்டுமே முழுவதுமாக வாசித்துப் புரிந்துகொள்ளலாம். அதுகூட சில சமயங்களில் சந்தேகம்தான். ஏனென்றால் சில வார்த்தைகள் எங்கள் வீட்டுக்காரர்களுக்கு மட்டுமே புரியும்; பக்கத்து வீட்டுக்காரர் களுக்குப் புரியாது.

ஒருமுறை நான் எழுத்தாளர் ஜெயமோகனிடம் பேசிக்கொண் டிருந்தபோது 'ஆறுதலாகப் பேசுவோம்' என்று சொன்னேன். அவர் சிரிக்கத் தொடங்கிவிட்டார். 'ஆறுதல்' என்றால் 'தேற்றுவது, வருத்தத்திலிருந்து மீட்டு தெம்பு தருவது' என்று பொருள். 'ஆறுத லாகப் பேசுவோம்' என்றால் இலங்கை வழக்குப்படி 'சாவகாசமாக, ஓய்வாக இருக்கும்போது பேசுவோம்' என்பது பொருள். இப்படி சிறு விசயங்களில்கூட நாம் சறுக்கும்போது முழுக்க முழுக்க வட்டார வழக்கில் எழுதப்படும் ஒரு புத்தகத்தை அந்த வட்டாரத்தைச் சேராத ஒருவர் படித்துப் புரிந்து கொளவது என்பது கடினமான விசயம்தான்.

ஓர் ஆங்கில எழுத்தாளருடன் நான் சண்டை போட்டிருக் கிறேன். அவர் பாவித்த சில சொற்கள் எனக்குப் புரியவில்லை. அவை அகராதியிலும் இல்லை. 'நாங்கள் இதைப் படித்து எப்படிப் பொருள் கொள்வது?' என்று கேட்டேன். அவர் 'ஒரு வாசகருக்கு எல்லாச் சொற்களும் புரியவேண்டிய அவசியம் இல்லை. பத்துவீதம் புரியா விட்டாலும் பரவாயில்லை' என்றார். 'அது எப்படி? நான் புத்தகம் வாங்குவதற்கு முழுக்காசையும் அல்லவா கொடுத்திருக்கிறேன். பத்துவீதம் கழித்துக்கொண்டு கொடுக்கவில்லையே?' என்றேன். இப்பொழுது அந்த ஆசிரியர் என் கடிதங்களுக்குப் பதில் போடுவதை நிறுத்திவிட்டார்.

ஒரு வார்த்தை இருந்தால் அதைப் பாவிக்கவேண்டும் என்ற விவாதத்தை ஆரம்பித்து வைத்தவர் ஜேம்ஸ் ஜோய்ஸ் என்ற ஆங்கில எழுத்தாளர். இவர் யூலிசிஸ் நாவலை எழுதியபோது அதிலே மூன்று 'கெட்ட' வார்த்தைகள் இருந்தன. அவர் காலத்து பதிப்பகங்கள் நாவலை நிராகரித்தன. ஆகவே அவரால் புத்தகத்தை வெளியிட முடியவில்லை. பாரிஸுக்குப் போய் அங்கே வெளியிட்டார். அதை வெளியிட்டு 12 வருடங்களுக்குப் பிறகுதான் அமெரிக்கா புத்தகத்தை அங்கீகரித்தது. மேலும் இரண்டு வருடங்கள் சென்று இங்கிலாந்தும்

புத்தகத்தை வெளியிட்டது. அதை தொடர்ந்து டி.எச். லோரன்ஸ் Lady Chatterley's Lover ஐ எழுதினார். அதிலே 44 'கெட்ட' வார்த்தைகள் இருந்தன. அதன் பின்னர் எழுத வந்தவர்கள் அந்த வார்த்தைகளை தாராளமாகப் பாவித்ததில் அவை தேய்ந்துவிட்டன. இப்பொழுது அந்த வார்த்தைகள் அதிர்ச்சி தருவதில்லை. அதிர்ச்சி வேண்டுமென்றால் இன்னொரு புது வார்த்தையை உண்டாக்க வேண்டும்.

வழக்கமாக கிறிஸ்மஸ் வரும்போது எனக்கு ஒரு பரிசு கிடைக்கும். அதைக் கொடுப்பவர் கனடாவில் வசிக்கும் என் நண்பர் ஒருவர். சென்ற வருடம் எனக்கு ஒரு தமிழகராதி பரிசு கிடைத்தது. 1842ல் வெளிவந்த யாழ்ப்பாண அகராதி. ஆசிரியன்மார்: சந்திரசேகரப் பண்டிதர், சரவணமுத்துப் பிள்ளை. அகராதியை பின்னிருந்து முன்னாக ஒற்றையைத் தட்டிப் பார்த்துக் கொண்டு வந்தபோது ஒரு வார்த்தை கண்ணில் தென்பட்டது. என் மகிழ்ச்சிக்கு அளவே இல்லை. சீவகசிந்தாமணியைக் கண்டுபிடித்த போது உ.வே.சா. பட்ட மகிழ்ச்சி. ஏனென்றால் கடந்த பத்து வருடங்களாக நான் அந்த வார்த்தையைத் தேடிக்கொண்டிருந்தேன். அகராதிகளை ஆராய்ந்து, புலவர்களையும் தொந்திரவு படுத்தியிருந்தேன். அந்த வார்த்தை என் கண் முன்னே நின்றது.

திரௌபதி பாண்டவர்களுடன் வனவாசம் புறப்பட்டபோது திருதராட்டிரன் விதுரனிடம் அந்தக் காட்சியை வர்ணிக்கச்சொல்லி கூறுவான். விதுரனும் 'திரௌபதி தன் அளகபாரத்தை விரித்து முகம் முழுவதையும் மூடிக்கொண்டு, கண்ணீர் சொரிய பாண்டவர் பின்னால் செல்கிறாள்' என்று விவரிப்பான். அளகம் என்றால் பெண்மயிர். பெண்மயிர் என்று ஒன்றிருந்தால் ஆண்மயிர் என்று ஒன்றும் இருக்கவேண்டும். அதற்கு என்ன வார்த்தை? பல புலவர்களைக் கேட்டதில் ஒருவருக்கும் தெரியவில்லை. அந்த அகராதியில் நான் தேடிய வார்த்தை கிடைத்தது. சூளி - ஆண்மயிர் என்று போட்டிருந்தது.

மச்சகன்னி என்றால் பெண். அதற்கும் ஒரு ஆண்பால் இருக்கத் தானே வேண்டும். ஆண்மயிர், பெண்மயிர் என்று வார்த்தைகள் இருப்பதில் என்ன பெருமை? ஆங்கிலத்தில் சில வார்த்தைகளைக் காட்டி இதற்கெல்லாம் தமிழ் சொல் கிடையாது, எனவே ஆங்கிலம் தான் உயர்ந்தது என்று வாதிடுபவர்கள் இருக்கிறார்கள். இப்படியான சர்ச்சைகளில் பிரயோசனமே இல்லை. தமிழில் உள்ள எத்தனையோ வார்த்தைகளுக்கு ஆங்கிலத்தில் சொற்களே இல்லை. உதாரணம் சுமங்கலி, உவன், விளாவு, சம்பந்தி என்று ஆயிரம் வார்த்தைகளைச் சொல்லிக்கொண்டே போகலாம். ஆகையால் தமிழ் உயர்ந்தது என்று ஆகாது.

முதன்முதல் ஆங்கில அகராதி தயாரித்தபோது அதில் 40,000 வார்த்தைகள் சேகரமாகியிருந்தன. ஆனால் அப்பொழுதே தமிழில் ஒரு லட்சத்துக்கும் அதிகமான வார்த்தைகள் வந்துவிட்டன. இப்பொழுது ஆங்கிலத்தில் 10 லட்சம் வார்த்தைகள் சேர்ந்து விட்டன. தமிழில் எத்தனை வார்த்தைகள் என்று தெரியவில்லை ஆனால் சமீபத்திய க்ரியாவின் தற்காலத் தமிழ் அகராதி 75 லட்சம் சொற்களைக்கொண்ட சொல்வங்கியிலிருந்து உருவாகியிருக்கிறது என்பதை நினைக்க வியப்பு மேலிடுகிறது. ஒரு மொழியில் எத்தனை வார்த்தைகள் உள்ளன என்பதை வைத்து அந்த மொழியின் உயர்வைத் தீர்மானிக்க முடியாது. படைப்புகளை வைத்துத்தான் அது தீர்மானிக்கப்படுகிறது. திருக்குறளில் 9000 வார்த்தைகள்தான் உள்ளன. சேக்ஸ்பியர் 24,000 வார்த்தைகளைப் பயன்படுத்தியிருக்கிறார்.

ஆரம்பத்தில் மனிதன் சைகையினால்தான் தகவல்களைப் பரிமாறிக்கொண்டான், வார்த்தைகள் அதன் பிறகுதான் வந்தன. இன்று கூட ஒருவருக்கு தொலைபேசியில் ஓர் இடத்துக்கு வழி சொல்லும்போது கைகளை நீட்டிக் காட்டித்தான் சொல்கிறோம். இரவிலே சைகை காட்டினால் அப்போது புரியாது. அப்படித்தான் மெள்ள மெள்ள மொழி பிறந்தது. ஒவ்வொரு தலைமுறையும் புதுப்புது வார்த்தைகளை உண்டாக்க மொழியும் வளர்ந்தது. மனிதனிடம் மட்டுமில்லை மிருகங்களிடமும் மொழி இருக்கிறது. வெர்வெட் என்ற குரங்கு ஆபத்து சமயத்தில் வெவ்வேறு ஒலிகளை எழுப்புகிறது. கழுகை ஒரு குரங்கு கண்டால் ஒருவித சத்தத்தை எழுப்பும். உடனே மற்றைய குரங்குகள் பற்றைகளில் ஒளிந்து கொள்ளும். பாம்பு என்றால் இன்னொரு ஒலி. அந்த ஒலிக்கு குரங்குகள் மரத்தில் ஏறும். சிறுத்தை என்றால் இப்போது வேறு ஒலி. குரங்குகள் மரத்தில் மட்டும் ஏறினால் போதாது, சிறுத்தையும் ஏறும். ஆகவே அந்த ஒலி கேட்டதும் குரங்குகள் மெல்லிய கிளைகளில் போய் தொங்கிக்கொள்ளும். சிறுத்தை அங்கே போக முடியாது. ஒரு குரங்கு வார்த்தைகளை உண்டாக்கும்போது மனிதன் எத்தனை வேகமாக வார்த்தைகளைக் கண்டுபிடித்திருப்பான்.

புத்தகக் கடையில் ஒரு நண்பர் நெடுநேரம் புத்தகங்களை கையிலே எடுத்து எடுத்து வைத்துப் பார்த்துக்கொண்டே இருந்தார், ஆனால் ஒன்றையும் வாங்கவில்லை. என்ன விசயம் என்றேன். அவர் சொன்னார், 'எனக்கு வாசிப்பு பிடிக்கும். ஆனால் வார்த்தைகள் அதிகமாகி படிப்பதற்குக் கடினமாக இருக்கிறது.' வார்த்தைகள் இல்லாத புத்தகமா? அப்படியானால் அவர் ஓவியப் புத்தகத்தைத் தான் வாங்கிப் பார்க்கவேண்டும். நண்பர் என்ன சொல்ல வந்தார் என்றால் புதுப்புது வார்த்தைகள் எல்லாம் வந்து விட்டதால் வாசிப்பது கடினமாகிக்கொண்டே வருகிறது என்பதுதான்.

எவ்வளவு புது வார்த்தைகள் வந்தாலும் மொழிக்கு போதாது; சில இடங்கள் இன்னும் நிரப்பப்படவில்லை. இலங்கையரான ஆங்கில எழுத்தாளர் மைக்கேல் ஒண்டாச்சி English Patient என்று ஒரு நாவல் எழுதினார். அந்த நாவலில் ஒரு பெண்ணின் 'தொண்டைக் குழி' அழகாயிருக்கிறது என்றும், இத்தனை லட்சம் வார்த்தைகள் உள்ள ஆங்கில மொழியில் தொண்டைக் குழிக்கு ஒரு சொல் இல்லையே என்றும் அதன் கதாநாயகன் வருந்துவார். தமிழிலே தொண்டைக் குழிக்கு தனி வார்த்தை இல்லாவிட்டாலும் முலையில் உள்ள துளைக்கு 'இல்லி' என்று ஒரு வார்த்தை இருக்கிறது. 'இல்லி தூர்ந்த பொல்லா வறுமுலை' என்று புறநானூறு சொல்லும். மொழி எவ்வளவுதான் வளமானதாக இருந்தாலும் ஏதாவது ஒரு சொல் அங்கே பற்றாமல்தான் போகும். அதனால் மொழி ஆற்றல் குறைந்தது என்று சொல்லமுடியாது. சமீபத்தில் ஒரு பேராசிரியர் சமஸ்கிருதத்தில் 'வாய்' என்ற உறுப்புக்கு ஒரு சொல் இல்லை என்றார். என்னாலே நம்பவே முடியவில்லை. சமஸ்கிருதத்தில் எழுதும்போது 'முகத்தினால் சாப்பிட்டார்கள்' என்று எழுதுவார்களாம். அதனால்தான் சமஸ் கிருதத்தை 'வாய் இல்லாத மொழி' என்று சொல்கிறார்கள்.

புதுச் சொற்களை உண்டாக்கவேண்டியது அவசியம்தான். ஆனால் இருக்கும் பழைய சொற்களை நாம் பயன்படுத்தாமல் விட்டால் வேறு யார் பயன்படுத்துவார்கள். 21,000 வார்த்தைகள் அடங்கிய க்ரியாவின் தற்காலத் தமிழ் அகராதியில் 'அறாவிலை' (நியாயமற்ற விலை) 'அலவாங்கு' (கடப்பாரை) போன்ற இலங்கை வார்த்தைகள் இடம் பெற்றுவிட்டன. அவை எங்கே மறைந்து விடுமோ என்ற பயம் இருந்தது, எப்படியோ அவை உயிர் பெற்று விட்டன.

ஒருநாள் வெளியே போய்விட்டு திரும்பி வீட்டுக்கு வந்தபோது என் மனைவி 'எங்கே போய்விட்டு வருகிறீர்கள்?' என்று கேட்டார். நான் 'சூளி வெட்டிவிட்டு வருகிறேன்' என்றேன். மனைவி முகத்தில் ஒரு வெளிச்சமும் இல்லை. ஒன்றும் புரியாமல் என்னையே பார்த்தார். நான் அதை விளக்கிச் சொல்ல முனையவில்லை. அகராதி இருந்தால் அதில் சொல் இருக்கவேண்டும். சொல் இருந்தால் அதை பாவிக்க வேண்டும் என்பதில் தீர்மானமாக இருந்தேன். இனிமேல் எழுதும் போது சூளி, இல்லி, மீதூண், அறாவிலை, அலவாங்கு, நூதனசாலை போன்ற வார்த்தைகள் என் எழுத்தில் இருக்கும். வாசகர்களுக்குப் புரிகிறதோ இல்லையோ என்பது என் பிரச்னை அல்ல. யாராவது ஒருவர் என் எழுத்தை ஆங்கிலத்தில் மொழிபெயர்க்கும்போது அவர்கள் புரிந்துகொள்வார்கள்.

◆

பூங்கா

அதிகாலையில் கண்ட அந்தக் காட்சி விசித்திரமானதாக இருந்தது. இதற்கு முன்னர் அப்படியான ஒன்றை நான் பார்த்ததில்லை. வழக்கமாகக் காணும் வெண்நங்கை நேற்றையைப் போலவே கறுப்பு நிறதேகப்பியாச ஆடை அணிந்திருந்தாள். அவளுக்கு வயது 21, 22 இருக்கும். அவளுடன் காணப்படும் கபிலநிற அவுஸ்திரேலியன் செப்பார்ட் நாய் இன்றும் அவள் பக்கத்தில் நின்றது. சாப்பிடுவதற்கு முன்னர் அணில் இரண்டு பக்கமும் பார்ப்பதுபோல அவள் பார்த்தாள். அதிலே கள்ளம் இருந்தது. சிறிது பதற்றமாக நாயை இழுத்துக் கொண்டு கடந்து போனாள்.

அவளைத் தொடர்ந்து பெரியவர் ஒருவர் தன் வயதுக்கு மீறிய வேகத்தில் ஓடிச்சென்று மறித்தார். அவரும் வழக்கமாக அதிகாலையில் பூங்காவில் உலாத்துவதற்காக வருபவர்தான். அவர் கைகளை நீட்டி ஆவேசமாக அந்தப் பெண்ணிடம் என்னவோ சொன்னார். பெண் ஏதோ சமாதானம் சொல்வதை அவள் உடல் மொழியில் உணர முடிந்தது, ஆனால் அவர் அசையவில்லை. நாய் அவரைப் பார்த்து குரைக்க ஆரம்பித்தது. அவள் நாயை சமாதானப்படுத்திய நேரம் நடைப்பயிற்சிக்கு வந்த மேலும் ஒருவர் சேர்ந்துகொண்டு தன்னுடைய அபிப்பிராயத்தைச் சொன்னார். பெண் அவதிப்பட்டாள். கையை நீட்டி ஏதோ சொன்னதும் விவகாரம் முடிவுக்கு வந்தது.

இவ்வளவையும் நான் என் வீட்டிலிருந்தபடியே யன்னல் வழியாகப் பார்த்தேன். பூங்கா என் வீட்டுக்கு சரி நேர் எதிரில் இருந்தது. காலையில் நடை போகாவிட்டாலும் நான் நடை போகிறவர்களைப் பார்ப்பேன். பிறகு விசாரித்ததில் அந்தப் பெரியவர் கோபப்பட்டதின் காரணம் புரிந்தது. நாய் கழிவுகளை அதன் சொந்தக்காரரே அள்ளி சுத்தமாக்க வேண்டும், பூங்காவில் அப்படியே விட்டுவிட்டுப் போவது குற்றமாகும். மண் அள்ளும் கரண்டியோ, பிளாஸ்டிக் பையோ பெண்ணிடம் இல்லை. நாய் கழிவை தான் திரும்பவும் வந்து

அகற்றுவதாக பெரியவரிடம் வாக்குறுதி கொடுத்த பிறகுதான் அவர் அவளைப் போகவிட்டார்.

பூங்காவுக்கு முன்னால் உட்கார்ந்து அங்கே நடப்பதைப் பார்த்துக்கொண்டிருப்பது நல்ல அனுபவம். சரியாக காலை ஆறுமணிக்கு ஒரு கட்டையான குண்டு மனிதர் இரண்டு அல்சேஷன் நாய்களை இரண்டு கைகளிலும் பிடித்தபடி வேகமாக கடிகார முள் சுழரும் திசையில் பூங்காவைச் சுற்றி வருவார். அவர்தான் காலையில் இரண்டாவது காட்சி. அவருடைய வேகம் காணாது என்பதுபோல எப்பவும் நாய்கள் இழுத்தபடியே ஓடும். ஓட்டப் பந்தயத்தில் துப்பாக்கி சுட்டதும் புறப்படும் வேகம். நாய் கட்டிய சங்கிலி தொய்வதில்லை. அபூர்வமாக சில சமயம் ஒரு நாய் புற்களுக்கிடையில் எதையோ கண்டு கால்களைப் பரப்பி முகர்ந்துகொண்டு நகராமல் நிற்கும். அந்தக் குண்டு மனிதர் தேர் இழுப்பதுபோல தன் பலத்தையெல்லாம் பிரயோகித்து நாயை இழுத்துச் செல்வார். அவரிடம் பிளாஸ்டிக் பையும் கரண்டியும் கட்டாயம் இருக்கும். சரியாக 6.30 க்கு மறைந்துபோவார்.

குண்டு மனிதரைத் தொடர்ந்து இன்னும் பலர் நாயோடு அல்லது தனித்தனியாக வந்து நடை போவார்கள். பளிங்குபோல தோல் மினுங்கும் ஒரு வெள்ளை நாயைப் பிடித்துக்கொண்டு ஒரு முதிய பெண் காலை பத்து மணியளவில் வருவார். நாய் தலையைத் திருப்பி பார்க்கும் அழகு தனி. காலை எடுத்து வைத்து நடப்பது ஒரு குதிரையினுடையதைப் போல வசீகரமாக இருக்கும். அந்தப் பெண் அதை நல்லாகப் பராமரிக்கிறார். பார்க்கும்போது அவருடைய முழுநேர வேலையே அதுவாகத்தான் இருக்கும் என்று தோன்றும். பனிக்காலங்களில் அதற்கு மேலாடை அணிந்து, கால்களுக்கு தோல் சப்பாத்துகள் பூட்டி வெளியிலே புறப்படுவார். சிகரெட் பிடிப்பது போல மூக்குக்கு மேலே புகை எழும்ப நடக்கும் நாயைப் பார்த்தால் சிரிப்பு வரும். ஒரு விலங்குக்கும் மனிதனுக்கும் இடையிலான தூரம் வெகுவாகக் குறைந்து விட்டிருக்கும்.

மாலையில் இன்னொரு கூட்டம் வரும். அதிலே நாலு மணிக்கு ஒரு பையன் லாப்ரடோர் நாய் ஒன்றைப் பிடித்து வருவான். இந்தப் பையனின் முடியிலும் பார்க்க அவன் உடம்பு கறுப்பு, நாயோ அதனிலும் கறுப்பு. அதன் முதுகில் நீளமாக ஒரு கோடு விழுந்திருக்கும். நாயுடைய அனுமதியில்லாமலே அதன் வால் ஒட்ட வெட்டப் பட்டிருந்தது. நாய் வேகமாக வால் ஆட்டும்; வால் இல்லாதபடியால் அது முளைத்த இடம் மட்டுமே அசைந்து கொடுக்கும். பையன் நாயைப் பிடித்துக்கொண்டு பூங்காவை கடிகார முள் திசைக்கு எதிர் திசையில் சுற்றுவான். நாயின் சங்கிலியைக் கழற்றிவிட்டு விளையாடு வான். அது இவனிடம் ஓடிவருவதும் இவன் ஒரு தடியை எறிய அதை

துள்ளிக் குதித்துக் கொண்டு கவ்வி வருவதும் நடக்கும். ஆனால் பொறுப்பு மிகுந்தவன். நாய் கழிவை ஒரு பொக்கிசம்போல சேகரித்து தன்னுடன் எடுத்துச் செல்ல மறக்கமாட்டான். பையன் போன பிறகு காதலர்கள் வருவார்கள். பிறகு பூங்கா அவர்களுக்குச் சொந்தமாகி விடும். எல்லாம் ஒருவித ஒழுங்கோடும் கிரமத்தோடும் நடக்கும்.

காதலர்களில் தினமும் வருவது செம்பட்டை முடிப் பெண்ணும் அந்தப் பையனும்தான். அவர்களுக்கு 15, 16 வயதுதான் இருக்கும். அந்த வயதுக்கே உரிய சேட்டையோடும் பிரியத்தோடும் பழகுவார்கள். அவன் நாயைக் கவனிப்பதே இல்லை. அது சுருண்ட முடிகொண்ட கறுப்பு நாய். அது தன் பாட்டுக்கு வண்ணத்துப் பூச்சிகளை துரத்திப் பிடித்து விளையாடும். நாயைக் கொண்டுவரும் சாக்கில் அவன் அவளைப் பார்க்கத்தான் வருகிறான். என்னத்தையோ எட்டிப் பார்ப்பதுபோல சற்று முன்னுக்கு நீண்ட கழுத்தில் அவளுக்கு முகம். சிலவேளைகளில் உடம்பு நிறத்தில் இறுக்கமாக ஒட்டிப்பிடிக்கும் உடையணிந்து வருவாள். அசப்பில் பார்த்தால் அவள் ஒன்றுமே உடுக்காதது போலத் தோன்றும். எட்டி எட்டி அவனை லேசாக நுனிக் கையால் அடித்தபடி இருப்பாள். சமயங்களில் ஐஸ்கிரீம் சாப்பிடுவது போல சிறிது சிறிதாக ஒருவரை ஒருவர் ருசிப்பார்கள். அவன் நாயை தேடிப் போவதே இல்லை. அதுவாகவே திரும்பி வந்து அவனுக்கு முன்னால் இரண்டு முன்னங் கால்களையும் நிமிர்த்தி வைத்து உட்காரும். அவன் கையிலே பிளாஸ்டிக் பையையோ கரண்டியையோ காணமுடியாது.

மாலையில் இருளமுன்னர் ஒரு 50 வயது சீனாக்காரர் வருவார். இவர் என் பக்கத்து வீட்டுக்காரர்தான். மனிதர் உத்தியோகத்துக்குப் போய்வந்த அதே உடுப்பில் நாயைக் கடனே என்று கூட்டி வருவார். யாரோ தூக்கத்தைப் பாதியில் கெடுத்து விட்டதுபோல முகம் எரிச்சலில் இருக்கும். பஞ்சிப்பட்டுக்கொண்டு நாய் இழுத்த இடத்துக்கு எல்லாம் பின்னால் போவார். எப்பொழுது வீட்டுக்குப் போவோம் என்ற சிந்தனையில் இருப்பதை முகம் காட்டிக் கொடுத்து விடும். இவர் கையில் அள்ளும் கரண்டியோ, பிளாஸ்டிக் பையோ இருக்காது. இவர் வீட்டுக்குப் போனதும் இவருடைய மனைவி அதே கதவு வழியாக வெளிக்கிட்டு வேகமாக ஓடுவார். அவர் கையிலே மண் கரண்டியும் பிளாஸ்டிக் பையும் இருக்கும். நாயின் கழிவை தேடிப்பிடித்து அள்ளிக்கொண்டு வீடுதிரும்புவார். கணவனும் மனைவியும் இப்படி விசித்திரமாக நாய் பராமரிப்பு வேலையை சரிசமமாகப் பங்கிட்டுக் கொண்டிருந்தார்கள்.

சில வேளைகளில் அலங்கார முடியுடன், உயர்ரக ஆடை யணிந்த ஒரு பெண் தன் அழகான நாய்க் குட்டியைக் கொண்டு வருவாள். வந்ததும் உயரமான குதிவைத்த சப்பாத்தில் இருந்து இறங்கு

வாள். அவளுடைய உயரம் கால்வாசி குறைந்துவிடும். நாயின் சங்கிலியை அவிழ்த்து அதை ஓடவிடுவாள். அது சிறிது தூரம் ஓடிவிட்டுத் திரும்பிவந்து அவள் மேல் தொங்கிப் பாயும். உயர்தரமான அவளுடைய ஆடை அழுக்காகிவிடும். அது ஏதோ உபகாரம் செய்துவிட்டதுபோல கலகலவென்று சிரிப்பாள். தண்ணீர் குடத்தைத் தூக்குவதற்குக் குனிவதுபோல குனிந்து இரண்டு கைகளாலும் நாயை முகத்துக்கு நேராகத் தூக்கிக் கொஞ்சுவாள். விஞ்ஞானி ஐசாக் நியூட்டனின் ஞாபகம் வரும். பத்து வருடகால ஆராய்ச்சிக்குறிப்புகளை அவருடைய செல்ல நாய் டைமண்ட் மெழுகுவர்த்தியை தட்டி விழுத்தி எரித்துவிட்டது. நியூட்டன் நாயை அன்புடன் தூக்கிக் கொஞ்சினாராம். இந்தப் பெண்ணும் அப்படித்தான். அவள் போனதும் பூங்காவுக்கு அதுவரை கிடைத்த பிரகாசமும் போய்விடும்.

ஒருமுறை ஜேர்மன் நண்பர் ஒருவர் என் வீட்டுக்கு வந்தார். அவர் வளர்க்கும் செல்ல நாயில் மிக்க பிரியம்கொண்டவர். தன்னுடைய பையில் இருந்து அந்த நாயின் படத்தை எடுத்துக் காண்பித்தார். அது சவ்சவ் என்ற இனத்தைச் சேர்ந்தது. அதன் மூதாதையர்கள் நாலாயிரம் வருடத்துக்கு முன்பு மொங்கோலியாவில் இருந்து வந்தவை. நாக்கு நீலமாகவும் வாய் கறுப்பாகவும் இருக்கும். குட்டைக் கால்களும் நிறைய முடியுமாக படத்தில் அழகாகத் தெரிந்தது. உதிர்ந்த அதன் முடிகளைச் சேகரித்து தான் அணிவதற்கு ஒரு மேலங்கி செய்துவைத்திருப்பதாகக் கூறினார். அவர் ஆச்சரியமான ஒரு தகவல் சொன்னார். ஜேர்மனியில் நாய் வளர்ப்பதற்கு உரிமம் கேட்டு விண்ணப்பிக்கும்போது அந்த நாயினுடைய டி.என்.ஏயையும் உரிம எண்ணுடன் கணினியில் பதிந்து வைப்பார்கள். வீதி, பூங்கா போன்ற பொது இடங்களில் நாய் கழிவு காணப்பட்டால் அதை டி.என்.ஏ மூலம் பரிசோதித்து சொந்தக்காரரைக் கண்டுபிடித்து அபராதம் விதித்துவிடுவார்களாம். அது ஓர் அருமையான ஏற்பாடாக எனக்குப் பட்டது.

இப்படி ஒரு சட்டம் கனடாவிலும் வந்தால் நல்லாயிருக்கும். பெரியவரிடம் பிடிபட்ட அந்தப் பெண்ணின் ஞாபகம் வந்து என்னை சங்கடப்படுத்தியது. ஒரு தலைமையாசிரியர் முன்பு கள்ளம் செய்துபிடிபட்ட மாணவி போல அவர் நின்ற காட்சி பரிதாபகரமானது. பக்கத்து வீட்டு சீனாக்காரரின் மனைவியின் பிரச்னையும் பெரிய பிரச்னைதான். கனடாவுக்கு இந்தச் சட்டம் நன்மை பயக்கும் என்பதில் இரண்டு பேச்சு இல்லை. யோசித்துப் பார்த்தால் இப்படியான சட்டம் உண்மையில் சில நகரங்களில் வசிக்கும் மனிதருக்கும் தேவை. அவர்களுடைய டி.என்.ஏ. தான் பாதுகாக்கப்படவேண்டும். இது நடைமுறைக்கு வந்தால் நகரத்துக்கு பூங்கா தேவையில்லை. ஓர் இரவில் நகரமே பூங்காவாக மாறிவிடும். ◆

எங்கள் வீட்டுத் திறவுகோல்

ஐயா புறப்படுவோம் என்று சொன்னார். எனக்கு நடுக்கம் பிடித்தது. கடந்த இரண்டு மணி நேரமாக அம்மா எங்களை வெளிக்கிடுத்தி வெளிக் குந்தில் வரிசையாக உட்கார்த்தி வைத்திருந் தார். நாங்கள் ஏழுபேர். புறப்படும் சமயத்தில் என்னுடைய இரண்டு வயது தங்கச்சி ஈரம் செய்துவிட்டாள். அம்மா மறுபடியும் அவள் உடுப்பை மாற்றி வெளிக்கிடுத்த வேண்டியிருந்தது. நாங்கள் வரிசை தவறாமல் நடக்கவேண்டும். பெரியண்ணர் முதலில் நின்றார். ஐந்தாவதாக நான், ஆறாவதாக தம்பி, கடைசி தங்கச்சி.

எங்களுடைய வாசல் கதவு பழைய கனமான மரத்தில் கடைந்து செய்யப்பட்டது. இரண்டு பாதிகளாகப் பிளந்து, நிலையில் பொருத்தப் பட்ட இரும்பு நாதாங்கிகளில் நின்று சுழரும். கதவுகளைச் சாத்த முன்னர் ஐயா உள் தாழ்ப்பாள்களைப் போட்டார். கதவைச் சாத்தி சாவித்துவாரத்துக்குள் திறவுகோலை நுழைத்து அதனாலேயே கதவை இழுத்தார். திறவுகோல் என்றால் உருக்கிய இரும்பினால் செய்தது. ஓர் ஐந்து வயதுப் பிள்ளை தூக்குவதற்கு இரண்டு கைகளையும் பயன்படுத்த வேண்டும். எங்கள் வீட்டு கதவுக்குக் கைப்பிடியோ குமிழோ கிடையாது. ஐயா தன் பலத்தில் பாதியைப் பிரயோகித்து கதவை இழுத்து அதேசமயம் திறப்பையும் திருப்பினார். பூட்டு நாக்கு விழுந்து டங்கென்று சத்தம் கேட்டது. அம்மா இரண்டாவது பூட்டையும் பூட்டச் சொன்னார். ஐயா வலது கையை மறுபடியும் ஒரு வட்டம் திருப்பியதும் மறுபடியும் ஒரு சத்தம். கதவு பூட்டியாகி விட்டது, நாங்கள் புறப்பட்டோம்.

சிறிது தூரம் நடந்ததும் ஐயாவுக்கு சந்தேகம் வந்துவிட்டது. கொஞ்சம் பொறுக்கச் சொல்லிவிட்டுத் திரும்பினார். நாங்கள் வரிசை கலையாமல் நின்றபடி கழுத்தை மாத்திரம் திருப்பி வாசல் கதவைப் பார்த்தோம். ஐயா மறுபடியும் போய் கதவில் தொங்கிப் பார்த்தார். இரண்டாவது பூட்டும் சரியாக விழுந்திருக்கிறதா என்பதை

சோதித்தார். கதவைக் காலால் உதைத்தார். எல்லாம் சேமமாக இருந்தது. ஐயா திரும்பி வந்ததும் நாங்கள் ஆற்றைக் கடப்பதுபோல ஒருவர் பின்னால் ஒருவராக நடந்தோம். அவர் திறப்பை செங்கோல் போல கையிலேயே பிடித்திருந்தார். பாதி வழியில் கை உளைந்திருக்கும் என்று நினைக்கிறேன் அதை அம்மாவிடம் கொடுத்தார். அம்மா அதை முந்தானை நுனியில் முடிந்து இடுப்பில் செருகி, இடுப்பு ஒரு பக்கத்துக்கு சாய நடந்தார். சிறிது நேரத்தில் அக்காவிடம் இருந்து தங்கச்சியை வாங்கி மற்ற இடுப்பில் இருத்தி பாரத்தை சமன் செய்தார்.

அம்மாவின் நெற்றியில் பெரிய குங்குமப் பொட்டு இருக்கும். தலைமயிரை வழித்து இழுத்துக் கட்டியிருப்பதால் கண்கள் கூராகத் தெரியும். கழுத்து நீளமாக நிமிர்ந்து நிற்கும். தலைமயிர் ஒவ்வொன்றும் வயலின் கம்பிபோல இறுகி தலையைக் குனிந்தால் பட்டு பட்டென்று தெறித்து விடும்போல இருக்கும். அம்மா இடுப்பில் இருக்கும் தங்கச்சியை கொஞ்சத் தொடங்குவார். பற்களை சொண்டுகளால் மூடிக்கொண்டு அவளைக் கடிப்பார். அவர் முத்தமிடுவது அப்படித் தான். அடிக்கடி இடுப்புச் சாவியைத் தொட்டுப் பார்ப்பார். நாங்கள் திரும்பிவந்து கதவைத் திறக்கும் வரைக்கும் அந்தத் திறப்பு ஐயாவின் கையிலோ அம்மாவின் இடுப்பிலோதான் சவாரி செய்யும்.

அவிழ்க்கமுடியாத சின்ன வயதுப் புதிர்களில் இதுவும் ஒன்று. எதற்காக கதவை இந்தப் பூட்டு பூட்டுகிறார்கள். ஓர் இரும்பு பெட்டகத்தைத் திறக்கக்கூடிய வல்லமை உள்ள ஒரு திருடனால்தான் எங்கள் கதவை உடைக்கமுடியும். அவன் எதற்காக எங்கள் கதவை உடைக்கவேண்டும், இரும்புப் பெட்டகத்தை உடைப்பதற்கு போய்விடு வானே. திறப்பு என்று சொன்னாலும் அது வீட்டிலே திறப்பு வேலையை மட்டும் செய்வதில்லை. ஐயா சுவரிலே ஆணி அடிக்க வேண்டும் என்றால் அதுதான் சுத்தியல். ஆணியை எடுத்து சுவற்றிலே வைத்து திறப்பின் வட்டப் பகுதியால் அடிப்பார். எங்கள் ஆச்சி மாதத் துக்கு ஒரு முறை எங்களைப் பார்க்க வருவார். பாக்கை உரலில் வைத்து திறப்பினால் குத்தி தூளாக்கிவிடுவார். பக்கத்துவீட்டு பைய னுக்கு அடிக்கடி வலிப்பு வரும். அப்பொழுதெல்லாம் அவன் கையில் கொடுப்பதற்கு ஐயாவோ அம்மாவோ அஞ்சல் ஓட்டம் ஓடுவதுபோல இந்தத் திறப்பைத் தூக்கிக்கொண்டுதான் ஓடுவார்கள்.

ஆனால் இரவு வேளைகளில் நாங்கள் படுக்கப் போகுமுன்னர் திறப்பின் உபயோகம் உச்சம் அடையும். எல்லா வீட்டுப் பாய்களையும் போல எங்கள் வீட்டுப் பாய்களும் விரித்தவுடன் சுருண்டு போகும். இரண்டாவது அண்ணர் மாத்திரம் ஒரு பக்க பாயை காலால் நின்று மிதித்துக்கொண்டு அப்படியே விழுந்து படுத்துக்கொள்வார். நாங்கள் ஒவ்வொருவரும் தலை மாட்டுக்கு திறப்பை பாரமாக வைத்துவிட்டு மறுபக்கத்தில் மெள்ள உட்கார்ந்து பின்னர் படுத்துக்கொள்வோம்.

எங்கள் வீட்டில் அதிகம் பாவிக்கப்பட்டதும், மதிக்கப்பட்டதும், தொலைக்கப்பட்டதும், தேடப்பட்டதும் அந்தத் திறப்புதான். அதுவெல்லாம் நான் கொழும்புக்கு பயணம் செய்ய முன்னர்.

நான் முதன்முதலாக எங்கள் கிராமத்தை விட்டு கொழும்புக்குப் பயணமானது என்னுடைய 12வது வயதில்தான். அங்கே பலவிதமான வீடுகளையும், கதவுகளையும், திறப்புகளையும் கண்டேன். அதிசயத்திலும் அதிசயமானது தானாகவே பூட்டும் கதவு. ஒரு மூன்று வயதுக் குழந்தை திறப்பை எறிந்து விளையாடியது. பெரிய பெரிய கதவுகளுக்கெல்லாம் சின்ன திறப்புத்தான். அந்தக் கதவுகளைப் பிடித்து இழுப்பதற்கு குமிழ்களோ, கைப்பிடிகளோ இருந்தன. அதன் பின்னர்தான் எனக்கு உலகத்தில் பொருள்களைப் பாதுகாக்கவும், கதவை மூடவும், அதைப் பூட்டவும் வேறு பல வழிவகைகள் இருப்பது தெரிந்தது. எனக்குத் தெரியாத ஒன்று என்னவென்றால் எதற்காக வீட்டைக் காபந்து பண்ண ஐயாவும் அம்மாவும் அந்தப் பாடு பட்டார்கள். வீட்டை இரண்டுதரம் பூட்டி, அதில் இரண்டுதரம் தொங்கி, இரண்டுதரம் திரும்பிவந்து கதவை உதைத்தது. யோசித்துப் பார்த்தால் அப்படி விலை உயர்ந்த பொருள் ஒன்றும் எங்கள் வீட்டில் இருந்ததில்லை. ஆகக்கூடிய விலைமதிப்பான சாமான் என்றால் அது அந்தத் திறப்புதான்.

ஆச்சரியம்

நான் சில மாதங்கள் ஒரு அச்சகத்தில் வேலை பார்த்திருக்கிறேன். ஒரு பெரிய கம்பனியில் அச்சகம் என்பது சிறிய பிரிவு. அந்தப் பிரிவில் கணக்காளர் பகுதியில் எனக்கொரு சின்ன வேலை. கம்பனியின் முதன்மை இயக்குநர் கொழும்பு மேல்தட்டு வர்க்கத்தைச் சேர்ந்தவர். பரம்பரை செல்வந்தராக இருக்கவேண்டும். அவருக்கு இந்த அச்சகம் தேவையில்லாத ஒன்று. அச்சகத்துக்குப் பொறுப்பான மேலாளர் சகலத்தையும் கவனித்தார். ஆனாலும் முதன்மை இயக்குநர் தினமும் வந்து இரண்டு மணி நேரமாவது அச்சகப் பிரிவில் செலவழிப்பார்.

அவர் வந்து ஆட்சி நடத்தும் அந்த இரண்டு மணிநேரமும் முழு அலுவலகமும் பரபரப்பாகும். என் வாழ்க்கையில் நான் அப்படியான காட்சியைக் கண்டதே கிடையாது. மேலாளரிலிருந்து கடைசி ஊழியர்வரை நடுங்குவார்கள். முதன்மை இயக்குநர் பார்ப்பதற்கும் அப்படித்தான் இருப்பார். நல்ல உயரம், அத்துடன் முன்னுக்குத் தள்ளி நிற்கும் வயிறு. எந்தக் கோடை எந்தச் சூரியன் எரித்தாலும் மடிப்புக் கலையாத விலையுயர்ந்த ஆடைக்குமேல் கோட்டு அணிந்துதான் காட்சியளிப்பார். அவரிடம் விதவிதமான தோல் சப்பாத்துக்கள் இருந்தன. நாளாந்தம் பளபளவென்று மினுக்கியெடுத்த கறுப்பு சப்பாத்தில் டக்டக்கென ஒலியெழுப்பி நடந்து வருவார்.

அவர் தூரத்தில் வருவது தெரிந்ததும் அலுவலக கோப்புகள், பேரேடுகள், நாள் கணக்குப் புத்தகங்கள் ஆகியவற்றின் பக்கங்களை இடமிருந்து வலமாகத் திருப்பும் சத்தம் கேட்கும். பின்னர் வலமிருந்து இடமாகத் திருப்பும் சத்தம் எழும். முழு அலுவலகமும் பதற்ற நிலையை எய்தும். யாரையாவது கூப்பிட்டு ஏதாவது விசாரிப்பார். மற்றவர்கள் காற்றுக்குள் மறைந்துகொள்ள முயற்சி செய்வர். விசாரிக்கப்படுபவருக்கு வாய் குளறும். முதன்மை இயக்குநர் மூன்றாவது கேள்வி கேட்கும்போது முதல் கேட்ட கேள்விக்குப் பதில் சொல்லுவார். 'சரி போ' என்று சொன்னதும் பாய்ந்துபோய் தன்னுடைய இருக்கைக்குள் புதைந்துகொள்வார்.

அவருடைய அந்தரங்கக் காரியதரிசி ஒரு நாற்பத்தைந்து வயது மதிக்கக்கூடிய பெண். மணமுடிக்கவில்லை, ஒரு காலத்தில் அவர் அழகான பெண்ணாக இருந்திருக்கலாம். சற்று அதிகமாக பால் கலந்த தேநீர் கலர். நீளமான கண்கள். அவருக்கு ஒரு காதலன் இருந்தார். திருமணத்துக்கு அழைப்பிதழ்கள் அனுப்பிய பின் மணமுடிக்க முடியாது என்று சொல்லி ஓடிவிட்டார். இனிமேல் திருமணமே வேண்டாமென்று அப்போது தீவிரமான முடிவெடுத்தார் என்று அலுவலகத்தில் பேசிக்கொண்டார்கள். கடந்த 25 வருடகாலம் முதன்மை இயக்குநருக்கு விசுவாசமாக வேலை பார்க்கிறார். இப்பொழுது மெலிந்து வளைந்துபோய் அவருடைய தாடை எலும்புகள் வெளியே தள்ள கேவலமாகத் தெரிவார். எந்த ஒரு காலத்திலும் ஒப்பனையைக் காணாத முகம். ஒரு வாரம் முழுக்க இரண்டு பருத்திச் சேலைகளை மாறிமாறி கட்டி வருவார். கம்பனிக்கு காலையில் முதலில் வந்து கடைசியில் போவது அவர்தான். அப்படித் திறமையுடன் கடுமையாக உழைக்கும் அவருக்கு அந்தக் கம்பனியில் தெரியாத விசயங்களே இல்லை. ஆனாலும் ஒவ்வொரு நாளும் முதன்மை இயக்குநர் வந்து போனதும் அழுதுகொண்டிருப்பார். இத்தனை வருடங்களில் இந்தப் பெண் வேறு வேலை தேடிக் கொள்ளாதது இன்னொரு ஆச்சரியம்.

முதன்மை இயக்குநர் வந்ததும் அவருடைய அறையை நோக்கி பிரதானமான முடிவுகள் எடுக்கவேண்டிய கோப்புகளைத் தூக்கிக்கொண்டு அந்தரங்கக் காரியதரிசி ஓட்டமும் நடையுமாகச் செல்வார். பத்தடி தூரம்தான் என்றாலும் அவர் ஓடித்தான் கடப்பார். அவர் கழுத்திலே இருந்து வழியும் வியர்வையை சேலை தலைப்பினால் ஒற்றியபடியே இயக்குநருக்குப் பக்கத்தில் நிற்பார். புதிதாகப் பிறந்த குழந்தையை அவர் கையிலே கொடுத்துவிட்டு நிற்பதுபோல கொஞ்சம் பெருமையும் இருக்கும். அவர் செய்த வேலையையும், குறிப்புகளையும் முதன்மை இயக்குநர் படித்து தன் முடிவுகளை எழுதுவார். கோப்புகளின் மேல் மட்டையில் 'அவசரம்' 'மிக அவசரம்' 'உடனே' போன்ற ஒட்டுப்பேப்பர் குறிப்புகளை அவரே ஒட்டி அனுப்புவார். அவருடைய கட்டளைகளை ஊழியர்கள் அவர் விதித்த காலக் கெடுவுக்குள் முடிக்க வேண்டுமானால் அவர்கள் அன்று வீட்டுக்குப் போக முடியாது. அடுத்த நாளும் முடியாது. அவர்கள் கோப்புகள் கைகளில் கிடைத்ததுமே ஒட்டுப்பேப்பரை அகற்றிவிடுவார்கள். உடனே அவை சாதாரண கோப்புகளாக மாறிவிடும்.

எவ்வளவுதான் கவனமாக காரியதரிசி தன் வேலையைச் செய்தாலும் முதன்மை இயக்குநர் ஏதாவது ஒரு பிழையைக் கண்டுபிடித்துவிடுவார். பேச்சு வரப்போகிறது என்பது அவளுக்கு ஒரு நிமிடம் முன்பாகவே தெரிந்துபோகும். சண்டை மாடு மூச்சு

விடுவதுபோல வேகமாக மூச்சு விடுவார். பின்னர் வாய் திறந்ததும் அதே வேகத்தில் வசவுகள் வெளிப்படும். அந்தரங்கக் காரியதரிசியை தினமும் வையாமல் அவரால் வீட்டுக்குத் திரும்ப முடியாது. 'உன்னுடைய மூளை முழுமையடையாத மூளை' என்பதுதான் அவர் திரும்பத் திரும்ப சொல்லும் வசை. எப்போவாவது அளவற்ற கருணை சுரந்தால் மட்டும் அன்றைக்கு அந்தப் பெண்ணை அப்படித் திட்டாமல் விட்டுவிடுவார்.

அச்சுக்கூடத்தில் ஒரு புதுப் பையன் சேர்ந்திருந்தான். பெயர் சண்முகவடிவேல். அவனுடைய மாமா கொடுத்த கடிதத்தைத் தூக்கிக்கொண்டு கிராமத்திலிருந்து நேராக மேலாளரைப் பார்க்க வந்திறங்கிய பையன். 'அப்பா எங்கே?' என்று மேலாளர் கேட்டார். 'அவரை முதலை சாப்பிட்டிட்டுது, சேர்' என்றான். 'சரி, அம்மா எங்கே?' என்றார் மேலாளர். 'அவ மறியல் வீட்டிலே சேர்.' வேறு ஒரு கேள்வியும் அவர் கேட்கவில்லை. அப்பாவித்தனமாக இருக்கிறான், நல்லாய் வேலை செய்வான் என்று நினைத்துத்தான் அவனை வேலையில் சேர்த்தார். அவனோ ஏமாளி, மற்றவர்களின் சந்தோசத்துக்காக கடவுளால் படைக்கப்பட்ட சீவன். பொழுது போகவில்லை என்றால் அவனைப் பந்துபோல உருட்டுவதுதான் அடுத்தவர்களுக்கு வேலை. அவனுக்குக் கவலை என்பது இல்லை. எந்த நேரமும் அவனைச் சுற்றியுள்ளவர்களுக்கு அவனிலிருந்து மகிழ்ச்சி வீசிக்கொண்டிருக்கும்.

அந்த அச்சுக்கூடத்தில் மூன்று மாதத்துக்கு ஒருமுறை இடதுசாரிக்கட்சியைச் சேர்ந்த ஒரு சங்கம் இதழ் ஒன்று தயாரிக்கும். அதில் நிறையக் கட்டுரைகள் இருக்கும். அவை எல்லாவற்றையும் அவன் வாசிப்பான். பெரிய பெரிய வார்த்தைகள் வரும்போது வாயில் ஒருமுறை உச்சரித்துப் பார்ப்பான். அவனுக்குப் பிடித்த திறமான வார்த்தை பூர்சுவா. அதற்கு அடுத்த வார்த்தை நிலப் பிரபுத்துவம். சொல்ல நல்லாயிருக்கும். ஒருநாள் அந்த வார்த்தைகளின் பொருளைக் கண்டுபிடிக்கவேண்டும் என நினைத்துக் கொள்வான். எல்லா கட்டுரைகளிலும் 'என்னே கொடுமை! என்னே துன்பம்! பாட்டாளி மக்களே! விழித்தெழுங்கள்!' போன்ற வாசகங்கள் நிறைந்திருக்கும். இந்த ஆச்சரியக் குறிகளை அகற்றி விட்டால் கட்டுரை அரை சைசுக்கு வந்துவிடும்.

அப்பொழுதெல்லாம் கம்ப்யூட்டர் வசதிகள் கிடையாது. ஒவ்வொரு எழுத்தாக அச்சுக்கோர்த்துதான் அச்சடிக்கவேண்டும். அவையோ தலைகீழாக இருக்கும், அச்சடித்ததும் சரியான எழுத்தாக மாறிவிடும். சண்முகவடிவேலுவுக்கு அங்கு நடப்பவை எல்லாமே புதினம்தான். அங்கே வேலை செய்தவர்களில் தொழில் பக்தி கொண்டவன் என்றால் அது அவன்தான். சிலவேளை அச்சுக்

கோர்க்கும்போதே படித்ததை நினைத்துச் சிரிப்பான். பக்கத்தில் வேலை செய்யும் பையனிடம் 'ஆகிருதி' என்ற ஆங்கில வார்த்தைக்கு என்ன தமிழ் என்று கேட்பான். அவன் பதில் சொல்லுவான், ஆனால் அச்சு யந்திரத்தின் பெரிய ஓசையில் அது அவனுக்குக் கேட்காமல் போகும்.

வெளியே என்ன வெப்பம் வீசுமோ அதுவே அச்சுக்கூடத்துக் குள்ளும் வீசும். எல்லோரும் சேர்ட்டைக் கழற்றிச் சுருட்டி இடுப்பிலே கட்டிக்கொண்டுதான் வேலை செய்வார்கள். இவனும் அப்படித்தான் வேலை செய்தான். ஒரு முறை இதழுக்கு அச்சுக்கோர்க்கும்போது ஆச்சரியக் குறிகள் முடிந்துவிட்டன. தன்னுடைய சுப்பர்வைசரிடம் அவன் போகமுன்னர் மற்ற அச்சுக் கோப்பவர்கள் எல்லாம் ஒன்று திரண்டுவிட்டார்கள். முதலாளியிடம் போய் ஆச்சரியக்குறிகள் முடிந்துபோனதை சொல்லச்சொல்லி ஏவிவிட்டார்கள். இந்தப் பெரிய கம்பனியில் ஆச்சரியக் குறிகள் இவ்வளவு விரைவில் தீர்ந்துபோனது அவனுக்கும் ஆச்சரியம்தான். இடுப்பிலே சுருட்டிக் கட்டிய சேர்ட்டை அவிழ்த்து உதறி அச்சுயந்திர மை மணம் இருக்கோ என்று மணந்து பார்த்தான். முதல்நாள் மணத்திலும் பார்க்க கொஞ்சம்தான் கூடியிருந்தது. பின்னர் சேர்ட்டை இழுத்து சுருக்கை நேராக்கி அணிந்தான். பொத்தான்களை ஒவ்வொன்றாக மேலிருந்து கீழாகப் போட்டுத் தயாரானான். மற்றப் பெடியன்கள் 'போ, போ' என்று துரத்தினார்கள். இந்தப் பேய்ப்பெடியனும் விசயம் விளங்காமல் முதலாளியின் அறையை நோக்கிப் புறப்பட்டான்.

எப்பொழுதும் அவனுக்கு சந்தோசம்தான். முதன்மை இயக்குநர் அறையிலிருந்து கிட்டத்தட்ட 200 அடி தூரத்தில் அச்சுக்கூடம் இருந்தது. அவன் முதன்மை இயக்குநரைப் பார்த்தது கிடையாது. அவருடைய அறை எந்தப் பக்கம் இருக்கிறது என்பதும் தெரியாது. அவனுடன் வேலை செய்தவர்கள் காட்டிய திசையில் ஒருவித பயமோ, தயக்கமோ இல்லாமல் நடந்தான். மகிழ்ச்சி அவனிலிருந்து வீசியது. எம்.ஜி.ஆர் நடித்த நாடோடி மன்னன் படத்துக்கு இலவச டிக்கட் கிடைத்ததுபோல கைகளை வீசி நடந்தான். அந்தப் பெண்ணுடைய முகம் தெரிய முன்னர் பற்கள்தான் தெரிந்தன. தாடை எலும்புகள்மீது கண்ணீர் வழிந்தது. ஒரு பறவை எழுப்புவதுபோல மெல்லிய ஒலி அவரிடமிருந்து புறப்பட்டது. அதுதான் காரியதரிசிப் பெண் என்று ஊகித்தான். அவரையும் இப்பொழுதுதான் முதன்முறையாகப் பார்க்கிறான். லேஞ்சியால் அவர் கண்களை துடைக்கத் துடைக்க நீர் பெருகிக்கொண்டே இருந்தது. இவன் திடுக்கிட்டுப் போய் என்ன செய்வதென்று தெரியாமல் நின்றான். வழக்கமாக முதன்மை இயக்குநரைப் பார்க்க யாரும் சடுதியில் உள்ளே போகமுடியாது. காரியதரிசிப்பெண் யார், என்ன

வேண்டும், உங்களுக்கு முன் அனுமதி உண்டா போன்ற விவரங்களை அறிந்த பின்னர்தான் எவரையும் அனுமதிப்பார். அன்று பாதி அழுகையில் இருந்தார். அதை முடிவுக்குக்கொண்டு வர சில நிமிடங்கள் பிடிக்கும். எனவே கதவை சுட்டிக் காட்டிவிட்டு தன் அழுகையைத் தொடர்ந்தார்.

முதன்மை இயக்குநருக்கு கீல்வாதம் (gout) என்றொரு வியாதி. பெருவிரல்கள் வீங்கி வேதனையில் உழல்வார். இது அடிக்கடி வரும். அதுவரும் நாள்களில் எவரும் கிட்ட அணுகமுடியாது. அன்றைக்கு அவருக்கு வேதனை உச்சத்தில் நின்றது. அவர் பளபளக்கும் இரண்டு தோல் சப்பாத்துகளையும் கழற்றிவிட்டு தன் கால்களை மேசையில் வைத்து ஆராய்ந்துகொண்டிருந்தார். சுவாசத்தை நிறுத்திவிட்டு எல்லாக் கண்களும் அவனைப் பார்க்க, கதவைத் தட்டாமல் திறந்து சண்முகவடிவேல் உள்ளே நுழைந்தான். ஒரு கணம் இரண்டு தொக்கையான கால்பெருவிரல்களைப் பார்த்து பின்வாங்கினான். உடனேயே கிராமத்துத் தைரியத்தை வர வழைத்துக்கொண்டு 'ஐயா, ஆச்சரியக் குறி எல்லாம் முடிஞ்சு போச்சுது. உங்களிட்டை வேற குறி இருக்கோ என்று கேட்டு வரச் சொன்னார்கள்' என்றான்.

நான் வேலை செய்த அந்த மூன்று மாதங்களில், வார விடுமுறை, போயா விடுமுறை, பொங்கல் விடுமுறை, கிறிஸ்மஸ் விடுமுறை, நோய் விடுப்பு எல்லாவற்றையும் கழித்து மீதியான அத்தனை பணி நாள்களிலும் காணாத ஒரு காட்சி அது. முதன்மை இயக்குநரின் கதவு பட்டென்று பெரும் சத்தத்துடன் திறந்தது. வெறி நாய் துரத்தியது போல அவன் அலறிக்கொண்டு வெளியே வந்தான். முதன்மை இயக்குநர் அன்று என்ன சொன்னார் என்பதோ, என்ன செய்தார் என்பதோ என்னால் இங்கே எழுத்திலே பதியக்கூடியது அல்ல. சண்முகவடிவேல் அடுத்தநாள் வேலைக்கு வரவில்லை. கிராமத்துக்கு ஓடிவிட்டான். அலுவலகத்தில் ஒரு முட்டாள் குறைந்துவிட்டான் என்று பேசிக்கொண்டார்கள்.